విష్ణు పురాణం

బి. కె. చతుర్వేది

డైమండ్ బుక్స్

రచయిత

ద్వారా ప్రచురించబడింది : డైమండ్ పాకెట్ బుక్స్ (P) లిమిటెడ్.

X-30, ఓఖ్లా ఇండస్ట్రియల్ ఏరియా, ఫేజ్-IIన్యూఢిల్లీ-110020

ఫోన్ : 011-40712200

ఇ-మెయిల్ :sales@dpb.in

వెబ్సైట్. : www.dpb.in

ఎడిటింగ్. : 2023

ద్వారా ముద్రించబడింది : రెప్రో (భారతదేశం)

విష్ణు పురాణం

రచన: బి.కె. చతుర్వేది

పరిచయం

విష్ణు పురాణం చాలా ముఖ్యమైన పురాణాలలో ఒకటిగా నమ్ముతారు, కాకపోతే 'సనాతన ధర్మం' అని పిలువబడే విశ్వాసం యొక్క అత్యంత విలువైన పురాతన రికార్డులు దీనిని తరచుగా హిందూ ధర్మం అని తప్పుగా పిలుస్తారు. ఇది రెండు కారణాల వల్ల దాని విలువను పెంచింది; ఒకటి, ప్రపంచంలో మనిషి ఎలా జీవించాలి అనే దాని గురించి వివరణాత్మక వర్ణన ఉంది. రెండవది, ఈ విశ్వాసం యొక్క అత్యంత ముఖ్యమైన దేవతగా భావించబడే విష్ణువు పట్ల దాని ఆధారం కారణంగా ఇది అదనపు ప్రాముఖ్యతను సేకరిస్తుంది.

దాని కథలు విష్ణువు తన వివిధ అవతారాలలో చేసిన వివిధ దోపిడీల గురించి వెల్లడిస్తాయి. కానీ ఆశ్చర్యకరంగా ఇది విష్ణువు యొక్క కొన్ని ముఖ్యమైన అవతారాలను విస్మరించింది. రామ అవతారం మరియు పూర్వ అవతారాలు. ఇది ప్రధానంగా ఈ దేవత యొక్క అన్ని అవతారాలలో అత్యంత శక్తివంతమైన శ్రీకృష్ణునిగా విష్ణువు అవతారంపై కేంద్రీకృతమై ఉంది.

ఈ పవిత్ర గ్రంథాన్ని ఇంగ్లీషులోకి రెండర్ చేయడంలో, జీవితానికి సంబంధించిన కొన్ని ప్రాథమిక సత్యాలను కలిగి ఉన్న వివరాలను మాత్రమే సేకరించడంపై దృష్టి పెట్టారు. అందువల్ల ఈ పనిలో ఆ వివరాలు ఉద్దేశపూర్వకంగా విస్మరించబడ్డాయి, అవి పవిత్రమైన లోకంలో దీక్ష లేని పాఠకులకు గందరగోళంగా లేదా రసహీనంగా కనిపించవచ్చు.

మన ప్రాచీన సన్యాసం గురించి కనీసం స్పష్టమైన సంగ్రహావలోకనం చూపడం ఈ ప్రయత్నం యొక్క ప్రధాన ఉద్దేశ్యం. టెక్స్ట నుండి మారడానికి ఎటువంటి ప్రయత్నం చేయలేదు, కానీ కొన్ని ప్రదేశాలలో, కంటెంట్‌ను మరింత నిస్సందేహంగా చేయడానికి మహాభారతం వంటి ఇతర మూలాల నుండి కొన్ని వివరాలు జోడించబడ్డాయి. మన సాంస్కృతిక ఆశ్రమానికి విలువనిచ్చే వారు సాదర స్వాగతం పలుకుతారని ఆశిస్తున్నాం. చివరగా నాకు ఈ అవకాశం ఇచ్చినందుకు డైమండ్ పబ్లికేషన్స్ నరేంద్ర జీకి నా కృతజ్ఞతలు తెలియజేస్తున్నాను.

బి.కె.చతుర్వేది

ప్రచురణకర్త యొక్క గమనిక

పురాణాలు దాదాపుగా అవి సవరించబడిన లేదా సంకలనం చేయబడిన సమయం వరకు ప్రపంచంలోని ఈ భాగంలో మానవ విజయాలను జాబితా చేసే ఎన్సైక్లోపీడియా లాంటివి. ప్రతి కాల చక్రంలో వేదవ్యాస్ అనే మాస్టర్ ఎడిటర్ ఈ రికార్డులను ఎడిట్ చేయడానికి, వెట్ చేయడానికి మరియు కంపైల్ చేయడానికి ఉద్భవిస్తారు. ప్రపంచం అభివృద్ధి చెందుతున్నప్పుడు మరియు జాతి యొక్క మనస్తత్వం ఏర్పడుతున్నప్పుడు హిందువుల జాతి యొక్క సుదూర గతాన్ని వారు పరిశీలిస్తున్నందున, వర్తమానంలో కూడా వాటి ప్రాముఖ్యత అపారమైనది. ఈ పురాణాలు ఏది రంధ్రం మరియు ఏది నీచమైనదో నిర్ణయించేలా చేసే వాదనలను నమోదు చేస్తాయి; ఏది మంచి మరియు ఏది చెడు. వాటి ద్వారా మనం మన ప్రస్తుత న్యాయ శాస్త్రాన్ని పురాతన నిబంధనలతో పోల్చవచ్చు. అంతే కాకుండా, అవి సూర్యుని క్రింద ప్రతి విషయాన్ని రూపొందించే సమాచారం యొక్క భారీ స్టోర్-హౌస్. ఈ చీకటిని వెలికితీసే దృక్కోణంతో పురాణాల యొక్క ప్రస్తుత ప్రయత్నాలు ప్రణాళిక చేయబడ్డాయి.

కంటెంట్‌లు

1. సృష్టి, జీవనోపాధి మరియు రద్దు 11-18
2. లక్ష్మి ఎపిసోడ్ 19-23
3. ధృవ కథ 24-27
4. ది స్టోరీ ఆఫ్ ది కింగ్స్ వేనా మరియు పృథు 28-30
5. ప్రచితాల జననం 31-33
6. ప్రహ్లాదుని కథ 34-37
7. ది స్టోరీ ఆఫ్ ప్రియవర్త అండ్ భారత్ మరియు హెల్స్ అండ్ హెవెన్స్ గురించిన వివరాలు 38-41
8. కొంత ఖగోళశాస్త్రం మరియు జడభారత్ కథ 42-46
9. మన్వంతరాలు మరియు వేదవ్యాసులు 47-52
10. నాలుగు తరగతులు, నాలుగు దశలు, సంస్కారాలు మరియు మాయమోహ కథ 53-60
11. మనువు నుండి వివిధ రాజవంశాలు 61-75
12. ద్వాపర మరియు కలి యుగాల నుండి కథలు 76-109
13. పురాణాల మూలం నుండి మనకు అవరోహణ 110-110
14. విష్ణువు యొక్క వేయి పేర్లు ప్రస్తావనలు 111-164

ముందుమాట

'పురాణాలు' అంటే పురాతన లేదా పాత రికార్డులు. వారు అవి సవరించబడిన లేదా సంకలనం చేయబడిన సమయం వరకు ప్రపంచంలోని ఈ భాగంలో మానవ విజయాలను జాబితా చేసే ఎన్సైక్లోపీడియా వలె దాదాపుగా ఉంటుంది. ప్రతి కాల చక్రంలో (ముందుగా వివరించబడింది) ఇవి నిష్పాక్షికమైన నిష్పాక్షికతతో పురాణాలను సవరించడం, పరిశోధించడం, సంకలనం చేయడం మరియు వ్రాసే వేదవ్యాస్ సంభవిస్తాయి. ప్రతి ఒక్కరూ ఈ పని చేయడానికి అర్హులు కాదు. వేదవ్యాస్ ఈ పని చేయడానికి తన చక్రంలో అత్యంత నేర్చుకున్న, అనుభవజ్ఞుడైన మరియు మేల్కొన్న వ్యక్తిగా భావించబడతాడు. వేదవ్యాస్ అనేది ఒక వ్యక్తిని ప్రతి చక్రంలో పండితుల మరియు ధర్మబద్ధమైన వ్యక్తుల సభ ద్వారా నియమించబడే స్థానం. ఇది అక్షరాలా వేదాలను పూర్తిగా ప్రావీణ్యం పొందిన వ్యక్తి అని అర్థం మరియు అతని స్థానం ఒక వృత్తానికి వ్యాసుడు (సంస్కృతంలో వ్యాసుడు) చేసినట్లుగా వేద-జ్ఞానాన్ని గ్రహించిన వ్యక్తిగా గ్రాఫికల్‌గా వివరించబడింది. ఈ విష్ణు పురాణంలోనే ఆఖరి వేదవ్యాసులే మహాభారత ఖ్యాతి పొందిన అశ్వత్థామ తదుపరి వేదవ్యాసుని అని స్వయంగా చెప్పారు.

గురు ద్రోణాచార్యల ఈ కుమారుడు అమరుడని మహాభారతం నుండి మనకు తెలుసు, అయితే అమరత్వం నిజానికి అతను అనుభవించాల్సిన శాపంలో ఒక భాగం. నిజానికి కృష్ణుడు భూమిపై ఉన్నంతకాలం ఎవరినీ శపించలేదు. అశ్వత్థామను మాత్రమే శపించాడు. నుదుటిపైన కారుతున్న మురికి గాయాలకు బాధ మరియు అవమానాన్ని అనుభవించడానికి అతను అమరుడిగా మార్చబడ్డాడు. అతను శాపగ్రస్తుడని మనకు తెలుసు, ఎందుకంటే అతను బ్రాహ్మణుడు మరియు దయగలవాడు అయినప్పటికీ, అతను తన బ్రహ్మాస్త్రాన్ని (ఆధునిక సందర్భంలో ఒక ప్రాణాంతకమైన న్యూక్లియర్ హెడ్డ్ మిస్సైల్) గర్భిణీ స్త్రీ: గర్భం మీద పడమని అడిగాడు, తద్వారా పుట్టిన వ్యక్తి మొత్తం వంశం ప్రభావితం కావచ్చు.

అశ్వత్థామ యొక్క ఈ నీచత్వం కృష్ణుడికి చాలా నీచంగా కనిపించింది, అతను ఇలా అన్నాడు: "పరీక్షిత్ (పిండ రూపంలో ఉన్న వ్యక్తి) హస్తినాపూర్ నుండి ప్రపంచాన్ని పరిపాలించడం మీరు చూస్తారు (ప్రపంచమంతటా అవాంఛిత ఉనికిలా తిరుగుతూ, మీ దుర్మార్గాన్ని కోల్పోతారు. పుట్టుకతో వచ్చిన రత్నం వెలికితీత ద్వారా ఏర్పడిన నుదిటిపై గాయాలు వాసన మరియు ఎప్పుడూ నయం కాదు పొందుపరచబడితే, మీరు అమరత్వంతో జీవిస్తారు." ఆశ్చర్యకరమైన విషయమేమిటంటే, భావితరాల జ్ఞానం కోసం మహాభారతం యొక్క టోమ్‌ను సృష్టించిన వేదవ్యాసులకు అశ్వత్థామ ఎలాంటి వ్యక్తి అని తెలుసు. అతను స్వయంగా భావించే అటువంటి గౌరవప్రదమైన పనికి తన పేరును ఎలా సూచించగలడు? దానిని పట్టుకున్న వ్యక్తి పక్షపాతంతో ఉండకూడదు, లేకుంటే అతను చరిత్రను దూరం చేస్తాడు. పురాణాలు భావితరాలకు మిగిల్చిన 'టైమ్ క్యాప్సూల్స్' లాంటివి. ఉద్దేశపూర్వకంగా

చెదిరిన చరిత్ర ద్వారా ఏ నాగరికత తన భవిష్యత్తును మోసగించడానికి ఇష్టపడదు. వారు మెకాలే లాంటి వారు కాదు! బహుశా వేదవ్యాసులవారు అశ్వత్థామ పేరును రెండు కారణాల వల్ల సూచించి ఉండవచ్చు, మొదట, అతను అమరత్వం కలిగి ఉంటాడు మరియు సహజంగా అతను జరిగేదంతా చూస్తాడు. రెండవది, కాలక్రమేణా అతని మర్త్య గందరగోళం మరియు పక్షపాతాలను ప్రక్షాళన చేయడంతో, చివరి వేదవ్యాసుల అంచనా ప్రకారం అతను నిష్పాక్షిక పరిశీలకుడిగా ఉద్భవించే అవకాశం ఉంది. ఈ పురాణాల ప్రాముఖ్యతను ఇంటికి తీసుకురావడానికి ఈ విషయం నొక్కి చెప్పబడింది. సాధారణంగా

ఈ పురాణాలలో పద్దెనిమిది ఖచ్చితమైన క్రమంలో ఉన్నాయి (ముందుగా వివరించబడ్డాయి) కానీ కొంతమంది పండితులు మరికొన్ని జోడించారు లేదా కొన్నింటిని వేర్వేరు పేర్లతో భర్తీ చేస్తారు. ఉదాహరణకి ఈ విష్ణు పురాణాన్ని తీసుకోండి, దీనిని నారద అని కూడా పిలుస్తారు- విష్ణు పురాణంలో చాలా మంది అంతర్నిర్మాతలు ఉన్నారు. విష్ణు పురాణం, నారద-విష్ణు పురాణానికి కత్తిరించిన సంస్కరణ! అదేవిధంగా 'స్కంద' పురాణం కూడా ఉంది (ప్రసిద్ధ స్కంద పురాణాల నుండి భిన్నమైనది). సాంప్రదాయ హిందూ గృహంలో వివాహం మొదలైన ప్రతి ముఖ్యమైన వేడుక పూర్తయిన తర్వాత పఠించే ప్రసిద్ధ 'భగవాన్ (దేవుడు) సత్యనారాయణ కథ' 'ఈ స్కంద, పురాణం' నుండి తీసుకోబడిందని కొందరు పండితులు పేర్కొన్నారు. అది నిజమే కావచ్చు. కానీ ఇక్కడ విషయం ఏమిటంటే, ఈ పురాణాలు ఒక నిర్దిష్టమైన కథన శైలిని కలిగి ఉంటాయి మరియు వాస్తవాలను నమోదు చేస్తాయి. స్థిరంగా ఒక వక్త మరియు ఒక శ్రోత ఉంటారు మరియు వారి సంభాషణ ఆ పురాణం అంకితం చేయబడిన ఒక నిర్దిష్ట దేవత యొక్క ప్రాముఖ్యతను తెలియజేస్తుంది.

ఈ విష్ణు పురాణం రెండు కథలలో విష్ణువు యొక్క కృష్ణ అవతారాలకు ముందు శివుని ప్రాముఖ్యతను తగ్గించడానికి ప్రయత్నిస్తుంది. ఈ ధోరణి 14వ-15వ శతాబ్దంలో వైష్ణవులు మరియు శైవుల మధ్య ఒక రకమైన హింసాత్మక ఘర్షణకు దారితీసింది. తులసీదాస్ యొక్క వీర ప్రయత్నానికి ధన్యవాదాలు, రెండు వర్గాల మధ్య చేదు. గణనీయంగా తగ్గింది. అయినప్పటికీ, పురాణాలు మన పవిత్ర ప్రేమలో చాలా భాగం. ఆశ్చర్యకరమైన విషయం ఏమిటంటే, ఇప్పుడు మనం సుసంపన్నం చేస్తున్న జీవిత విలువలు ఈ కథల ద్వారా అందించబడిన నైతిక ఫలితం. ప్రింట్ లేదా ఎలక్ట్రానిక్ మీడియా లేనప్పుడు, ఈ పురాణాల పారాయణాలు ప్రజలను ప్రభావితం చేయడానికి అత్యంత ప్రభావవంతమైన సాధనం కాబట్టి వాటి ప్రభావం సహజంగానే అత్యంత ముఖ్యమైనది.

ఈ పురాణాలలో చాలా వరకు, సహస్రాబ్దాల క్రితం జీవితం గురించిన వివరాలను అందించడమే కాకుండా, మనకు ఉపయోగకరమైన సమాచారాన్ని అందిస్తాయి. పూర్వకాలంలో ఆర్యవర్తానికి చెందిన అత్యంత శక్తిమంతుడైన రాజు వాటిని సవరించి పరిశీలించేవారు. దీనిని పూర్తి చేసిన చివరి రాజు చంద్ర గుప్త విక్రమాదిత్య అని చెబుతారు (క్రీ.శ. 600 నుండి) అప్పటి నుండి వారు సవరించబడకుండా జీవించి ఉన్నారు.

ఏది ఏమైనప్పటికీ మా పాఠకుల కోసం మేము విష్ణు పురాణాన్ని దాని కథలను మరింత స్పష్టంగా మరియు సంబంధితంగా చేయడం కోసం మాత్రమే సవరించాము. 'విష్ణు పురాణం' మన 18 పుష్పాల మాలలోని మొదటి పుష్పం. ఈ ధారావాహిక సంస్కృతిపై ప్రేమ మరియు మన పవిత్ర గ్రంథాలు సంకలనం చేయబడిన భాషల పరిజ్ఞానం ఉన్నవారి కోసం ఉద్దేశించబడి.

1.సృష్టి, జీవనోపాధి మరియు రద్దు

జిజ్ఞాసగల ఋషుల కోరికను గ్రహించి, సుతా జీ శరీరం యొక్క పరిశుభ్రతను నిర్ధారించే ఉదయం ఆచారాలను అనుసరించి కథ యొక్క కథనాన్ని ప్రారంభి

మైత్రేయ మహర్షి శ్రేష్ఠుడైన సన్యాసి పరాశరుని ముందు చేరుకుని వినోదభరితంగా ఆయనకు నమస్కరిస్తూ ఇలా అన్నాడు: 'ఓ గురుదేవా! మీ గొప్ప దయతో వేదాలు మరియు వాటి వ్యాఖ్యానాలను చేర్చడం ద్వారా అన్ని భారతీయ పవిత్రమైన ప్రేమలో నా విద్యను పూర్తి చేసిన నేను ఇప్పుడు నా తోటి ప్రత్యర్థుల నుండి కూడా గుర్తింపు పొందుతున్నాను. కానీ ఈ క్రింది ప్రశ్నల గురించి నాకు ఇంకా స్పష్టత లేదు:

1. ఈ మొత్తం విశ్వం యొక్క సృష్టికి దారితీసిన కారణాలు ఏమిటి? అంటే, అది ఎలా ఆవిర్భవించింది మరియు అంతిమ విచ్ఛేదనం లేదా ప్రళయ (డూమ్స్ డే) సమయంలో అది చివరికి దేనిలో కరిగిపోతుంది?
2. ఈ మొత్తం భూమి యొక్క సృష్టి వెనుక ఉన్న రహస్యం ఏమిటి, ఇది సముద్రాలు మరియు పర్వతాలు మరియు దానిలో అలంకరించబడిన దేవతలు? ఆకాశాన్ని ఏది పరిమితం చేస్తుంది? భూమి దేనిపై ఆధారపడి ఉంది? సూర్యుడు మరియు ఇతర స్వర్గపు వస్తువులకు ఏది ఆసరాగా ఉంటుంది మరియు ఈ కొలత యొక్క ప్రమాణం ఏమిటి?
3. దైవాంశాలు ఎలా ఉనికిలోకి వచ్చాయి? కాలాన్ని వివిధ యుగాలుగా, మన్వంతరాలుగా ఎలా విభజించారు? అంతిమ రద్దు సంభవించడాన్ని ఏది నిర్ణయిస్తుంది మరియు వివిధ జీవులకు వివిధ విధులను ఎవరు నిర్దేశిస్తారు?
4. వివిధ వ్యక్తిగత విజయాలు ఏమిటి రాజ ఋషులు (రాజర్షులు) మరియు దేవర్షులు (దైవ ఋషులు) వరకు వారి పేర్లు చాలా సారాంశాలను కలిగి ఉన్నాయని హామీ ఇస్తున్నారా?
5. మానవ ఉనికి కోసం వేదవ్యాస్ ఋషి చేసిన వర్గీకరణల ప్రాతిపదిక ఏమిటి మరియు అతను వేద గ్రంథాలను ఎలా వర్గీకరించాడు?'

ఋషి పరాశరుడు ఇలా అన్నాడు: "వశిష్ఠ మహర్షికి సంబంధించిన ఒక ఉపాఖ్యానాన్ని నాకు గుర్తుచేసే ఈ ప్రశ్నలను అడిగినందుకు ధన్యవాదాలు. వాస్తవానికి, ఈ ప్రశ్నలకు సమాధానాలు పొందడానికి పురాణాలే అత్యంత ప్రామాణికమైన మూలం. కానీ నా వ్యక్తిగతం గురించి నేను మీకు కొంత చెబుతున్నాను. విశ్వామిత్రుని ప్రభావంతో ఒక రాక్షసుడు మా తాత అయిన వశిష్ఠ మహర్షిని మింగడానికి ప్రయత్నించాడని నాకు ఒకసారి తెలిసింది, ప్రతీకారం తీర్చుకుంది వశిష్ఠ మహర్షి ద్వారా నా ఉన్మాద ఉద్దేశాల గురించి అర్థమైంది మరియు అతను త్వరగా నా దగ్గరకు వచ్చి సలహా ఇచ్చాడు: "నా కొడుకు! కోపం మరియు ప్రతీకారం మానవ అభివృద్ధికి ఆటంకం కలిగిస్తాయి; వారు ఈ ప్రపంచంలోని యోగ్యతను నాశనం చేస్తారు మరియు తదుపరి దాని సమతుల్యతను చెదరగొట్టారు.

ఎవరూ ఎవరినీ చంపలేరని గుర్తుంచుకోండి లేదా మీరు చేసే పనుల ద్వారా నిర్ణయించబడే ఒకరి విధిని ఎవరూ తనిఖీ చేయలేరు. కాబట్టి రాక్షసులు తమ విధిని విధిగా ఎదుర్కొంటారు. ఉభయ ప్రపంచాలలో మీ యోగ్యతని పణంగా పెట్టి ఈ ప్రక్రియను వేగవంతం చేయడానికి మీరు ఎందుకు ప్రయత్నించాలి? మా తాతయ్య సలహాతో నేను యాగం ఆపాను. మహర్షి పరమానందం పొందాడు. బ్రహ్మ యొక్క మరొక మానసిక సంతానం, పులస్త్య మహర్షి అక్కడికి చేరుకోవడం జరిగింది. తన సంతానమైన రాక్షస జాతి నిర్మూలన కోసం ప్రారంభించిన వెంచర్‌ను ముగించినందుకు కృతజ్ఞతతో, అతను నన్ను పురాణాన్ని సంకలనం చేయమని ఆశీర్వదించాడు. ఈసారి మీరు నన్ను పరమాత్మ మరియు అతని సృష్టి గురించి ప్రశ్నలు అడుగుతున్నారు, ఇది నాకు ఋషి నుండి వచ్చిన ఆ వరం గుర్తుకు తెచ్చేలా చేసింది, ఇప్పుడు మీరు లేవనెత్తిన ప్రశ్నలకు సమాధానం వినండి.

ఈ సృష్టికి ప్రధాన కారణం విష్ణువు. దానిని వ్యక్తపరిచేవాడు, నిలబెట్టేవాడు మరియు కరిగిపోయేవాడు, ఈ మొత్తంలో ముఖ్యమైనవాడు . విశ్వం విష్ణువు యొక్క స్వరూపం. మూడు భిన్న రూపాలలో ఉన్నవాడు. బ్రహ్మ, తన స్వయం మరియు, శివుడు దాని సృష్టికి జీవనోపాధి మరియు వినాశనానికి కారణమవుతుంది. నర్మదా నది ఒడ్డున దక్షుడు మరియు ఇతర ఋషులు రాజు పురుకుత్సునికి ఇచ్చిన ఉపన్యాసం యొక్క సారాంశం మాత్రమే అనేక రూపాలలో తనను తాను వ్యక్తపరచడానికి పరమేశ్వరుడిని ప్రేరేపించింది.

అతను చెప్పాడు: సర్వోన్నతమైన పరమాత్మ విష్ణువు మరియు అన్ని వ్యక్తీకరించబడిన మరియు వ్యక్తీకరించబడని అస్తిత్వాలు అతని నుండి మాత్రమే ఉద్భవించాయి. సృష్టి మరియు విఘటన మధ్య కాలాన్ని లెక్కించేది ఆయనే. సృష్టి యొక్క మూడు లక్షణాలు: ఎసెన్షియల్ (సాత్విక), ఉద్వేగభరిత (రాజసిక్) మరియు నిస్తేజమైన (తామసిక్) మరియు ఐదు ప్రాథమిక అంశాలు: భూమి, గాలి, అగ్ని, నీరు మరియు అంతరిక్షం వాటి మూలానికి మాత్రమే రుణపడి ఉన్నాయి, కాబట్టి అన్ని సన్నాహాలకు మూలం. మరియు సున్నితత్వాలు. సృష్టి ప్రారంభంలో విశ్వమంతా నీటితో నిండి ఉంది. ఆ నీటిలో మొదట నీటి బుడగలా గుండ్రంగా ఉన్న ఒక పెద్ద గుడ్డు ఉద్భవించింది. గుడ్డు పెరుగుతూనే ఉంది మరియు దాని లోపల విష్ణువు పరమాత్మ ఉన్నాడు.

ఈ గుడ్డును బ్రహ్మాండంగా పిలిచేవారు. మరియు బ్రహ్మాండము లోపల పర్వతాలు మరియు భూమి, సముద్రాలు మరియు సముద్రాలు, బీజ రూపంలో దేవతలు మరియు రాక్షసులు ఉన్నారు. అన్ని వైపులా గుడ్డు నీరు మరియు ఇతర ప్రాథమిక అంశాలతో కప్పబడి ఉంటుంది. గుడ్డు లోపల విష్ణువు బ్రహ్మ రూపాన్ని అవలంబించాడు, అతను విశ్వాన్ని సృష్టించడానికి ముందుకు వచ్చాడు, ఎవరు సృష్టిస్తారు, ఎవరు కొనసాగిస్తారు మరియు చివరికి దానిని ఎవరు కరిగిస్తారు అని ఇప్పటికే వివరించబడింది. ఈ త్రిమూర్తులు (బ్రహ్మ, విష్ణు మరియు మహేష్) మూడు ప్రాథమిక విధులకు బాధ్యత వహిస్తారు. కాబట్టి ఉన్నదంతా మూలకారణమైన విష్ణువుకి నమస్కారము. నాలుగు యుగాలు లేదా యుగాలు ఉన్నాయి. వీటిని కృత (లేదా సత్య), త్రేతా, ద్వాపర మరియు కలి అని

పిలుస్తారు మరియు అవి ఆ క్రమంలో జరుగుతాయి. ఒక కృత యుగం 4,800 దివ్య సంవత్సరాలకు సమానం; ఒక త్రేత నుండి 3,600 దివ్య సంవత్సరాల వరకు, ఒక ద్వాపరం 2400 దివ్య సంవత్సరాల వరకు మరియు ఒక కలియుగం నుండి 1200 దివ్య సంవత్సరాల వరకు. ఈ మొత్తం కాలం 12,000 సంవత్సరాలుగా చెప్పబడింది. మరియు నాలుగు యుగాలు లేదా యుగాలు (యుగాలు) వారి 1000 చక్రాలను పూర్తి చేసినప్పుడు, అది బ్రహ్మకు కేవలం ఒక రోజు మాత్రమే మానవుల యొక్క ఒక సంవత్సరం దైవిక సంవత్సరాల్లో ఒక రోజుతో సమానం. 360ని సంవత్సరంలోని రోజుల సంఖ్యగా తీసుకుంటారు. [పూర్తి సమయ విభజన క్రింది సమీకరణాల ద్వారా బాగా అర్థం చేసుకోవచ్చు:

1.అందుకే సత్య (కృత) యుగం = 4800 x 360 1,728,00 మర్త్య

2.సంవత్సరాలు. త్రేతా యుగం = 3600 x 360 = 1,296,00 మర్త్య సంవత్సరాలు.

ద్వాపర యుగం = 2400 x 360 = 864,000 మర్త్య సంవత్సరాలు. కలియుగం 1200 x 360 = 4,32,000 మర్త్య సంవత్సరాలు. కాబట్టి, ఒక మహాయుగం, లేదా గొప్ప యుగం, నాలుగు యుగాలతో సహా, 12,000 దైవిక సంవత్సరాలు = 4,320,000 మర్త్య సంవత్సరాలు.

అటువంటి వెయ్యి మహాయుగాలు (చెప్పినట్లు) బ్రహ్మ యొక్క ఒక పగలు మరియు అతని రాత్రులు సమాన వ్యవధిలో ఉంటాయి. కాబట్టి బ్రహ్మ యొక్క ఒక కల్పం లేదా ఒక రోజు 4,320,000,000 మర్త్య లేదా మానవ సంవత్సరాలకు సమానం. ప్రతి కల్పంలో 14 మంది మనువులు పాలిస్తారు; మన్వంతర్, లేదా మనువు పాలన, కాబట్టి, కల్పంలో పద్నాలుగో వంతు లేదా బ్రహ్మ దినం. ఈ ప్రస్తుత కల్పంలో స్వయంభూ మొదటివాడైన ఆరుగురు మునులు మరణించారు. ప్రస్తుతం వైవస్వత్. ప్రతి మన్వంతరంలో, ఏడుగురు ఋషులు, ఇంద్రుడు మరియు ఒక మనువుపై కొన్ని దేవతలు మరియు రాజులు, వారి కుమారులు సృష్టించబడ్డారు మరియు నశిస్తారు. నాలుగు యుగాల యొక్క వెయ్యి చక్రం ఈ మన్వంతర్‌లతో యాదృచ్ఛికంగా సంభవిస్తుంది మరియు తత్ఫలితంగా, ప్రతి మన్వంతరంలో నాలుగు యుగాల 71 చక్రాలు గడిచిపోతాయి మరియు మనువు మరియు కాలపు దేవతల జీవితాలను కొలుస్తాయి.

బ్రహ్మ యొక్క ఈ రోజు ముగింపులో, విశ్వం యొక్క పతనం జరుగుతుంది, ఇది బ్రహ్మ యొక్క ఒక రాత్రి వరకు ఉంటుంది, ఇది అతని పగటితో సమానంగా ఉంటుంది, ఏ కాలంలో ప్రపంచాలు ఒకే మహాసముద్రం (ప్రళయ)గా మార్చబడతాయి? అప్పుడు కమలంలో పుట్టిన బ్రహ్మ నిద్రపోతుంది. ఆ రాత్రి చివరిలో అతను మేల్కొని సృష్టిని కొత్తగా సృష్టిస్తాడు. బ్రహ్మ యొక్క ఒక సంవత్సరం అటువంటి 100 పగలు మరియు రాత్రులతో కూడి ఉంటుంది మరియు అలాంటి వంద సంవత్సరాలు అతని మొత్తం జీవితాన్ని కలిగి ఉంటాయి. కాలం అతని జీవితాన్ని పారా అని పిలుస్తారు మరియు దానిలో సగం పారార్ధ లేదా ఒక పారా సగం. ఒక పారార్ధ లేదా బ్రహ్మ యొక్క ఉనికి వ్యవధిలో సగం ఇప్పుడు గడువు ముగిసింది, పద్మ కల్పం అనే గొప్ప కల్పంతో ముగుస్తుంది. ఇప్పుడు ఉన్న కల్పం, లేదా బ్రహ్మ యొక్క ఒక రోజు వవా కల్ప (లేదా పంది యొక్కది) అని పిలువబడే బ్రహ్మ యొక్క ఉనికి

యొక్క రెండవ పరార్థంలో మొదటిది. బ్రహ్మ యొక్క ప్రతి కల్పం లేదా రోజు చివరిలో సంభవించే విచ్ఛేదనాన్ని నైమిత్తిక అంటారు, అంటే, యాదృచ్ఛికం, సందర్భానుసారం లేదా ఆగంతుకమైనది. ఉనికిలో ఉన్న జీవి యొక్క రద్దు మూడు రకాలుగా ఉంటుంది: 'సంఘటనలు, మౌళిక మరియు సంపూర్ణ. మొదటిది నైమిత్తికా, బ్రహ్మ రోజుల వ్యవధిలో సందర్భానుసారంగా, సందర్భానుసారంగా, యాదృచ్ఛికంగా లేదా బ్రహ్మ్య; జీవుల విధ్వంసం, ప్రపంచంలోని పదార్థం కాకపోయినా, రాత్రి సమయంలో సంభవిస్తుంది. రెండవది మూలకాలను వాటి ఆదిమ మూలంలోనికి సాధారణ రిజల్యూషన్, అనగా వేడి మూలకం నీటిని నీటికి వేడి చేయడానికి తిరిగి వెళుతుంది. మూడవది, సంపూర్ణమైన లేదా అంతిమమైన, అబ్జంతిక, వ్యక్తిగత సమ్మేళనం లేదా మోక్షం-ఇది భవిష్యత్తు ఉనికి నుండి శాశ్వతంగా మినహాయింపు. బ్రహ్మదేవుని వయస్సును నిర్ణయించడానికి ఋషి ఇలా చెప్పాడు: పదిహేను నిమేషాలు ఒక కాష్ఠ, ముప్పై కాష్ఠ ఒక కాల, ముప్పై కాల ఒక ముహూర్తం, మూడు ముహూర్తాలు ఒక మానవ పగలు-రాత్రి, ముప్పై పగలు లేదా రెండు కోట-రాత్రులు ఒక నెలగా ఉంటాయి. , ఆరు నెలలు ఒక అయన (భూమి యొక్క ఉత్తర మరియు దక్షిణ వంపులు దాని అక్షం చుట్టూ) మరియు రెండు అయనాలు ఒక సంవత్సరాన్ని చేస్తాయి.

బ్రహ్మ కేవలం విష్ణువు లేదా నారాయణుడిలో భాగమే 'నారా' అంటే నీరు మరియు 'అయన' అంటే విశ్రాంతి స్థలం. పూర్వం సృష్టి నాశనం అయినప్పుడు, ప్రపంచం మొత్తం నీటితో నిండిపోయింది మరియు విష్ణువు నీటిపై నిద్రించాడు. అందుకే ఆయనకు నారాయణ అని పేరు వచ్చింది. చుట్టూ నీరు ఉండడం చూసి నారాయణ కొత్తది సృష్టించాలనుకున్నాడు ప్రపంచం. అందువలన, అతను ఒక వరాహ (వరాహ) రూపాన్ని స్వీకరించాడు మరియు తడి ప్రపంచంలోకి వెళ్ళాడు. అక్కడ భూమి అతనిని గౌరవప్రదంగా పలకరించింది మరియు ఆమెను రక్షించమని అభ్యర్థించింది ప్రపంచం కాదు. విష్ణువు కోరిన తరువాత, వెనుకంజ వేయడం ప్రారంభించాడు.

అతను తన దంతాలను ఉపయోగించి భూమిని అంతర్ ప్రపంచం నుండి పైకి లేపాడు. అప్పుడు అతను జాగ్రత్తగా భూమిని నీటి మీద ఉంచాడు. భూమి ఒక పెద్ద పడవలా సముద్రాలపై తేలియాడింది. విష్ణువు భూమిని చదును చేసి పర్వతాలను వాటి స్థానాల్లో ఉంచాడు. భూమిని ఏడు ప్రాంతాలుగా లేదా ద్వీపాలుగా (ఖండాలు) విభజించారు. "భూమి స్థాపించబడినప్పుడు జీవుల సృష్టి ప్రారంభమైంది. బ్రహ్మ తన మానసిక శక్తుల ద్వారా నాలుగు రకాల జీవులను సృష్టించాడు.

అతను మొదట సృష్టించిన గందరగోళంలో 'అసురులు' లేదా రాక్షసులు. అవి బ్రహ్మ తొడల నుండి బయటకు వచ్చాయి. తరువాత అతని నోటి నుండి ఉద్భవించిన దేవతలు బ్రహ్మ వైపు నుండి పిత్రీస్ తరగతిని సృష్టించారు (పూర్వీకులు వారి భౌతిక వినాశనం తర్వాత పొందిన రూపం.) మరియు మానవుడు చివరిగా బయటకు వచ్చాడు. తరువాత అతను మిగిలిన జీవులను సృష్టించాడు." "ఆ తర్వాత బ్రహ్మకు ఆకలి వేస్తుంది మరియు తీవ్ర శ్రమ నుండి బయటపడింది. ఆకలి రాక్షసులు రూపం ధరించి, తమ సృష్టికర్త బ్రహ్మనే మ్రింగివేయాలని కోరుకున్నారు. వారిలో కొందరు తమ సృష్టికర్తను

తినడానికి ఇష్టపడరు, కానీ అతనిని రక్షించాలని కోరుకున్నారు. అతనిని రక్షించడానికి ప్రయత్నించిన వారు రక్షలు అనే పేరును పొందారు (సంస్కృత పదం రక్ష నుండి రక్షించడం) మరియు అతనిని కబళించాలని కోరుకునే వారు యక్షగా పిలవబడ్డారు (సంస్కృత పదం యాక్ నుండి – తినడానికి). బ్రహ్మదేవుడు ఈ అవాంఛనీయ జీవులను చూసినప్పుడు, అతని తలపై వెంట్రుకలు రాలిపోయి, పెరిగి, మళ్లీ లేచి నిలబడ్డాడు. ఈ వెంట్రుకల నుండి పాములు పుట్టాయి . పతనం తర్వాత తమను తాము తిరిగి నాటుకోవడం వల్ల వారికి 'అహి' అనే పేరు వచ్చింది.

అప్పుడు పిషాచ్ అని పిలువబడే ఖండ పెరస్, స్వల్ప-స్వభావం గల పసుపు రంగు జీవులు సృష్టించబడ్డాయి. స్వచ్ఛమైన స్వరంతో బ్రహ్మ శరీరం నుండి ఉద్భవించిన వారిని గంధర్వులు అని పిలుస్తారు. దీని తరువాత బ్రహ్మ యొక్క నాలుగు నోటి నుండి వివిధ వేదాలు మరియు మంత్రాలు ఉద్భవించాయి." సమస్త విశ్వం ఉంటే, సృష్టి మరియు ఆకృతులపై ఉన్నత ఋషి పరాశర యొక్క ఈ ఉపన్యాసం ద్వారా అత్యంత జ్ఞానోదయం పొందడం, సేజ్ మైత్రియాలు మిగిలిన జీవుల సృష్టి గురించి మరియు మానవ సమాజం యొక్క వర్గీకరణల గురించి తెలుసుకోవాలనుకున్నారు. ఋషి పరాశరుడు ఇలా అన్నాడు: బ్రహ్మ చెవుల నుండి పక్షులు సృష్టించబడ్డాయి; అతని ఛాతీ నుండి, గొర్రెలు మరియు అతని నోటి నుండి, మేకలు.

అతని కడుపు మరియు ప్రక్కల నుండి పశువులు మరియు అతని పాదాల నుండి గుర్రాలు, ఏనుగులు, జింకలు మరియు ఒంటెలు వచ్చాయి. బ్రహ్మ దేహంపై వెంట్రుకల నుండి మొక్కలు రాలాయి. సృష్టించబడిన మానవులలో నాలుగు తరగతులు ఉన్నాయి: బ్రాహ్మణులు, క్షత్రియులు, వైశ్యులు మరియు శూద్రులు. బ్రాహ్మణులు బ్రహ్మ నోటి నుండి, క్షత్రియులు అతని చేతుల నుండి, వైశ్యులు అతని తొడల నుండి మరియు శూద్రులు అతని పాదాల నుండి ఉద్భవించారు. అతను కూడా. ప్రతి వర్గానికి అంతిమ గమ్యం సూచించబడింది.బ్రాహ్మణులు వారి చివరి గమ్యాన్ని కలిగి ఉండగా వారు గొప్పగా ప్రవర్తిస్తే పితృల రాజ్యం; క్షత్రియుడు ఇంద్రుని రాజ్యం (ఇంద్ర-లోక్), వైశ్య గాలి-దేవుని రాజ్యం (వాయు-లోక్) మరియు శూద్రులు గంధర్వుల రాజ్యం. మానవ జీవితం నాలుగు భాగాలుగా విభజించబడింది: బ్రహ్మచర్య (అభ్యాసం మరియు ఖండిత జీవితం), గార్హస్థ్య (కుటుంబ జీవితం), వానప్రస్థ (సమాజాన్ని విడిచిపెట్టి, ప్రకృతితో నివసించడానికి అడవికి వెళ్లడానికి సన్నాహక కాలం) మరియు సన్యాస్ (జీవి అనుభూతి చెందుతున్న దశ.

అన్ని యానిమేట్ లేదా నిర్జీవ జీవుల నుండి సమానంగా ఉంచబడుతుంది). ఒక ఆదర్శ బ్రహ్మచారి జ్ఞాని అవుతాడు, ఆదర్శ కుటుంబ పురుషుడు పూర్వీకుల వైభవాన్ని పొందుతాడు, ఆదర్శ వానప్రస్థి ఏడుగురు ఋషుల రాజ్యానికి చేరుకుంటాడు మరియు ఒక ఆదర్శ సన్యాసి పరమాత్మ (బ్రహ్మ)తో కలిసిపోతాడు, అక్కడ నుండి తిరిగి రాలేడు. ఆత్మ విడుదలను కనుగొనే స్థితి. ఈ మహానుభావులను విభజించిన వారు తమిస్ర, అధాతమిస్ర, మహారౌరవపే, రావణ అసిపత్రవణ, ఘోర, కాలసూత్ర మరియు అవీచిక అనే వివిధ నరకాలను జయిస్తారు." అప్పుడు ఋషి ప్రతి యుగం యొక్క లక్షణాలను

వివరించాడు. క్రీస్తు లేదా సత్యయుగము సత్యం మరియు ధర్మంతో వర్ణించబడింది. ఏ విధమైన అసూయ, ద్వేషం, మోసం, దుఃఖం, అహంకారం ద్వేషం, క్రూరత్వం వంటి అనేక ఇతర దుర్గుణాలు లేని స్వర్ణయుగం ఇది. ప్రజలందరూ సమానమే మరియు అందరూ ఒకే దేవతను ఆరాధిస్తారు. బ్రహ్మ యుగంగా సూచించబడే మతం ప్రకారం ఒకే వేదం ఉంది. సత్ యుగం యొక్క రంగు తెలుపు. ఈ యుగంలో పురుషులు 4000 సంవత్సరాలు జీవిస్తారు మరియు శారీరక మరియు మానసిక దిగ్గజాలు. సంభోగం నుండి పుట్టే పిల్లలు లేరు మరియు మిగతా వాటిలాగే వారు కేవలం కోరికతో వస్తారు. త్రేతా యుగం సత్యయుగ ధర్మం నాల్గవ వంతు తగ్గుతుంది.

ఈ యుగం యొక్క రంగు ఎరుపు మరియు దాని ప్రధాన విలువ జ్ఞానం. త్యాగాలు మరియు ఆచారాల అవసరం ప్రారంభమవుతుంది, మరియు పురుషులు కూడా వారి పనికి ప్రతిఫలం పొందడం ప్రారంభిస్తారు.

సత్యయుగానికి బదులుగా నాలుగు వేదాలు ఉన్నాయి. మనిషి 3000 సంవత్సరాలు జీవిస్తాడు; సంతానం కేవలం తాకడం ద్వారా జరుగుతుంది. ద్వాపర యుగం అంటే సత్యయుగంలో ఉన్న మొత్తంలో సగం మాత్రమే ధర్మం ఉంటుంది. యుగపు రంగు పసుపు, మరియు ప్రధాన ధర్మం త్యాగం. కొంతమంది మాత్రమే దాని స్వంత ప్రయోజనాల కోసం కర్తవ్యం లేదా సత్యానికి కట్టుబడి ఉంటారు. వ్యాధులు, కష్టాలు మరియు విపత్తులు ప్రారంభమవుతాయి మరియు కులాలు కూడా ఉనికిలోకి వస్తాయి.

ఈ యుగానికి సంబంధించిన గ్రంథాలు పురాణాలు. అందులోని పురుషులు 2000 సంవత్సరాలు జీవిస్తారు మరియు సంభోగం తర్వాత మాత్రమే సంతానం వస్తుంది అది స్వచ్ఛంగా మరియు చట్టబద్ధంగా ఉండాలి. ఈ యుగంలో ఒక వ్యక్తికి ఒక చట్టబద్ధమైన భార్య మాత్రమే ఉంటుంది; వివాహం జరగడానికి ఒకే ఒక్క సమయం ఉంది; ఆడపిల్లలు లేదా భార్యలుగా ఉండేవారు రుతుక్రమం ప్రారంభమయ్యే సమయం. కలియుగం మానవజాతి ప్రస్తుత యుగాన్ని సూచిస్తుంది. ఈ యుగంలో ధర్మం ఇప్పుడు సత్యయుగంలో ఉన్న దానిలో నాలుగోవంతు మాత్రమే.

ఈ యుగంలో నిజమైన ఆరాధన ఆగిపోతుంది. తంత్ర-శాస్త్రం లేదా అన్ని భౌతిక కోరికలను తీర్చడమే అంతిమ లక్ష్యం అయిన జ్ఞాన శాఖలు ప్రధాన గ్రంథాలుగా మారాయి. ఈ యుగం యొక్క రంగు నలుపు అని చెప్పబడింది. పురుషులు వేరియబుల్ వయస్సుల వరకు జీవిస్తారు, తరచుగా 100 సంవత్సరాలు. ఇది కోపం, ద్వేషం, కామం, మతం, అభిరుచి, అహంకారం, కలహాలు మరియు విస్మరించే వయస్సు. ప్రజలను పీడిస్తున్న అన్ని రకాల వ్యాధులతో విశ్వవ్యాప్త దుర్మార్గం మరియు బలహీనత ఉంది. యువత ఇకపై వారి పెద్దలను గౌరవించరు మరియు భౌతిక లేదా భౌతిక విషయాలపై అధిక ముందస్తు వృత్తిని కలిగి ఉంటారు.

పురుషులు వివాహ బంధాల వెలుపల సంతృప్తిని కోరుకుంటారు. వదులుగా ఉన్న నైతికత కలిగిన స్త్రీలు మరియు వారి నైతికతను చాలా మించిపోయారు. ప్రతి యుగానికి ముందు దాని సంధ్య (పరివర్తన దశ లేదా కదిలే సంధ్య) అని పిలవబడే కాలం మరియు తరువాత సంధ్యమ (సాయంత్రం సంధ్య) అని పిలవబడే కాలం ఉంటుంది. ప్రళయ (ముగింపు) ఋషి ఇలా అన్నాడు: "నాలుగు యుగాలలో వేయి కాలాలు (చక్రాలు) ముగిసే సమయానికి భూమి చాలా వరకు అలసిపోతుంది. మొత్తం మరణం సంభవిస్తుంది, ఇది వంద సంవత్సరాల పాటు కొనసాగుతుంది, మరియు ఫలితంగా ఆహారం పొందడంలో వైఫల్యం కారణంగా, విషయాలు నీరసంగా మరియు క్షీణించబడతాయి మరియు చివరికి పూర్తిగా నశిస్తాయి.అనిత్యుడైన విష్ణువు రుద్రుడు, విధ్వంసక పాత్రను ధరించి, తన జీవులన్నింటినీ తిరిగి తనతో కలపడానికి దిగివస్తాడు.

అతను సూర్యుని ఏడు కిరణాలలోకి ప్రవేశించాడు. భూగోళం, మరియు జీవులలో లేదా నేలలో ఉన్న అన్ని తేమను ఆవిరైపోతుంది, తద్వారా మొత్తం భూమిని ఎండిపోతుంది. సముద్రాలు మరియు నదులు, పర్వత ప్రవాహాలు మరియు నీటి బుగ్గలు అన్నీ ఊపిరి పీల్చుకుంటాయి, అలాగే పాతాళ జలాలు (ఇక్కడ ప్రపంచం))

ఈ విధంగా, అతని సూచనల ద్వారా, సమృద్ధిగా తేమతో, ఏడు సూర్య కిరణాలు పన్నెండు సూర్యుల వరకు వ్యాపిస్తాయి, వాటి ప్రకాశం పైన, క్రింద మరియు ప్రతి వైపుకు వెళ్లి, మూడు లోకాలను (భూమి, స్వర్గం మరియు పాతాళ లోకం) అగ్నిలో కూర్చుంది. . ఈ సూర్యులచే వినియోగించబడిన మూడు ప్రపంచాలు, వాటి పర్వతాలు, నదులు మరియు సముద్రాల మొత్తం విస్తీర్ణంలో కఠినమైనవి మరియు వికృతంగా మారతాయి; మరియు భూమి, పచ్చదనం లేని మరియు తేమ లేని, తాబేలు వెనుక రూపాన్ని పోలి ఉంటుంది. సర్వనాశకుడు, హరి, రుద్ర రూపంలో, సర్వనాశనం చేసే అగ్ని జ్వాలల వలె, శేష అనే సర్పం యొక్క ఉచ్ఛ్వాస శ్వాసగా మారి, తద్వారా మొదట పాతాళాన్ని బూడిదగా మారుస్తాడు. మహా అగ్ని, అది పాతాళ విభాగాలన్నింటినీ కాల్చివేసినప్పుడు భూమిపైకి వెళ్లి దానిని కూడా దహిస్తుంది.

మంటలను జోడించే విస్తారమైన సుడిగుండం వాతావరణంలోని ప్రాంతాలకు మరియు దేవతల గోళానికి వ్యాపిస్తుంది మరియు వాటిని నాశనం చేస్తుంది. మూడు గోళాలు అన్ని కదిలే లేదా స్థిరమైన వస్తువులను వేటాడే చుట్టుపక్కల మంటల మధ్య వేయించడానికి పాన్ లాగా చూపించు. రెండు ఎగువ గోళాల నివాసులు, అప్పటి విధులను డిశ్చార్జ్ చేసి, వేడికి చికాకు కలిగి, పైన ఉన్న గోళాలకు లేదా మహర్లోకానికి తొలగిస్తారు. అది వేడెక్కినప్పుడు, దాని నివాసులు, వారి పూర్తి కాలం గడిపిన తర్వాత, ఉన్నత ప్రాంతాలకు వెళ్లాలని కోరుకుంటారు, జనలోకానికి (భక్తుల రాజ్యం) బయలుదేరుతారు. విష్ణుమూర్తిని ఆనందంగా ఆరాధించి, దైవభక్తిలో విశిష్టులైన ఆ పుణ్యాత్ములు, మహర్లోకంలో పితృలు (ప్రోగ్లినేటర్లు), మనువులు మరియు ఏడుగురు ఋషులు, ఖగోళ శక్తులు మరియు దేవతల యొక్క వివిధ ఆజ్ఞలతో కలిసి ఉంటారు.

ఇవి, ప్రపంచాన్ని నాశనం చేసే జ్వాలల వేడి మహర్లోకానికి చేరుకున్నప్పుడు, జనలోకాన్ని సూక్ష్మ రూపంలో మరమ్మత్తు చేసి, ప్రపంచం పునరుద్ధరించబడినప్పుడు, తదుపరి ప్రారంభంలో, వారి పూర్వ రూపంలో అదే సామర్థ్యంతో తిరిగి మూర్తీభవించవలసి ఉంటుంది. కల్ప ఇది బ్రహ్మ జీవితాంతం కొనసాగుతుంది. అతని జీవితం ముగిసే సమయానికి అందరూ నాశనం చేయబడతారు, కానీ బ్రహ్మలోకంలో నివాసం పొందిన వారు, పరమాత్మతో ఆత్మలో తమను తాము గుర్తించుకోవడం ద్వారా, చివరకు ఉన్న బ్రహ్మతో పాత్రలోకి తిరుగుతారు. జనార్దనుడు (విష్ణువు) రుద్రుని రూపంలో, మొత్తం ప్రపంచాన్ని సేవించి, భారీ మేఘాలను ఊపిరి పీల్చుకుంటాడు. పెద్ద పరిమాణంలో మరియు ఉరుములతో బిగ్గరగా, అవి మొత్తం స్థలాన్ని నింపుతాయి.

నీటి ప్రవాహాలను చూపుతుంది, అప్పుడు మేఘాలు మూడు లోకాలను కలిగి ఉన్న భయంకరమైన మంటలను ఆర్పుతాయి మరియు అవి లేకుండా వర్షాలూ కురుస్తాయి వంద సంవత్సరాలు అంతరాయం మరియు మొత్తం విశ్వం వరదలు. ఒక పెద్ద హాలు అంత పెద్ద చుక్కలుగా కురిపిస్తూ, ఈ వర్షాలు భూమిని విస్తరించి, మధ్య ప్రాంతాలను నింపి స్వర్గాన్ని ముంచెత్తుతాయి. ప్రపంచం ఇప్పుడు చీకటిలో ఆవరించి ఉంది మరియు అన్ని విషయాలు సజీవంగా లేదా నిర్జీవంగా నశించిపోయాయి; మేఘాలు వంద సంవత్సరాలకు పైగా నీటిని కురిపిస్తూనే ఉన్నాయి.

"మళ్ళీ శాంతి తిరిగి వస్తుంది, నీరు తగ్గడం ప్రారంభమవుతుంది, విష్ణువు రూపంలో ఉన్న పరమాత్మ రాజ్యపాలన చేస్తాడు, అతని నాభిలో బ్రహ్మ ఆసీనుడై ఉన్న ఆదిమ కమలం. ఆపై బ్రహ్మ తిరిగి ప్రారంభమవుతుంది. భూమి యొక్క 'పదార్థం'లో జీవ-క్రిమిని నాటడం ద్వారా సృష్టి ప్రక్రియ, మరియు జీవ పరిణామాన్ని - పురాతన కాలం వలె - నీటిలో నివసించే చేపల నుండి తాబేలు వరకు కదలికలో ఉంచుతుంది. అప్పుడు, దుష్ట శక్తుల పెరుగుదల మరియు గొప్ప వాల్యూమ్‌ల క్షీణత వల్ల ప్రకృతి క్రమానికి ముప్పు వచ్చినప్పుడల్లా విష్ణువు యొక్క అవతారాల ప్రక్రియ మళ్లీ ప్రారంభమవుతుంది."

2.లక్ష్మి ఎపిసోడ్

ప్రపంచాన్ని సృష్టించిన తర్వాత, బ్రహ్మ కూడా తనలాంటి కొడుకును సృష్టించాలనుకున్నాడు. అలా ఆలోచిస్తుండగా అతని ఒడిలో ఒక కొడుకు కనిపించాడు. పిల్లవాడు ఏడుస్తూనే ఉన్నాడు కాబట్టి బ్రహ్మ దానిని రుద్ర అని పిలిచాడు [సంస్కృతంలో 'నుడ్' అంటే రుడాన్ ఏర్పడిన పైకప్పు' అంటే ఏడవడం లేదా ఏడవడం). ఆ పిల్లవాడు మళ్ళీ ఏడవడం మొదలుపెట్టాడు మరియు బ్రహ్మదేవుడు అసలు పేరు రుద్రతో పాటు మహేశ, భవ, సర్వ, పశుపతి, భీమ, ఉగ్ర మరియు మహాదేవ అనే ఏడు పేర్లను పెట్టే వరకు ఆగలేదు. ఈ పిల్లవాడు చివరికి శంకర్ లార్డ్ అని పిలువబడ్డాడు. అతను దక్ష ప్రజాపతి కుమార్తె సతిని వివాహం చేసుకున్నాడు. కానీ తన తండ్రి తన భర్త పట్ల అగౌరవం చూపిన కారణంగా, దక్షుడు మూలపురుషుడు హోదాను పొందినందుకు జరుపుకోవడానికి ఆమె తన దేహాన్ని దక్షుడు జరిపిన రెండవ యాగంలో అప్పగించింది. తదనంతరం శివుడు హిమ్వంత్ (హిమాలయాల పాలకుడు) కుమార్తె ఉమను వివాహం చేసుకున్నాడు.

మహాదేవ యొక్క ఒక మానసిక సంతానం దుర్వాస ఋషి తన దుష్ట కోపానికి ప్రసిద్ధి చెందాడు. ఒకానొక సమయంలో, దుర్వాసుడు ప్రపంచాన్ని చుట్టుముడుతుండగా, ఒక అందమైన స్త్రీ చేతిలో చాలా సువాసనగల పూల దండను గుర్తించాడు. ఆ స్త్రీ ఆనందంగా చేసిన ఆ మాల తనకు కావాలని దుర్వాసుడు కోరుకున్నాడు. సువాసన వెదజల్లుతున్న ఆ హారాన్ని తలపై పెట్టుకుని దుర్వాసుడు లోకంలో సంచరించాడు. అతను చుట్టూ తిరుగుతున్నప్పుడు అతను తన ప్రసిద్ధమైన ఈరావత్ పర్వతం మీద ఇంద్రుడు దూసుకుపోతున్నాడని మరియు ఇతర దేవతలతో కలిసి తన వైపుకు రావడం గమనించాడు. దూర్వాసుడు ఆ దండను తీసుకుని ఇంద్రునిపై విసిరాడు. ఇంద్రుడు దానిని తన ఈరావత్ పర్వతంపై తలపై ఉంచాడు. శక్తివంతమైన ఏనుగు దాని తలపై నుండి ఏదో ఒక శక్తివంతమైన మరియు మంత్రముగ్ధులను చేసే సువాసనను స్వీకరించి అయోమయంలో పడింది. అతను మంచి స్నిఫ్ పొందడానికి తన ట్రంక్‌ని పైకి లేపినప్పుడు, దాని తల కదలిక కారణంగా దండ దాని తలపైకి జారి నేలపై పడిపోయింది, అక్కడ అది రాజు పచీదర్‌చే తొక్కబడింది. ఇంకా దూరం లేని దుర్వాసుడు ఆవేశంతో ఉలిక్కిపడ్డాడు.

ఎలా ఈ దేవతల అధిపతి తనకు బహుమతిగా ఇవ్వడానికి ఎంచుకున్న దండను అగౌరవపరిచే ధైర్యం చేస్తున్నాడా? ఇంద్రుడు తనను ఉద్దేశపూర్వకంగా అవమానించినట్లు అతను అనుకున్నాడు. అటువంటి అరుదైన మరియు మృదువైన సువాసన వెదజల్లుతున్న దండను స్వీకరించినందుకు కృతజ్ఞత చూపడానికి బదులుగా, దైవిక అధిపతి తన అహంకారంతో బహుమతిని కాళ్ళ క్రింద తొక్కించాడు. దుర్వాసుడు అతనిని శపించాడు: "ఓ ఇంద్రా! నీవు కలిగి ఉన్న శక్తి మరియు శ్రేయస్సులో నీవు గర్వపడుతున్నావు. ఇంతవరకు నీ స్వర్గంలో వర్ధిల్లుతున్న లక్ష్మీదేవి, శ్రేయస్సు యొక్క దేవత

దానిని శాశ్వతంగా వదిలిపేస్తుందని నేను నిన్ను శపిస్తున్నాను. మరియు మీరు తక్షణమే శక్తిహీనులవుతారు. ఇంద్రుడు తన తప్పును గ్రహించినప్పటికీ, దుర్వాసుని ముందు క్షమాపణ చెప్పడానికి ప్రయత్నించినప్పటికీ, అతని మండుతున్న స్వభావానికి ప్రసిద్ధి చెందిన ఋషి దైవిక అధిపతిపై తన శాపాన్ని వేటాడాడు. ఇంద్రుడు తన రాజధాని అమరావతిని తిరిగి చేరుకున్నప్పుడు శిఖరం పడిపోయింది మరియు కోపంగా ఉంది, అది కలలు కనేదిగా మరియు అన్ని దయ మరియు వైభవం లేకుండా శిధిలావస్థకు చేరుకోవడంతో అతను నిరాశ చెందాడు. ఋషి శాపాన్ని అనుసరించి, సమస్త శ్రేయస్సు మరియు సంపదలకు మూలమైన లక్ష్మి అతని రాజ్యాన్ని విడిచిపెట్టింది. మొక్కలు ఎండిపోతున్నాయి మరియు వాటి కాడలపై పువ్వులు వాడిపోతున్నాయి. ఎక్కడ యాగాలు చేసినా రాజ్యమంతా చచ్చిపోతున్నట్లు కనిపించింది. అలాగే భూమి యొక్క స్థితి మరియు దేవతల పాలనలో ఉన్న అన్ని రంగాలు. వారు ఎదుర్కొంటున్న సమస్యకు పరిష్కారం కనుగొనడానికి దేవతలు త్వరగా సమావేశమయ్యారు. వారి ప్రధాన శత్రువులు తమ శక్తి మరియు కీని కోల్పోయారని తెలుసుకుంటే వారు దాడి చేస్తారని వారికి తెలుసు వాటిని సమయానికి.

ఇప్పుడు తమ ఘోర పరాజయం చుట్టుముట్టిందని వారు ఆందోళన చెందారు. వారు ఏమి చేయాలి? వెంటనే వారు అగ్నిదేవుడిని-అగ్నిని తమ నాయకునిగా చేసుకొని ఆశ్రయం మరియు సహాయం కోసం బ్రహ్మదేవునికి మరమ్మత్తు చేసారు. కానీ బ్రహ్మ వారికి ఎలాంటి సహాయం చేయగలడని తన సామర్థ్యాన్ని చాటుకున్నాడు. బదులుగా, అతను దేవతల యొక్క అంతిమ రక్షకుడు మరియు గొప్ప విష్ణువు నుండి సహాయం కోరమని వారికి సలహా ఇచ్చాడు. దేవతలు వెంటనే మహాసముద్రం యొక్క ఉత్తర తీరంలో గుమిగూడి ప్రార్థన చేయడం ప్రారంభించారు. వారి హృదయ విదారక దుస్థితికి విష్ణువు హత్తుకున్నాడు మరియు దేవతల ముందు ప్రత్యక్షమయ్యాడు. వారి బాధల కథ విన్న తర్వాత అతను వారికి సలహా ఇచ్చాడు: "లక్ష్మి మహాసముద్రాలలో లోతుగా అదృశ్యమైంది. మహాసముద్రాలు మథనం చేయబడితే తప్ప, ఆమె కాదు.

కోలుకున్నాడు. కానీ మీరందరూ ఒక్కటే మహాసముద్రాల విస్తీర్ణాన్ని తిప్పికొట్టలేరు. మీరు రాక్షసులతో తాత్కాలిక సంధిని కోరుకుంటారు మరియు సముద్రాన్ని మథనానికి అంగీకరించేలా చేయాలి. సముద్రాన్ని సరిగ్గా మథనం చేయగలిగితే, దాని నుండి అమృతం పానం అవుతుంది, అది మీరందరూ అమరులవుతారు." దేవతలు బహిరంగంగా సమర్పించవలసి ఉన్నప్పటికీ, అమృతం ఏ రాక్షసులచే కూడా వ్యాపించకుండా చూస్తానని విష్ణువు హామీ ఇచ్చాడు.

అమృతంలో రాక్షసులకు సమానమైన వాటా ఉంటుంది.అప్పుడు విష్ణువు మాండర్ పర్వతాన్ని మౌంట్ స్టిక్‌గా ఉపయోగించమని మరియు వాసుకి సర్పాన్ని తాడుగా ఉపయోగించమని వారికి సలహా ఇచ్చాడు. అమృతం ద్వారా ప్రలోభాలకు లోనైన రాక్షసుల ముందు దేవతలు ప్రతిపాదన చేసినప్పుడు వారు వెంటనే అంగీకరించారు. విష్ణువు సలహా మేరకు దేవతలు మరియు రాక్షసులు సముద్రంలో మథనం ప్రారంభించే ముందు విసిరారు. విష్ణువు సలహా మేరకు దేవతలు వాసుకి తోకను పట్టుకోగా,

రాక్షసులు పాము తలను పట్టుకున్నారు. పాముల శరీరంపై ఒత్తిడి కారణంగా వాసుకి నోటి నుండి విషపూరితమైన పొగలు మరియు మంటలు వెలువడ్డాయి. ఇవి రాక్షసులను నిశబ్దంగా బాధించాయి కానీ అమృత మద్యపానం ద్వారా శోధింపబడిన వారు కష్టాలను భరించారు. అయితే పాము నోటి నుంచి వెలువడిన వాయువులు ఆకాశంలోకి వెళ్లి మేఘాలు ఏర్పడ్డాయి. ఈ మేఘాలు పాము తోక వైపుకు నడిచాయి మరియు దేవతలపై ఓదార్పు వర్షం కురిపించాయి. అయినప్పటికీ, ఒక నిరంతర భంగం ఉంది:

మాండర్ నీటిపై తేలుతున్న కారణంగా తరచుగా అసమతుల్యత చెందుతోంది. దానికి దృఢమైన ఆధారం అవసరం కాబట్టి, విష్ణువు మౌంట్‌ను ఉంచిన భారీ బెర్త్ రూపాన్ని తీసుకున్నాడు. ఇది రెండు గ్రూపులు నాన్‌స్టాప్‌గా మథనాన్ని కొనసాగించడానికి వీలు కల్పించింది. మరియు త్వరలో మథనం ఫలితంగా సముద్రం నుండి అద్భుతమైన వస్తువులు ఉద్భవించటం ప్రారంభించాయి. దేవతలు పూజించిన ఆవు సురభి మొదట బయటకు వచ్చింది. ఆ తర్వాత చాలా అరుదైన వస్తువులు మరియు జీవులు అత్యంత విషపూరితమైన విషం 'హాలాహల'ను అనుసరించాయి, ఇది రాక్షసులు మరియు దేవతల ఉమ్మడి అభ్యర్థన మేరకు శివుడు గ్రహించాడు, కానీ అతను దానిని తన మెడలోకి వెళ్ళనివ్వలేదు. కానీ విషం యొక్క తీవ్రమైన విషపూరితం అతని మెడ నీలం రంగులోకి మార్చింది. అందువల్ల అతను తనకు తానుగా మరొక సారాంశాన్ని పొందాడు: 'నీలకంఠ'.

అతను అన్ని సజీవ మరియు నిర్జీవ జీవుల ప్రయోజనం కోసం విశ్వంలోని అత్యంత విషపూరిత పానీయాలను సేవించినందున అతను విశ్వవ్యాప్తంగా 'మహాదేవ' (సూపర్-దేవుడు) గా కీర్తించబడ్డాడు. లక్ష్మి కూడా ఉద్భవించింది కానీ ఆమె విష్ణువు చేతిని కోరింది. చంద్రుడు ఆవిర్భవించాడు, శివుడు సన్నగా ఉండేలా చేశాడు విషపూరితమైన 'హాలాహల్' వలన ఏర్పడిన వేడి నుండి ఉపశమనం పొందేందుకు శివుడు ఈ చల్లని కాంతిని తన తలపై ఉంచడానికి అంగీకరించిన చంద్రుడు కూడా ఉద్భవించాడు. చివరిగా ఉద్భవించిన ధన్వంతరి, మిరుమిట్లు గొలిపే తెల్లని నోట్లను ధరించి, అమృత పాత్రను చేతిలో పట్టుకున్నాడు. కోరుకున్న వస్తువు లభించినందుకు దేవతలు, రాక్షసులు సంతోషించారు. వారు అమృత కోసం పోరాడడం ప్రారంభించారు, కానీ విష్ణువు దేవతలకు మాత్రమే దానిని కలిగి ఉన్నాడు మరియు రాక్షసులకు కాదు.

సముద్రపు లోతుల నుండి కోలుకున్న శ్రేయస్సు యొక్క దేవతను చూసి ఋషులు కీర్తనలు పాడటం ప్రారంభించారు. గంధర్వులు గానం చేయగా, అప్సరసలు నాట్యం చేశారు. లక్ష్మికి స్వాగతం పలికేందుకు గంగ వంటి దేహ నదులు కూడా అక్కడికి చేరుకున్నాయని పేర్కొన్నారు. పురాణాల ప్రకారం ఎనిమిది దిక్కులను కాపాడే ఎనిమిది రాజు-ఏనుగులు ఉన్నాయని నమ్ముతారు. ఈ ఏనుగులు బంగారు పాత్రల నుండి స్వచ్ఛమైన నీటిని తీసుకొని దేవతకు స్నానం చేయించారు. లక్ష్మికి క్షీణించలేని నాణ్యత గల తామర పూల దండను సమర్పించడానికి మహాసముద్రాల వ్యక్తిత్వం కనిపించింది. దివ్య వాస్తుశిల్పి విశ్వకర్మ ఆభరణాలను అందించాడు. ఈ స్నానం చేసి, మాల వేసుకున్న లక్ష్మి విష్ణువును తన శాశ్వత

జీవిత భాగస్వామిగా ఎంచుకుంది. శ్రేయస్సు యొక్క దేవత, లక్ష్మి, దేవతలతో దయతో ఉండటం మరియు రాక్షసుల పట్ల అప్రియమైనది. ఇప్పుడు ఆమె విష్ణువును ఎన్నుకోవడం చివరకు రాక్షసులకు కోపం తెప్పించింది. అంతే కాదు, విష్ణువు, మోహిని (మంత్రగాడి) రూపాన్ని స్వీకరించడం ద్వారా వ్యూహాత్మకంగా రాక్షసులను కూడా అమృతం లేకుండా చేసాడు మరియు ఈ ప్రత్యేకమైన భాగాన్ని దేవతలు మాత్రమే పంచుకున్నాడు. అమృతాన్ని సేవించిన దేవతలు మళ్లీ శక్తివంతులుగా మారి తమ రాజధాని అమరావతి నుండి రాక్షసులను వెళ్లగొట్టారు. చివరకు స్వర్గలోగాని, భూమిలోగాని ఉండడానికి వేరే చోటు లేదు, రాక్షసులు మరొక ప్రపంచానికి (పాతాల్) దిగారు. దేవతలు సంతోషించారు. వారు విష్ణువు ముందు నమస్కరించారు స్వర్గాన్ని పాలించడం కొనసాగించాడు. సూర్యుడు విశ్వాన్ని వెలిగించే సాధారణ విధి. స్టార్లు కూడా ఫాలో అయ్యారు. దేవతల అధిపతి ఇంద్రుడు ఈ క్రింది ఎనిమిది శ్లోకాలను పఠిస్తూ భక్తితో లక్ష్మిని ప్రార్థించిన తర్వాత తన సింహాసనాన్ని అధిరోహించాడు.

ఇన్ద్ర ఉవాచ:

నమస్తేస్తు మహామాయే శ్రీపీఠే

శూర్వాజితే శంఖ చక్రం

గదా హస్తే మహాలక్ష్మి నమోస్తుతే

ఇంద్రుడు ఇలా అన్నాడు: ఓ మహా దేవత, ఉన్నతమైన పీఠంపై కూర్చుని దేవతలచే పూజించబడుతోంది! నేను నీకు నమస్కరిస్తున్నాను! ఓ మహాలక్ష్మీ! మీ చేతుల్లో శంఖం, చక్రం (డిస్కస్) మరియు గదా! మీకు నేను నమస్కరిస్తున్నాను నేను| 1 ||

నమస్తే గరుద్రూధే కోలాసురభయంకరీ!

సర్వ పాప హరే దేవి, మహాలక్ష్మి నామస్ తుతే || 2 ||

ఓ మహాలక్ష్మీ దేవి! గరుడునిపై స్వారీ చేస్తూ, కొలాసురుడు అనే రాక్షసుడిని భయపెట్టి,

సర్వపాపాలను పోగొట్టేవాడిని, నేను నీకు నమస్కరిస్తున్నాను ॥ 2 11

సర్వాగ్యే సర్వ-వరదే సర్వదుష్టభయంకరీ!

సర్వదుఃఖరే దేవి మహాలక్ష్మి నమోస్తుతే || 3 ||

ఓ మహాలక్ష్మీ దేవి! నీవు సర్వజ్ఞుడవు,

నీవు అందరికీ వరములు ప్రసాదించు మరియు దుర్మార్గులందరినీ భయపెట్టు!

నీవు సర్వ దుఃఖములను తులకించువాడు; నేను నీకు నమస్కరిస్తున్నాను 11 3 11

సిద్ధిబుద్ధిప్రదే దేవి భుక్తిముక్తిప్రదాయని!

మంత్రపూతే సదా దేవి మహాలక్ష్మి నాం ఒస్తుతే || 4 ||

ఓ మహా లక్ష్మీ దేవి! మంత్రముచే శుద్ధి చేయబడి, నీవు నీ భక్తులకు జ్ఞానమును, పరిపూర్ణతను పొందుటకు మరియు ఆనందములో మునిగిపోవుటకు గల సామర్థ్యాలను ప్రసాదిస్తావు మరియు వారి ఆత్మలకు లేదా మోక్షానికి అంతిమ విముక్తిని ప్రసాదించేది మీరే || 4 ||

ఆద్యాన్తరహితే దేవి ఆద్యశక్తిమహేశ్వరీ!

యోగజే యోగసంభూతే మహాలక్ష్మి నమోస్తుతే || 5 ||

ఓ దేవత, ఆది లేదా అంతం లేకుండా, ఆదిమ శక్తి! ఓ గ్రాండ్ దేవతా!

ఏకాగ్రమైన భక్తి ద్వారా మాత్రమే వ్యక్తమవుతుంది! నేను నమస్కరిస్తున్నాను నిన్ను! || 5 ||

స్థూలసూక్ష్మ మహారౌద్రే మహాశక్తి మహోదరే!

మహాపాఫరే దేవి మహాలక్ష్మి నమోస్తుతే || 6 ||

ఓ దేవీ! మీరు ప్రత్యక్షంగా స్పష్టంగా కనిపిస్తారు కానీ సూక్ష్మంగా ఉనికిలో ఉన్నారు మరియు మీరు భయంకరమైన రూపాన్ని కలిగి ఉన్నారు! మీరు ప్రధాన శక్తి, తీవ్రమైన బాధలను అంతం చేయగల గొప్ప సామర్థ్యాన్ని కలిగి ఉన్నారు. ఓ మహా దేవత! నేను నీకు నమస్కరిస్తున్నాను! ||6||

పద్మాసనస్థితే దేవి పరబ్రహ్మస్వరూపిణీ!

పరమేశి జగన్ మాతర్ మహాలక్ష్మి నమోస్తుతే || 7 ||

తామరపువ్వుపై ఆసీనుడై, పరమాత్మ యొక్క ప్రత్యక్ష రూపమా!

ఓ దేవీ! ఓ పరమ దేవత! ప్రపంచమాత!

ఓ మహాలక్ష్మీ! నేను నీకు నమస్కరిస్తున్నాను! ॥ 7||

శ్వేతాంబర్-ధరే దేవి నానాలంకార- భూషితే!

జగతిస్థితే జగన్మాతర్ మహాలక్ష్మి నమోస్తుతే || 8 ||

ఓ దేవీ! మీరు తెల్లని బట్టలు ధరించి, అనేక వస్త్రాలతో అలంకరించబడి ఉన్నారు! మీరు మీ ఉనికి ద్వారా మొత్తం ప్రపంచాన్ని ప్రేరేపిస్తారు మరియు మీ దయ ద్వారా అన్ని రంగాలు ఏర్పడతాయి. ఓ మహాలక్ష్మీ! నేను నీకు నమస్కరిస్తున్నాను ॥ 8 ||

పరాశరుడు మైత్రేయతో ఇలా అన్నాడు: ఇంద్రుని ప్రార్థనలు లక్ష్మిని సంతోషపెట్టాయి మరియు ఆమె అతనికి వరాలను ఇవ్వడానికి అంగీకరించింది. ఇంద్రుడు అడిగిన మొదటి వరం లక్ష్మి మూడు లోకాలను విడిచిపెట్టకూడదని. మరియు రెండవ వరం ఏమిటంటే, ఇంద్రుడు దేవతను పూజించిన అదే ప్రార్థనను ఉపయోగించి లక్ష్మిని ప్రార్థించే వారిని లక్ష్మి ఎప్పటికీ తిరస్కరించకూడదు.

అందుకే మహానుభావుల కష్టాలను తొలగించడానికి మరియు దుష్ట శక్తులను అణచివేయడానికి విష్ణువు తనను తాను అవతరించినప్పుడల్లా లక్ష్మి కూడా స్వయంగా అవతరిస్తుంది.

3.ధృవ కథ

ఐత్రేయ అడిగాడు: "ఓ మహా ఋషి (పరాశరు). ఇప్పుడు నాకు భృగువు నుండి ఇప్పటి వరకు ఉన్న సృష్టి రాత్రి గురించి చెప్పు." పరాశరుడు ఇలా జవాబిచ్చాడు: "భృగు మహర్షి ఖ్యాతిని వివాహం చేసుకున్నాడని మరియు వారి కలయికలో ధాత మరియు విధాత మరియు లక్ష్మి అనే కుమార్తె అనే ఇద్దరు మగ సమస్యలు పుట్టుకొచ్చాయని మీకు తెలుసు. ధాత మరియు విధాత వరుసగా మహాత్మ మను యొక్క ఇద్దరు కుమార్తెలు: ఆయతి మరియు నియతితో వివాహం చేసుకున్నారు. ద్యుతిమాన్ మరియు మార్కండేయ యొక్క ఏజెంట్లుగా ఉన్న ఇద్దరు కుమారులు ప్రాణ మరియు మృకుండు. ద్యుతిమాన్ రాజ్ వాన్ మరియు మార్కండేయ వేద్శిరను నిర్మించారు.

ఈ విధంగా సృష్టి అభివృద్ధి చెందుతూనే ఉంది. బ్రహ్మ శరీరం నుండి మనువు సృష్టించబడ్డాడు. మనువు సమస్త మానవ సృష్టికి మూలం. అందువల్ల మనిషికి మానవ్ లేదా మనుజ్ అనే పదాలు మనువు యొక్క ఉత్పత్తులు అని అర్థం. మనువుకు ప్రియవర్త మరియు ఉత్తానపాదుడు అనే ఇద్దరు నీతిమంతులు మరియు ధైర్యవంతులైన కుమారులు ఉన్నారు. ఉత్తనపాదుడికి సురుచి, సునీతి అనే ఇద్దరు భార్యలు. సురుచి కుమారుడు ఉత్తముడు మరియు సునీతి యొక్క ధ్రువుడు. సురుచి మరింత అందంగా ఉంది కాబట్టి, ఉత్తానపాదుడు ఆమెపై ఎక్కువ ఇష్టపడ్డాడు.

అందుకే సునీతి కుమారుడైన ధృవునిపై కురిపించిన వాత్సల్యం కంటే సురుచి కుమారుడైన ఉత్తమునిపై అతని వాత్సల్యం ఎక్కువ. ఒకరోజు రాజ దర్బారులో కదులుతున్నప్పుడు ధృవుడు సింహాసనంపై తండ్రి ఒడిలో కూర్చున్న ఉత్తముడు కనిపించాడు. అతనికి కూడా అక్కడే కూర్చోవాలని కోరిక. అతను ప్రయత్నిస్తుండగా, పక్కనే నిలబడి ఉన్న సురుచి, ఉత్తముడే సింహాసనాన్ని ఆశించకూడదని తీవ్రంగా మందలించాడు. తనది కానిదాన్ని పొందాలని ప్రయత్నించినందుకు ఆమె ధృవను కూడా మందలించింది. ధృవ చాలా బాధపడ్డాడు కాబట్టి అతను నేరుగా తన తల్లి సునీతి వద్దకు వెళ్లి తన సంఘటన మొత్తాన్ని వివరించాడు.

అది విన్న సునీతి తన కొడుకుని ఓదార్చడానికి ప్రయత్నించింది: "ప్రియ కుమారుడా! ఒక వ్యక్తి గత జన్మలో చేసిన దాని ప్రకారం ఈ జన్మలో పొందుతాడు. సురుచి మరియు ఉత్తముడు గత జన్మలో మనం చేసిన దానికంటే మంచి పనులు చేసి ఉండాలి. వారు అనుభవిస్తున్న స్థానం. ఉత్తముని స్థానం కోసం ఆరాటపడే బదులు మీరు మంచి పనులు చేయడానికి ప్రయత్నించాలి, తద్వారా రాబోయే జీవితంలో మీరు గౌరవనీయమైన స్థానాన్ని పొందగలుగుతారు.

మీరు సత్కార్యాలు చేస్తే, ధర్మబద్ధంగా, ధర్మబద్ధంగా ప్రవర్తిస్తే, మీ జీవితంలో ఉత్తముడు అనుభవించే దానికంటే మెరుగైన స్థానం పొందకపోవడానికి కారణం లేదు." తల్లి మాటలతో ధృవ చాలా ఓదార్పు పొందాడు. అతను ఇలా అన్నాడు: "అమ్మా! నీ మాటలు నాకు శాంతిని ఇచ్చాయి. నేను అందరికంటే ఉన్నతమైన స్థానాన్ని సాధించడానికి ప్రయత్నిస్తాను. నిజమే, రాజు ఉత్తమ తల్లిని ఎక్కువగా

ప్రేమిస్తాడు మరియు నేను ఆమె కొడుకును కాను అనేది కూడా నిజం. కానీ నేను మీ కొడుకు మరియు నేనేం సాధించగలనో నీకు చూపిస్తాను. నాకు సింహాసనం కోసం కోరిక లేదు. అది ఉత్తమునికి దక్కనివ్వండి. ఉన్నత ఋషులు మరియు జ్ఞానులకు సాధించలేని స్థానం నా కష్టార్జితం మరియు భక్తితో నేను సాధిస్తాను." బాలుడి మాటల్లో దృఢ నిశ్చయం స్పష్టంగా కనిపించింది. సునీతి కఠోర తపస్సు చేయడానికి అడవికి వెళ్లకుండా అడ్డుకోవాలని ప్రయత్నించినా, ధ్రువుడు ఆమె మాట వినలేదు. రాజభవనానికి చాలా దూరంలో అడవి లేదు.

ధృవుడు దట్టమైన అడవి ప్రాంతానికి చేరుకున్నప్పుడు ఏడుగురు ఋషులను కలిశాడు. అతను వారి ముందు నమస్కరించి ఇలా అన్నాడు: "నేను రాజా ఉత్తానపాదుడు మరియు సునీతి యొక్క కుమారుడు ధృవుడిని. నేను సంతోషంగా ఉన్నాను కాబట్టి నేను మీ ముందుకు వచ్చాను." ఋషులు ఆశ్చర్యపోయారు మరియు వారు ఇలా అడిగారు: "యువరాజు, నీకు దాదాపు అయిదేళ్ళు లేవు. ఈ వయస్సులో మీరు ఇంత సంతోషంగా ఉండకపోవడానికి కారణం ఏమిటి. పైగా, మీ తండ్రి రాజు మరియు చాలా సింహాసనంపై ఉన్నారు. మీరు అలా అనిపించడం లేదు. ఏదైనా అనారోగ్యంతో బాధపడుతున్నాను. అప్పుడు మిమ్మల్ని రాజభవనంలోని విలాస జీవితం నుండి మరియు ఈ అరణ్యాలకు వెళ్లగొట్టేంత అసహానానికి కారణం ఏమిటి?" అప్పుడు ధృవుడు వారికి అసహానానికి గల కారణాన్ని విపులంగా చెప్పాడు.

తాను ధనాన్ని, రాజ్యాన్ని కోరుకోనని చెప్పాడు. ఇంతకు ముందు ఎవరూ సాధించని స్థానాన్ని సాధించాలనుకున్నాడు. అతని దృఢ నిశ్చయం అతని ముఖంపై పెద్దదిగా ఉండడం చూసి ఋషులు ఆశ్చర్యపోయారు. అటువంటి బాల్య మనస్సులో అంత నిశ్శబ్దంగా సంకల్పం! కానీ పిల్లల ప్రతిఘటన యొక్క దృఢత్వం లేదా 'బాల్ హత్! పిల్లవాడు ఏదైనా సాధించాలని నిర్ణయించుకుంటే దానిని ఏదీ అడ్డుకోదని వారికి తెలుసు. కాబట్టి,అతనిని నిరుత్సాహపరచడం లేదా దట్టమైన అడవిలో కఠినమైన తపస్సు చేయడం నుండి అతనిని నిరుత్సాహపరిచే బదులు, విష్ణువును మాత్రమే పూజించమని సలహా ఇచ్చారు, ఎందుకంటే ధృవుడు కోరుకున్న స్థానాన్ని విష్ణువు మాత్రమే నిర్ధారించగలడు. బయలుదేరేటప్పుడు వారు అతనికి 12 అక్షరాల మంత్రాన్ని బోధించారు:

'ఓం నమో భగవతే వాసుదేవాయ' వారు విష్ణువును ప్రసన్నం చేసుకోవడానికి చాలా సమర్ధవంతంగా చెప్పారు. వారు బయలుదేరినప్పుడు, ధృవుడు యమునా నది ఒడ్డున ఉన్న మధువనానికి చేరుకోవడానికి తన ప్రయాణాన్ని కొనసాగించాడు. చాలా సంవత్సరాల తరువాత ఈ ప్రాంతాన్ని మధుర రాక్షసుని కొడుకు లవణుడిని చంపిన తర్వాత రాముడి తమ్ముడు శత్రుఘ్నుడు స్థాపించడానికి మధుర అని పిలువబడింది. యమునా ఒడ్డున ఒక పెద్ద చెట్టు కింద చక్కని ప్రదేశాన్ని ఎంచుకోవడం; అతను విష్ణువును ఆరాధించడం ప్రారంభించాడు, నిరంతరం మంత్రాన్ని పఠించాడు. అయితే, ధృవుని కఠోర తపస్సు వల్ల దివ్య క్షేత్రంలో కలకలం రేగడంతో చాలా రోజులు గడిచిపోలేదు. ఎప్పటిలాగే, తన (ఇంద్రుని) సింహాసనాన్ని చేజిక్కించుకోవడమే అంతిమ లక్ష్యం అని భావించిన ధృవుని ఈ తపస్సును

చూసి ఇంద్రుడు భయపడ్డాడు. వెంటనే ఇంద్రుని ఆదేశానుసారం ఖగోళులు అనేక రకాల అడ్డంకులు కల్పించారు. అప్సరసలు (దైవిక నృత్యాలు చేసేవారు) తరువాత ఘోరమైన 'రాక్షసులు పంపబడ్డారు! దైవ ప్రేరణ ధృవ చుట్టూ నక్కలు కేకలు వేయడం ప్రారంభించింది. దెయ్యం మరియు గోబిన్లు అబ్బాయిని భయపెట్టడానికి వచ్చాయి. కానీ ధృవ మాత్రం చెదరకుండా ఉండిపోయాడు. విష్ణువుపై మాత్రమే దృష్టి కేంద్రీకరించి అతను మంత్రాన్ని జపిస్తూనే ఉన్నాడు: ఓం నమో భగవతే వాస్లదేవయా! దేవతల కార్యకలాపాలు ధ్రువుని ఏకాగ్రతకు భంగం కలిగించలేకపోయినప్పుడు వారు భయాందోళనలకు గురయ్యారు. ధృవుడు సూర్యుడు, కుబేరుడు, వరుణుడు మరియు ఇతరులలో ఏదో ఒక దైవిక స్థితిని చూస్తున్నాడని వారు ఇప్పుడు నమ్ముతున్నారు.

చివరికి వారు విష్ణువు వద్దకు వెళ్లి, ధ్రువుడు తన పూజను ఆపడానికి ఏదో ఒక ప్రణాళికను రూపొందించమని అభ్యర్థించారు. దేవతలతో మాటలు కలపకుండా, విష్ణువు దేవతలను కలవరపెట్టవద్దని అభయమిచ్చాడు. అటువంటి పదవులు మరియు భౌతిక బహుమతులు ధృవ మనస్సులో చివరి విషయాలు అని అతనికి తెలుసు. నిజానికి విష్ణువు దేవతలను రెండు ఉద్దేశాలతో ధ్రువుని ఆరాధనకు అన్ని అడ్డంకులను కల్పించాడు. మొదట, కు L ధ్రువ ఆరాధనలో దృఢత్వాన్ని నిర్ధారించండి మరియు రెండవది, దేవతలకు వారి స్వంత స్థానం కంటే చాలా గౌరవనీయమైన స్థానాలు ఉన్నాయని గ్రహించడం. తన రెండు ప్రయోజనాలను నెరవేర్చిన తరువాత అతను ధృవ ముందు హాజరు కావాలని నిర్ణయించుకున్నాడు.

అలా ఒక తెల్లవారుజామున విష్ణువు ధృవుని ముందు ప్రత్యక్షమై అతనికి వరం ఇచ్చాడు. బాలుడు కళ్ళు తెరిచి తన ముందు నిలబడి ఉన్న విష్ణుని చూశాడు. ధృవుడు ఎప్పుడూ విష్ణువును ప్రార్థిస్తున్నట్లు భావించే వరం కోరుకున్నాడు. అసలు విషయానికొస్తే, ధృవ నిజంగా వరం కోరుకోలేదు. అతను తన ముందు విష్ణువును చూసినప్పుడు, అతను ఇంకేమీ కోరుకోలేదు. అతని కోరిక అంతా తృప్తి చెందినట్లు అనిపించింది. అయినప్పటికీ, విష్ణువు ధృవుని భక్తి మరియు నిస్వార్థ అంకితభావానికి ఎంతగానో సంతోషించాడు, అతను ధృవుడికి కొంత వరం ఇవ్వడానికి పట్టుదలతో ఉన్నాడు. ధృవ తన కోరికను ఈ విధంగా వెల్లడించమని పట్టుదలగా అడిగినప్పుడు, చివరికి, తనను ప్రపంచంలోని అగ్రస్థానంలో ఉంచే స్థానం కావాలని కోరుకున్నాడు. ధృవకు అలాంటి పదవి వస్తుందని విష్ణువు హామీ ఇచ్చాడు.

పూర్వ జన్మలో ధృవుడు విష్ణువుకు అంకితమైన బ్రాహ్మణుడని ధృవుడికి చెప్పాడు. బ్రాహ్మణ స్నేహితుడు ధనవంతుడైన యువరాజు కాబట్టి అతను అదే పదవిని పొందాలని కోరుకున్నాడు మరియు ధృవుడు ఈ జన్మలో యువరాజుగా జన్మించాడు. అయితే, ఈ జన్మలో ధృవుడు అటువంటి ప్రాపంచిక స్థితిని లేదా సంపదను కోరుకోలేదు, విష్ణువు అతన్ని ఆకాశంలో అటువంటి శాశ్వతమైన స్థానాన్ని ఆక్రమించేలా చేస్తానని వాగ్దానం చేశాడు. దానిని చుట్టుముట్టండి. అతని తల్లి సునీతి, ఆమె ధృవుని కావడం వల్ల తల్లి, చాలా దూరంలో ఉన్న స్వర్గంలో కూడా ఉన్నత స్థానాన్ని పొందింది ధృవుని

కొడుకు. [ధృవ తార లేదా ధృవ ప్రదేశం. నక్షత్రాన్ని ఇప్పటికీ సులభంగా గుర్తించవచ్చు. ఉర్సా మేజర్ (సప్తఋషి మండలం) సమీపంలో ధ్రువ నక్షత్రం అయిన ధ్రువ నక్షత్రం ఉంచబడింది. ఈ ధ్రువ నక్షత్రం చాలా కాలం పాటు స్థిరంగా ఉంటుంది.]

4 . రాజుల కథ వేనా మరియు పృథు

ధ్రువ తరువాత వివాహం చేసుకున్నాడు మరియు అతను వివాహంలో షష్టి మరియు భవ్య అనే ఇద్దరు కుమారులు జన్మించాడు. భవ్య తగిన సమయంలో శంభుని ఒక కొడుకును పుట్టించింది, అయితే షష్టికి అతని భార్య సుచయ నుండి ఐదుగురు కుమారులు: రిపు, రూపంజయ, విప్ర, వృకల మరియు వృకతేజ. రిపు వృహతిని వివాహం చేసుకున్నాడు మరియు వారికి చక్షుస అనే కుమారుడు జన్మించాడు, అతను ప్రజాపతి కుమార్తె పుష్కరిణిని వివాహం చేసుకున్నాడు. ఈ జంట మనువును ఉత్పత్తి చేసింది, అతను వైరాజ్ కుమార్తె నడవలను వివాహం చేసుకున్నాడు మరియు పది మంది తెలివైన కుమారులు: కురు, పురు, శత-ద్యైన, తపస్వి, సత్యవాన్, శుచి, అగ్నోమ్, అతిరాత్రి, సుదిమ్న మరియు అభిమన్యుడు. పెద్ద కుమారుడు కురు ఆగ్నేయిని వివాహం చేసుకున్నాడు మరియు ఈ జంటకు ఆరుగురు కుమారులు జన్మించారు.

అంగ, సుమన, కీర్తి, క్రతు, అంగీర మరియు శివి. వీరిలో సునీతను వివాహం చేసుకున్న అంగీరా మరియు వారు వేనాను నిర్మించారు. ప్రజల సంక్షేమం కోసం భూమిపై ఉన్న సహజ వనరులన్నింటినీ దోపిడీ చేసిన పృథుడిని వేనా ఉత్పత్తి చేసింది. నిజానికి ఋషులచే బలంగా మోకరిల్లినప్పుడు వేనా కుడిచేతి నుండి పృథు ఉత్పత్తి చేయబడింది. పృథుని ఉత్పత్తి చేయడానికి వేనా చేతిని మోకరిల్లడం గురించి విన్న మైత్రేయ సహజమైన ఉత్సుకతను పెంచుకున్నాడు. అతను ఇలా అడిగాడు: “ఈ వంశాన్ని కొనసాగించడానికి పృథుని ఉత్పత్తి చేయడానికి ఋషులు వేన చేతిని మోకరిల్లేలా చేసిన ప్రత్యేక పరిస్థితులు ఏమిటి?” దీనిపై పరాశరుడు ఇలా అన్నాడు: “ప్రియమైనదేమిటంటే! అంగ భార్య సునీత మృత్యుదేవుని కుమార్తె.

అందుకే సునీత తన తల్లిదండ్రులలో కొన్ని దుర్మార్గపు లక్షణాలను కూడా పెంచుకుంది, అవి తన కొడుకు వేనా ద్వారా సంక్రమించాయి. నిజానికి వేనా మంచి రాజు కాదు, అతను సింహాసనాన్ని అధిరోహించాడు, అతను ఏ దేవతలను పూజించకూడదని లేదా వారిని ప్రసన్నం చేసుకోవడానికి ఎటువంటి త్యాగాలు చేయకూడదని ప్రకటించాడు. ఆ పరమేశ్వరుని కంటే తానే గొప్పవాడనని చెప్పుకోవడం వలన అతను విష్ణువు ఆరాధనను కూడా అడ్డుకున్నాడు. ఋషులు రాజును తన మార్గాన్ని మార్చుకోమని ఒప్పించటానికి ప్రయత్నించినప్పటికీ, వీణ స్వతహాగా అహంకారి మరియు నిరంకుశుడు కాబట్టి వారి సలహాలను పట్టించుకోలేదు.

చివరికి ఋషులు ఈ అహంకారి రాజు సృష్టి యొక్క వ్యవస్థ మరియు క్రమాన్ని బెదిరిస్తున్నందున చనిపోవాలని నిర్ణయించుకున్నారు. వారి మనస్సులో ఈ సంకల్పంతో వారు తమ పవిత్ర మంత్రంతో ఒక గడ్డిని తీసుకొని దానిని వీణపై గురిపెట్టి విసిరారు. అతను మూడుసార్లు మరణించాడు. కానీ, అతనిని చంపిన తరువాత ఋషులు రాష్ట్రాన్ని పాలించే వారు లేరని గ్రహించారు. వేనాకు సంతానం

లేదు కాబట్టి సింహాసనం ఖాళీగా ఉంది. రాజు అందుబాటులో లేకపోవడంతో అరాచకం సహజం పర్యవసానంగా. కానీ వారు మళ్లీ ఒక మంత్రాన్ని రూపొందించాలని నిర్ణయించుకున్నారు చనిపోయిన రాజు శరీరం నుండి ఒక బిడ్డను ఉత్పత్తి చేయుండి. అప్పుడు ఋషులు చనిపోయిన రాజు తొడలను మోకరిల్లడం ప్రారంభించాడు. చాలా మోకాళ్ల తర్వాత మరియు పవిత్ర మంత్రం పఠించడంతో అతని తొడల నుండి ఒక మరుగుజ్జు ఉనికి కనిపించింది.

"నేనేం చేస్తాను?" అని మరుగుజ్జు అడిగాడు. "కూర్చోండి" అని ఋషులు చెప్పారు మరియు ఈ పదంతో 'నిషాద్' అంటే సంస్కృతంలో తెలుసుకోవడం', మరుగుజ్జు. నిషాద అనే పేరు వచ్చింది. తరువాత, నిషాద కుమారులు వింధ్య పర్వతాలలో నివసించడానికి వచ్చారు. నిషాదుడు వెళ్ళినప్పుడు ఋషులు తమ ఉద్దేశ్యం నెరవేరలేదని భావించారు. కాబట్టి వారు మళ్ళీ మృతదేహం యొక్క కుడి చేతికి మోకాలి వేయడం ప్రారంభించారు. అప్పుడు రెండవ మోకాలి నుండి మెరుస్తున్న వ్యక్తి ఉద్భవించాడు. అతనికి పృథు అని పేరు పెట్టారు. అతను జన్మించగానే, గూఢచారుల నుండి ఒక దివ్యమైన విల్లు, బాణాలు మరియు కవచం అతనిపై పడ్డాయి. పృథు పుట్టినందుకు అందరూ సంతోషించారు. అతను వేనా సంతానం కాబట్టి, చనిపోయిన రాజు ఆత్మను నరకానికి పంపకూడదు. ఎందుకంటే, అంగీకరించిన నియమావళి ప్రకారం సమస్య లేని వ్యక్తి యొక్క ఆత్మ తన సంతానం నుండి నైవేద్యాన్ని పొందనందున అతను ఈ కళంకాన్ని మోయవలసి ఉంటుంది.

ఏది ఏమైనప్పటికీ పృథు పుట్టినప్పుడు ప్రతిచోటా పడిపోయిన ప్రదేశం మరియు అతని విల్లు మరియు బాణాల రూపంలో దైవ ఆమోదం పొందింది. నిర్ణీత ప్రదేశాలలో నీటిని నింపడానికి నదులు మరియు మహాసముద్రాలు కూడా వచ్చాయి. 'అందుకే 'ఉప-నిషాద్' అంటే పృథు పట్టాభిషేకం కోసం తెచ్చిన నగలు మరియు దండలు దగ్గరగా కూర్చోవడం. కొద్దిసేపటికే బ్రహ్మ నేతృత్వంలో దేవతలందరూ అక్కడికి చేరుకున్నారు. పృథు కుడిపైపున చక్ర (విష్ణువు ఆయుధం) గుర్తు ఉండడం బ్రహ్మ గమనించాడు. ఎల్ చేతి. ఇది శుభ సంకేతం ఎందుకంటే పృథువు విష్ణువు నుండి వచ్చినవాడు అని అర్థం. ఇది నిజంగా దైవిక సంకేతమని నమ్ముతారు, ఎందుకంటే దేవతలు కూడా తమ శరీరంపై ఈ గుర్తును కలిగి ఉన్న వారితో పోటీపడలేరు. ఈ సంఘటనల తరువాత, పృథుకి ఆచారబద్ధంగా పట్టాభిషేకం జరిగింది.

అతను శక్తివంతమైన రాజు అని నిరూపించుకున్నాడు. అతను వెళ్ళినప్పుడు సముద్ర జలాలు వణుకుతున్నాయి మరియు అత్యంత దృఢమైన పర్వతాలు కూడా అతని విస్మయం నుండి అతని కోసం ఒక మార్గాన్ని అనుమతించాయి. అతను ఎంతటి శక్తిమంతుడైన పాలకుడని నిరూపించుకున్నాడు అంటే అతని జెండా ఎగిరింది. అతని అధికారంతో భూమి కూడా దున్నకుండానే పంటలు పండించింది. ఆవులు చాలా పాలు ఇచ్చాయి మరియు పువ్వులు తేనెతో నిండి ఉన్నాయి. అతను రాజుగా నియమించబడిన వెంటనే అతను ఒక యాగం ఏర్పాటు చేశాడు. ఈ త్యాగపూరిత ప్రయత్నం నుండి 'సూతలు' మరియు మేఘదాస్ (ఒక రకమైన పక్షుల జాతి) జన్మించారు, వారు

తమ రాజును కీర్తిస్తూ నిరంతరం పాటలు పాడేవారు. అయినప్పటికీ, ఋషులు చాలా కష్టపడి ప్రయత్నించినప్పటికీ, వీణ మరణానికి మరియు పృథు పుట్టుకకు మధ్య చిన్న గ్యాప్ వచ్చింది. ఆ విరామంలో భూమి పాలకునిగా ఉంది. మరి రాజు లేనప్పుడు భూమి వర్ధిల్లదనేది అందరికీ తెలిసిన విషయమే. తత్ఫలితంగా, భూమిపై రాజు లేకపోవడం వల్ల మూలికలు మరియు ఇతర అమూల్యమైన వృక్షసంపద భూమి నుండి అదృశ్యమైంది. ఆ కాలంలో భూమిపై ఉన్న ప్రజలు ఎక్కువగా వారిపై జీవించారు కాబట్టి, వారు ఆకలితో ఉన్నారు. అప్పుడు ఈ ప్రజలు పృథు వద్దకు వెళ్లి మూలికలను పునరుద్ధరించమని వేడుకున్నారు. భూమిపై వారిని బ్రతికించడానికి, పృథు తన విల్లు మరియు బాణాలను పట్టుకుని, ఆవు రూపంలో తన నుండి పారిపోయిన భూమిని వెంబడించడం ప్రారంభించాడు. అయితే అది ఎక్కడి నుంచి తప్పించుకుందో అక్కడ పృథు తన చేతిలోని విల్లు, బాణాలతో వెంబడించాడు.

చివరికి పృథు భూమిని పట్టుకున్నాడు మరియు భూమి కొన్ని మూలికలు మిగిలిపోయిన వాటికి పునరుద్ధరించబడింది. భూమి సాధారణ స్థితికి వచ్చి మళ్లీ సారవంతం అయ్యేలా చూసేందుకు, పృథు తన శక్తివంతమైన విల్లుతో పర్వతాలను చదును చేశాడు. అతనికి పూర్వం సృష్టిలో మానవ నివాసాలు, నగరాలు, గ్రామం మరియు క్రోమ్ లేదా ఏవీ లేవు.గ్రామం మొదలైనవి లేదా గ్రాములు లేదా ఏదైనా. పృథువు భూమిని నివసించేలా చేసాడు. కాబట్టి భూమిని పృథ్వీ అని పిలుస్తారు, దీని అర్థం పృథు.

5. ప్రచితాల పుట్టుక

పృథు కుమారులు అంతర్ధన్ మరియు వేద. అంతర్ధన్ శిఖండియన్‌ను వివాహం చేసుకున్నాడు మరియు వారికి హవిర్ధన్ అనే కొడుకు పుట్టాడు. అతను ధీశన అనే అగ్ని వంశానికి చెందిన అమ్మాయిని వివాహం చేసుకున్నాడు మరియు వారి కలయికలో ఆరుగురు కుమారులు జన్మించారు: ప్రాచీనవర్చి శుక్ర, గయా, కృష్ణ, మరియు వృజ మరియు అజిన్. పెద్ద ప్రాచిన్‌వర్చి కుమార్తెను వివాహం చేసుకున్నాడు .సవర్ణ మహాసముద్రం. ఈ వివాహం నుండి ప్రచేత అనే కుమారులు పుట్టారు. వారు సముద్రం క్రింద వెయ్యి సంవత్సరాల పాటు చాలా భిన్నమైన తపస్సు (తపస్య) చేసారు. ఈ సమయంలో మైత్రేయుడు మళ్లీ పరాశరుని ఇలా అడిగాడు: "ప్రచేతలు వెయ్యి సంవత్సరాలు కష్టతరమైన తపస్సు ఎందుకు చేసారు?"పరాశరుని సమాధానం ఇలా ఉంది. ప్రపంచం ప్రజలతో నిండి ఉండేలా చూడమని బ్రహ్మ ప్రాచీనవర్చికి సలహా ఇచ్చాడు. ప్రాచిన్‌వర్చీ తన కుమారులకు ఈ సలహాను అందించాడు. కానీ ప్రచేతలకు ఈ పని ఎలా చేయాలో తెలియలేదు.

అప్పుడు వారి తండ్రి విష్ణువును ప్రార్థించమని సలహా ఇచ్చాడు, ఎందుకంటే భగవంతుడు అన్ని సమస్యలను పరిష్కరించగల సమర్థుడు. అసలు సృష్టి ప్రారంభంలో బ్రహ్మ విశ్వాన్ని సృష్టించాడని విష్ణువును ప్రార్థించిన తరువాత. వారి తండ్రి నుండి ఈ సూచనలను పొందిన ప్రచేతలు వెయ్యి సంవత్సరాలు ప్రార్థించారు లేదా తపస్సు చేసారు. తపస్సు యొక్క నిర్దేశిత కాలం ముగిసినప్పుడు, విష్ణువు తన పక్షి గరుడ్ని అధిరోహించి వారి ముందు ప్రత్యక్షమయ్యాడు. భగవంతుని వరాన్ని అందించిన తరువాత, ప్రచేతలు తమను ప్రపంచ ప్రజలకు సమర్థులుగా చేయాలని అభ్యర్థించారు. సముద్రం నుండి ప్రచేతులు ఉద్భవించినప్పుడు కావలసిన వరం పొందిన తరువాత, వారు లేనప్పుడు భూమి పూర్తిగా చెట్లతో కప్పబడిందని వారు కనుగొన్నారు.

గాలులు వీయలేనంత దట్టంగా వాటి పెరుగుదల ఉంది. వృక్షాల ధైర్యసాహసాలతో బయటపడిన ప్రచేతలు వారి నోటి నుండి గాలి మరియు అగ్నిని సృష్టించారు. ఈదురు గాలులకు చెట్లు నేలకొరిగాయి, మంటలు కాలిపోయాయి. ఫలితంగా, చెట్లను వేగంగా నాశనం చేయడం ప్రారంభించింది.

ఇప్పుడు, సూర్యుడు లేదా చంద్రుడు, భూమిపై ఉన్న సకల వృక్షాలకు రాజు, తన ప్రజలపై ఈ ఆగ్రహాన్ని భరించలేకపోయాడు. ఒక్కసారిగా ప్రచేతుల వద్దకు పరుగెత్తి వారిని బుజ్జగించేందుకు ప్రయత్నించాడు. చంద్రుడు మనీషాను కూడా ఇచ్చాడు – చెట్ల నుండి జన్మించిన మరియు సోమము ప్రచేతలకు వివాహం చేసి పెంచిన అమ్మాయి.

చంద్రుడు వారికి మనీషా నుండి వారి కుమారుడు దక్షుడు అవుతాడని వారికి వాగ్దానం చేశాడు, అతను ప్రపంచంలోని ప్రజలందరికీ ప్రొజెమెటర్ అవుతాడు. వారు కనిపించిన లోకంలోని వ్యక్తులకు కొడుకు పుడతామనే వాగ్దానాన్ని పొందడం. అయితే ఈ రహస్యమైన అమ్మాయి మనీషా గురించి

మరింత తెలుసుకోవాలనుకున్నారు. అప్పుడు సోముడు ప్రచేతకి మనీషా జన్మ వృత్తాంతం చెప్పాడు. చాలా కాలం క్రితం కందుడు అనే మహర్షి ఉండేవాడు. ఒకప్పుడు ఈ మహర్షి గోమతీ నది ఒడ్డున చాలా కష్టమైన తపస్సు చేస్తుంటాడు. తపస్సు యొక్క ఋషి లక్ష్యం గురించి భయపడటం- అది దైవిక సింహాసనం కాకూడదని. ఋషి ఏకాగ్రతకు భంగం కలిగించడానికి ఇంద్రుడు ప్రేమలోచ అనే అప్సర (దివ్య నృత్య కళాకారిణి)ని పంపాడు. చాలా మనోహరమైన మరియు అందమైన మహిళ కావడంతో, కందు దాదాపు తక్షణమే ఆమెను ప్రేమించి వివాహం చేసుకున్నాడు. వారు తమ హనీమూన్ ఆనందిస్తూ మందర పర్వతంలోని లోయలో వంద సంవత్సరాలకు పైగా కలిసి జీవించారు. ఒక శతాబ్దానికి పైగా గడిచిన తరువాత అప్సర స్వర్గంలోని తన నివాసానికి తిరిగి రావాలని కోరుకుంది. కానీ కందు "మరికొంత కాలం ఉండు" అని పట్టుబట్టాడు.

ఆమె అంగీకరించి మళ్లీ సుమారు వందేళ్లపాటు ఉన్నారు. దీని తర్వాత ఆమె మళ్లీ స్వర్గానికి తిరిగి రావాలనే కోరికను వ్యక్తం చేసింది. కానీ కందు, కుదరలేదు ఆమె నుండి విడిపోవడాన్ని భరించడానికి, "మరికొంత కాలం ఉండు" అన్నాడు. మరియు ఈ విధంగా వారు తమ మనోహరమైన నివాసంలో లెక్కించలేని సంవత్సరాలు గడిచిపోయారు. చాలా సేపటికి కందుకి తెలివి వచ్చింది. ప్రేమ్లోచతో అన్నాడు. "డియర్! ఒక రోజంతా ముగిసింది. ఇప్పుడు సాయంత్రం అయింది. నా సంధ్యను చేయనివ్వండి (లేదా సాయంత్రం ప్రార్థనలు చెప్పండి)"

'ఒక్కరోజు' అని ఆశ్చర్యంగా అరిచింది. "మనం కలిసి ఎన్నో శతాబ్దాలు గడిచామని మీకు తెలియదా.. సరిగ్గా చెప్పాలంటే తొమ్మిది వందల ఎనభై ఏడు సంవత్సరాలు ఆరు నెలల మూడు రోజులు. నువ్వు నన్ను పెళ్లాడినప్పటినుండి గడిచిపోయింది." కందు బిక్కచచ్చిపోయాడు. ప్రేమలోచతో తన వివాహానికి ఇంత కాలం గడిచిపోయిందని అతనికి తెలియదు. అతను వెంటనే తన తపస్సు వద్దకు తిరిగి వెళ్లి ప్రేమలోచను స్వర్గానికి తిరిగి రావడానికి అనుమతించాడు.

ఆమె స్వర్గానికి వెళుతున్నప్పుడు, ప్రేమ్లోచ చెట్టు ఆకులపై తన చెమటను తుడుచుకుంది.తనకు బిడ్డ పుట్టడం వలన అది కూడా చెమటతో బయటికి వచ్చి చెట్లతో మిగిలిపోయింది.ఆ పసిపాపనే చివరికి మనీషాగా మారింది. ఆమె ఎందుకు పది మందిని (పది మంది ప్రచేత) వివాహం చేసుకుంది అనే ఆసక్తికరమైన వివరణ కూడా ఉంది. పూర్వ జీవితంలో మనీషాకు రాజుతో వివాహం జరిగింది. కానీ రాజు త్వరగా మరణించాడు, మనీషాకు యవ్వన మరియు మనోహరమైన వితంతువుగా మిగిలిపోయింది. యువ వితంతువు సుదీర్ఘ తపస్సు ద్వారా విష్ణువును ప్రార్థించింది మరియు ఆమె ఆరాధన ద్వారా విష్ణువు శాంతించాడు.

అప్పుడు ఆ వితంతువు తనకు బ్రహ్మ వంటి కొడుకు పుట్టాలని, తనకు అనేక జీవితాలలో మంచి భర్తలు కావాలని వరం కోరుకుంది. ఆమెకు బ్రహ్మ వంటి కుమారుడు ఉంటాడని, అదే జీవితంలో ఆమెకు చాలా మంది మంచి భర్తలు ఉంటారని విష్ణువు మాట ఇచ్చాడు. అందుకే మనీషా, పది మంది ప్రచేతలతో వివాహం. సోమ (చంద్రుడు) వాగ్దానం చేసినట్లుగా చివరికి దక్షుడు జన్మించాడు. తన

పూర్వజన్మలో బ్రహ్మదేవుని కుమారుడనే దక్షుడు. తగిన సమయంలో దక్షుడు యవ్వనంలో ఉన్నాడు మరియు అతని వివాహం తరువాత అతనికి అరవై మంది కుమార్తెలు జన్మించారు. వారిలో పది మంది ధర్మ (ధర్మరాజు లేదా మృత్యుదేవత, అన్ని ఆత్మలకు యజమాని), పదమూడు మంది ఆదిమ ఋషి కశ్యపుని, ఇరవై ఏడు మంది చంద్ర (చంద్రుడు)తో నలుగురు అరిష్టనామెను, ఇద్దరు అంగీరస్ (దైవ ఋషి)ని వివాహం చేసుకున్నారు. మరియు క్రిషాషాకు ఇద్దరు. కశ్యపుని వివాహం చేసుకున్న పదమూడు మంది కుమార్తెలు అదితి, దితి, దను, కలా, అరిష్ఠ, సురస, సురభి, వనిత, తామ్ర, క్రోధవశ, ఇర, కద్రు మరియు ముని.

[వాస్తవానికి ఈ కుమార్తెలు భూమిపై నివసించడానికి వచ్చిన వివిధ జాతులకు తల్లులు అని నమ్ముతారు. అదితి దేవతలకు తల్లి అయితే (దీనిని అక్షరాలా 'అదితి' అని కూడా అంటారు) రాక్షసులు' (దైత్య లేదా దితి అని కూడా పిలుస్తారు) తల్లి దితి; పాములు మరియు సరీసృపాలు కద్రు మరియు పక్షులు వనిత] కశ్యపుడు సమస్త సృష్టికి అధిపతి. దితితో అతని కలయికతో హిరణ్యకశ్యప మరియు హిరణ్యాక్ష అనే ఇద్దరు దైర్య కుమారులు జన్మించారు.

హిరణ్యకశ్యపుడు రాక్షస జాతికి మూలపురుషుడు. అతని కుమారులు అనుహ్లద, హ్లాద, ప్రహ్లాదుడు మరియు సంహ్లద. వీరిలో ప్రహ్లాదుడు రాక్షస ప్రభువుగా ప్రత్యేక పేరు సంపాదించాడు, ఇంకా విష్ణువు యొక్క బద్ధ భక్తుడు.

6.ప్రహ్లాదుని కథ

హిరణ్యకశిపుడు ఒక శక్తివంతమైన రాక్షసుడు మరియు ఆమె నిశ్చయాత్మక వ్యక్తి. బ్రహ్మను ప్రసన్నం చేసుకునేందుకు చాలా కఠోర తపస్సు చేశాడు. అతని సంకల్పం బ్రహ్మను అతని ముందు కనిపించేలా చేసింది, పూర్తిగా ప్రాయశ్చిత్తం చేసింది మరియు సృష్టికర్త తన వరం పొందమని రాక్షసుడిని కోరాడు. అతను పగలు లేదా రాత్రిలో గాని మనిషి లేదా దేవుడు లేదా మృగం చేత చంపబడకూడదని అతను కోరాడు; ఇంటి వెలుపల లేదా దాని లోపల మరియు భూమిపై లేదా నీటిలో కాదు. అతను చివరికి ఈ వరం పొందాడు, అది అతన్ని దాదాపు అజేయంగా మార్చింది.

అతను మూడు లోకాలను జయించాడు; ఇంద్రుడిని స్వర్గం నుండి తరిమివేసి, దేవతలకు కూడా తానే ప్రభువుగా ఉంటానని హామీ ఇచ్చాడు. అతను సవిత, వాయు, అగ్ని, వరుణ, కుబేరుడు, యమ మరియు మిగిలిన దేవతల బిరుదులను కూడా ధరించాడు. ఆశ్రయం లేకుండా అక్కడక్కడ తిరుగుతున్నప్పుడు దేవతలను స్వర్గం నుండి వెళ్లగొట్టాడు. హిరణ్యక్షప ఇప్పుడు విశ్వంలో ఏకైక అధికారం. అందరూ ఆయనను పూజించవలసి వచ్చింది.

అతను ఇప్పుడు కశ్యపు ఋషి సంతానానికి యజమాని. ఇప్పుడు అతను స్ఫటికాలతో చేసిన అద్భుతమైన ప్యాలెస్‌లో నివసించాడు. అతను మూడు లోకాలలోని అన్ని భోగాలను అనుభవించాడు. అతనికి నలుగురు కుమారులు ఉన్నారు, కానీ అతని మూడవ కుమారుడు ప్రహ్లాదుడు అకాల సంతానం. అతను తన పాఠాలను వేగంగా నేర్చుకున్నాడు మరియు పురాతన ఖాతాల ద్వారా వెళుతున్నప్పుడు అతను విష్ణువు పట్ల తీవ్రమైన భక్తిని పెంచుకున్నాడు.

అతను జ్ఞానాన్ని పొందడం కోసం అతను బస చేసిన తన గురువు స్థలం నుండి ఇంటికి తిరిగి వచ్చినప్పుడు, హిరణ్యకశ్యపుడు అడిగాడు: “మీరు అక్కడ ఏమి నేర్చుకున్నారు?” విష్ణువును ప్రార్థించడం నేర్చుకున్నాను' అని గర్వంగా బదులిచ్చాడు బాలుడు ప్రహ్లాదుడు. హిరంక్యకష్పకు కోపం వచ్చింది. ఆ వెర్రి గురువు నా పరమ శత్రువును ప్రార్థించమని అతనికి ఎలా నేర్పించగలడు” అని అతను అనుకున్నాడు.వెంటనే గురువును పిలిచి ప్రశ్నించాడు.

'లేదు, విష్ణువు గురించి నేనేమీ చెప్పలేదు' అని టీచర్ సమర్థించారు తాను. అతను మన జాతికి తన స్వంత శత్రువు గురించి తప్పక నేర్చుకున్నాడు . అప్పుడు రాక్షస ప్రభువు తన కుమారుడిని మళ్లీ అడిగాడు: “ప్రియ కుమారుడా, ఈ చెత్తను నీకు ఎవరు నేర్పించారు?” గురువులందరికీ గురువు, విష్ణువు స్వయంగా సమాధానం ఇచ్చాడు. 'విష్ణు ఎవరు?' 'నా హృదయ ప్రభువు మరియు ఈ మొత్తం విశ్వానికి యజమాని.'

'లార్డ్ అండ్ మాస్టర్... నా పాదా? నేను ఇక్కడ ఉన్నప్పుడు మరెవరైనా ఎలా ఉండగలరు? రాక్షస ప్రభువు ఆడంబరంగా మసకబారిపోయాడు. 'ఆయన మీ ప్రభువు కూడా!' ఎదురుతిరిగే బాలుడు

బదులిచ్చాడు. హిరణ్యకశ్యపుడు పేల్చివేశాడు. "అతన్ని తీసుకెళ్ళండి" అని రాజు ఉరుము ఊపాడు. "గురువుగారి మనసులోంచి ఈ తప్పుదోవ పట్టించే జ్ఞానాన్ని తొలగించమని చెప్పాలా? సాధారణంగా రాక్షస జాతికి మార్గనిర్దేశం చేసే ఋషి శుక్రాచార్య విధానాలకు ఎక్కువ ప్రాధాన్యతనిస్తూ ప్రహ్లాదుని తిరిగి పంపి, మళ్లీ పాఠాలు బోధించినప్పటికీ, విష్ణువు యొక్క భక్తి అతని మనస్సు నుండి తీసివేయబడలేదు.

కాబట్టి అతను రాజభవనానికి వచ్చి హిరణ్యకశ్యపుడు తాను ఏమి చదువుకున్నాను అని అడిగాడు, ప్రహ్లాదుడి సమాధానం: "విష్ణువును ప్రార్థించండి." ఈ సమాధానం విన్న రాక్షస ప్రభువు ఉరుము ఇలా అన్నాడు: "ఈ దుర్మార్గపు బాలుడిని చంపేయండి. అతను సజీవంగా ఉండటం వల్ల రాక్షసుల జాతికి ఎటువంటి మేలు జరగదు. అతను నా కుటుంబానికి అవమానకరం." ఈ రాచరిక ఆజ్ఞను పొందడం కోసం అనేక రకాల ఉపాయాలు ఉపయోగించబడ్డాయి .

ఆ బాలుడు ప్రహ్లాదుని చంపు. అతను పిచ్చి ఏనుగుల ముందు విసిరివేయబడ్డాడు, అత్యంత విషపూరితమైన పాములను అతనిపై వదులుతారు; అన్ని రకాల ఆయుధాలు అతనిని లక్ష్యంగా చేసుకున్నాయి కానీ విష్ణువు ప్రహ్లాదుని దయతో ప్రతి నీచమైన ఉపాయం నుండి క్షేమంగా బయటపడింది. నిజానికి పాములు అతన్ని కాటేయలేదు, ఆయుధాలు అతని శరీరాన్ని తాకలేదు. అప్పుడు అతను ఎత్తైన కొండల నుండి సముద్రంలోకి విసిరివేయబడ్డాడు, కానీ అతను మంత్రాన్ని పఠిస్తూ జలాల నుండి బయటపడ్డాడు:

"ఓం నమో భగవతే వాసుదేవాయ" మునుపెన్నడూ లేనంత కాంతివంతంగా మరియు ఆరోగ్యంగా ఉన్నాడు. అతని ఆహారాన్ని విషపూరితం చేసే ప్రయత్నం కూడా అతన్ని చంపలేకపోయింది, ఎందుకంటే అతని శరీరం లోపల విష్ణువు పేరు ప్రతిధ్వనిస్తుంది, విష పదార్థం కూడా అమృతంగా మారింది. నిజానికి మరింత రాక్షసుడు అతనిని చంపడానికి ప్రయత్నించాడు, ప్రతి పరీక్ష తర్వాత అతను మరింత ఆరోగ్యంగా ఉన్నాడు. హిరణ్యకశ్యపుడు కోపంతో ఉలిక్కిపడ్డాడు.

మూడు ప్రపంచాలలో అత్యంత శక్తివంతమైన ఉనికిగా చెప్పబడినప్పటికీ, అతను తన స్వంత కౌమార కుమారుడిని చంపలేకపోయాడు. చివరికి అతని సోదరి హోలిక అతనికి సహాయం చేసింది. ఆమె ఇలా చెప్పింది, "ప్రియమైన సోదరా! నేను అగ్ని ప్రభావానికి లోనుకాకుండా ఉండే శక్తిపై ఒక వరం పొందాను. ఇప్పుడు నేను ప్రహ్లాదుని నా ఒడిలో పెట్టుకుని మండుతున్న చితిపై కూర్చుంటాను, తద్వారా అతను భస్మం అవుతాడు.

మరియు నేను ఆ వరము యొక్క పుణ్యము వలన దహించబడడు. అందుకనుగుణంగా పైరును ఏర్పాటు చేశారు. హోలిక తన మేనల్లుడు ప్రహ్లాదుని ఒడిలో కూర్చోబెట్టుకుని చితికి నిప్పంటించారు. మరియు ఇదిగో, ఆ వరం ఉన్నప్పటికి హోలిక భస్మమైపోయింది, ప్రహ్లాదుడు క్షేమంగా బయటపడ్డాడు, విష్ణువు నామాన్ని జపించాడు. మళ్లీ హిరణ్యకశ్యపుడు తన కుమారుడిని బ్రెయిన్‌వాష్ చేయడానికి ప్రయత్నించాడు. అతను విష్ణువు గురించి తన మనస్సు నుండి ఏదైనా జ్ఞాపకాన్ని తొలగించమని

స్పష్టమైన సూచనలతో గురువు వద్దకు పంపాడు. రాక్షస పురోహితులు తమ స్థాయిలో ప్రయత్నించినప్పటికీ, ప్రహ్లాదుడు తన ప్రవర్తనలో మార్పు లేకుండా రాజభవనానికి తిరిగి వచ్చాడు. హిరణ్యకశ్యపుడు మళ్ళీ ప్రహ్లాదుని ఇలా అడిగాడు: "నా కుమారుడా! మిత్రులతో వ్యవహరించడానికి ఏ విధానాన్ని అవలంబించాలో చెప్పు. మరియు శత్రువులను ఎలా ఎదుర్కోవాలో?" ప్రహ్లాదుడు: "తండ్రీ! ప్రపంచంలో శత్రువులు లేరని నేను భావిస్తున్నాను. విశ్వమంతా ఒకే ఉనికితో ప్రవృత్తితో ఉంది. విష్ణువు ప్రతిదానిలో ఉన్నాడు.

అతను రాక్షసులు మరియు దేవతలలో, మంచి మరియు చెడు, సజీవ మరియు నిర్జీవులు. అతను ప్రతి ఒక్కరిలో ఉన్నాడు కాబట్టి మీరు ఎవరినైనా మా శత్రువుగా ఎలా వర్గీకరించగలరు? నా ప్రభువు ఈ సృష్టిలోని ప్రతి జాబితాలోనూ విస్తరించి ఉన్నాడు!" ఇప్పుడు దయ్యం-ప్రభువు తన చల్లదనాన్ని కోల్పోయాడు. అతను తన సింహాసనం నుండి లేచాడు. పిడుగుపాటుతో అతను ఇలా ఆదేశించాడు: "ఈ స్తంభానికి తాడుతో ఈ అబ్బాయిని కట్టేయండి. ఇప్పుడు నేను నా కత్తితో అతని తల నరికివేస్తాను. ప్రహ్లాదుడు ఇంకా పట్టుబడుతున్నాడు: "నాన్నా, ఇందులో నా విష్ణువు ఉన్నాడు .

స్తంభం కూడా, అలాగే మీ కత్తిలో." కానీ వెంటనే అబ్బాయిని కట్టివేయబడింది . హిరణ్యకశ్యపుడు ఉపదేశించాడు. రాజు తన ఖడ్గంతో ప్రహ్లాదుని శిరచ్ఛేదం చేయడానికి దగ్గరగా వచ్చినప్పుడు, అకస్మాత్తుగా రాతి స్తంభం విరిగిపోయి దాని నుండి మనిషిలాంటి శరీరం మరియు సింహం వంటి ముఖం కలిగిన విచిత్రమైన ఉనికి బయటపడింది. అది విష్ణువు యొక్క నరసింహ అవతారం. వెంటనే ఆ మనుష్య సింహం హిరణ్యకశ్యపుని మొరగా పట్టుకుని భవనం గుమ్మం వద్దకు తీసుకెళ్లింది. అది కూడా కాదు పగలు లేదా రాత్రి, అది సంధ్య.

రాజును గుమ్మం వద్దకు తీసుకువెళ్లిన మనిషి-సింహం ఒక రాయిపై కూర్చొని రాజును తన ఒడిలో ఉంచింది, ఇది రాజు శరీరం భూమిపై లేదా నీటిలో లేదని నిర్ధారిస్తుంది. అప్పుడు విష్ణువు యొక్క నర-సింహావతారం హిరనాయకశ్యపుడిని మధ్య నుండి చీల్చివేసింది. బ్రహ్మ నుండి అమరత్వం యొక్క వరం అడుగుతున్నప్పుడు హిరనాయకశ్యపుడు పెట్టిన ప్రతి షరతును అధిగమించి అతను రాక్షసుడిని చంపాడు. అతను దాదాపు గాలి మధ్యలో ఒక మనిషి-సింహం చేత, సంధ్యా సమయంలో చంపబడ్డాడు. ఇంతలో ప్రహ్లాదుడు విష్ణు నామస్మరణ చేస్తూనే ఉన్నాడు. ప్రహ్లాదునికి వరం ఇచ్చి హిరణ్యక్షపుని వధించి నృసింహుడు వెళ్లిపోయాడు.

హిరణ్యకశ్యపుని మరణానంతరం ప్రహ్లాదుడు దైత్యులకు రాజు అయ్యాడు. అతను బాగా మరియు చాలా తెలివిగా పాలించాడు. మొదటి సారిగా రాక్షసులకు, దేవతలకు మధ్య సౌహార్ద శాంతి ఏర్పడింది. తదనంతరం ప్రహ్లాదుడు వివాహం చేసుకున్నాడు మరియు చాలా మంది కుమారులు మరియు మనవళ్లను పొందాడు. ప్రహల్దుని కుమారుల్లో ఒకడు విరోచనుడు మరియు విరోచన కుమారుడు బలి, దానధర్మాలకు ప్రసిద్ధి చెందిన రాజు. బాలికి బాణాసురుడు అని పిలవబడే ఒక శక్తివంతమైన కుమారుడు ఉన్నాడు, అతను సాటిలేని యోధుడు. ఇతర జాతుల వివరాలు ఋషి కశ్యప యొక్క

మరొక భార్య, పేరు దను, దానవులందరికి [మరో రకం రాక్షసులకు] తల్లిగా ప్రసిద్ధి చెందింది. దానవులలో ప్రముఖులు శంబర్, అయోన్మిక్, శంకుశిర, ఏకచక్ర, మోహబాహు, తారక్, మహాబల్, వినిషాకర్వ, పుల్రం మరియు విప్రచిత్తి. వారిలో అత్యంత ప్రసిద్ధి చెందిన వినీషాకర్వకు శర్మిష్ట, ఉపదాన్ను మరియు హయశిర అనే ముగ్గురు కుమార్తెలు ఉన్నారు. విప్రచిత్ర సింబికాను వివాహం చేసుకున్నాడు, అతని అత్యంత ప్రముఖ కుమారుడు దానవుడు రెండుగా మారాడు సముద్ర మథనం సమయంలో విష్ణు చక్రం ద్వారా ముక్కలు మరియు రెండు భాగాలు దానవ:

రాహు మరియు కేతువుగా మారాయి. కాశ్య మహర్షి యొక్క మరొక భార్య ఆరుగురు కుమార్తెలను కన్న తమరా. చిలుక, కాకులు, గద్దలు, గుర్రాలు, ఒంటెలు మొదలైన చతుర్భుజాలకు తల్లి అని నమ్ముతారు. ఈ విధంగా ప్రపంచంలోని అన్ని జాతులు – 840 మిలియన్లుగా చెప్పబడుతున్నాయి, వాటి మూలం కశ్యపుని కలిగి ఉంది. ఋషి. ఈ సృష్టి యొక్క స్పెల్ స్వనోచిష్ మన్వంతర్ సమయంలో ఉనికిలో ఉంది, దీని వివరాలు ముందు ఇవ్వబడతాయి.

7.ప్రియవర్త మరియు భరత్ కథ మరియు నరకాలు మరియు స్వర్గానికి సంబంధించిన వివరాలు

మైత్రేయ మహర్షి పరాశరుని వివరాలను అడిగాడు: "అయ్యా! మీరు మను ప్రియవర్త మరియు ఉత్తానపాదుల గురించి చెప్పారు. ఉత్తానపాదుని కుమారుడైన ధ్రువుని గురించి మీరు నాకు చరిత్రను తెలియజేసినప్పుడు, మీరు ప్రియవర్తుని సంతానం గురించి నాకు ఏమీ చెప్పలేదు. దయచేసి ఆ విషయం కూడా నాకు తెలియజేయండి. " పరాశరుడు అతనికి ప్రియవర్త వంశం గురించి చెప్పాడు. ప్రియవర్త కందర్మ కుమార్తెను వివాహం చేసుకున్నాడు మరియు పది మంది కుమారులను కలిగి ఉన్నాడు. వారి పేర్లు అగ్నిధ్ర, అగ్నివాహు, వకుశమన, ద్యుతిమాన, పుత్ర, మేధా మేధాత్ ఇతి, భవ్య, సవన, పుత్ర మరియు జ్యోతిష్మణ. జ్యోతిష్యులు రాజులు కావడానికి ఆసక్తి చూపలేదు కాబట్టి వారు ఋషులయ్యారు. అప్పుడు భూమి మొత్తం ద్వీపం అనే ఏడు చరణాలుగా విభజించబడింది. ప్రియవర్త మిగిలిన ఏడుగురు కుమారులలో ఒక్కొక్కరికి ఒక ద్వీపాన్ని పాలించడానికి ఇచ్చాడు.

అగ్నిధారుడు జంబూద్వీపాన్ని, వపుష్మన శేల్మహిద్వీపాన్ని, ద్యుతిమాన క్రోంచద్వీపాన్ని, మేధాత్ ఇతి ప్లాక్షద్వీపాన్ని పొందాడు. భవ్య శాకద్వీపం. సవన పుష్కరద్వీపం మరియు జ్యోతిష్మన కుషద్వీపం. అగ్నిధర రాజుకు తొమ్మిది మంది కుమారులు ఉన్నారు: నాభి, కుయిన్పురుష, హెవ్రిట్ల, రమ్య, షష్ఠ, హిరణ్వణ, హరి, కును మరియు భద్వశ్వ. జంబూద్వీపాన్ని అగ్నిధరుడు ఈ కుమారుల మధ్య విభజించాడు. నాభి ఆ భాగాన్ని పొందాడు, అది తరువాత భరతవర్షగా ప్రసిద్ధి చెందింది. నాభికి రిషభ అనే కుమారుడు ఉన్నాడు, అతనికి వంద మంది కొడుకులు ఉన్నారు .

పెద్దవాడు భరతుడు. ఈ భరతుని పేరు మీదుగా భరతవర్షకు ఈ పేరు వచ్చిందని చెప్పబడింది. భౌగోళిక వర్ణన మనకు తెలిసినట్లుగా భూమిని ఏడు ద్వీపాలు లేదా జంబూ, శాల్మలి, క్రౌంచ, ప్లాక్ష, శక, పుష్కర మరియు కుశ అనే ఖండాలుగా విభజించారు. ఈ ఏడు భూభాగాల చుట్టూ లవణ, ఇక్షు, సుర, సర్పి, దధి, దుగ్ధ మరియు జక అనే ఏడు మహాసముద్రాలు ఉన్నాయి. జంబూద్వీపం మధ్యలో ఉంది మరియు జంబూద్వీపం మధ్యలో బంగారు రంగులో ఉన్న మౌంట్ మెనూ ఉంది. భూమి తామరపువ్వు అయితే మేరు పర్వతం కేసరమని పురాణం చెబుతోంది.

వెంటనే మేరు పర్వతానికి దక్షిణంగా భరతవర్ష, ఆ తర్వాత కింపురుష వర్ష మరియు చివరగా హరివర్ష. మేరు పర్వతం నిజానికి ఇలావృతవర్షంలో ఉంది. మరియు మేరు పర్వతానికి నాలుగు వైపులా నాలుగు పర్వతాలు ఉన్నాయి.

మందారానికి తూర్పున, దక్షిణాన గంధమాదన, పశ్చిమాన విపుల మరియు ఉత్తరాన సుపార్శ్వ. ప్రపంచంలోని ఈ భాగానికి జంబూద్వీపం అని పేరు వచ్చింది, ఎందుకంటే ఇది సమృద్ధిగా 'జమున' చెట్లతో సహజంగా పెరుగుతుంది. సంస్కృతంలో జమునను జాంట అంటారు. మౌంట్ మెనూ చుట్టూ

నాలుగు అందమైన సరస్సులు ఉన్నాయి, వీటిని అనురోధ, మహాభద్ర, అసితోడ మరియు మానస్ అని పిలుస్తారు. మేరు పర్వతం శిఖరంపై బ్రహ్మలోకం లేదా బ్రహ్మ నివాసం ఉందని చెబుతారు. వాలి రాజు అనుమతించిన సంక్షిప్తీకరణకు అనుగుణంగా మూడు లోకాలను కొలిచేటప్పుడు అతని ఒక పాదం బ్రహ్మలోకం మొత్తాన్ని కప్పినప్పుడు గంగా నది విష్ణువు పాదాల నుండి ఉద్భవించిందని చెప్పబడింది.

ఆ సమయంలో విష్ణువు వామన రూపంలో ప్రత్యక్షమయ్యాడు. అక్కడ ఈ నది చంద్రుని చుట్టూ ప్రవహించి బ్రహ్మ లోకంలో పడింది. తర్వాత మెయిన్ స్ట్రీమ్ సీత, అలకనంద, చక్షు మరియు భద్ర అనే నాలుగు నదులుగా విభజించబడింది. సీత తూర్పు వైపు వెళ్లింది. అలకనంద దక్షిణ వార్డులు మరియు భద్ర ఉత్తరం వైపు ఉన్నాయి. భరతవర్షలో అలకనంద ఏడు నదులుగా విభజించబడింది.

భూమిని ఒక ముద్రణగా భావించినట్లయితే, మేరు పర్వతం దాని కెర్నాల్, దీనిని స్వర్గ లేదా స్వర్గం అని కూడా పిలుస్తారు, దేవతలు, దేవతలు, గంధర్వులు, యక్షులు అలాగే రాక్షసులు, దైత్యులు మరియు దానవులు ఆ తర్వాతి ముగ్గురితో కూడి ఉంటారు, ఇది ఎల్లప్పుడూ మొత్తం కలిగి ఉండాలని కోరుకుంటుంది. రాజ్యం యొక్క నియంత్రణ. కానీ స్వర్గ ధర్మం గల వ్యక్తులకు మాత్రమే అందుబాటులో ఉంటుంది; వారి ప్రవేశం నిషేధించబడినందున పాపులు దాని నుండి దూరంగా ఉండాలి.

భరతవర్షకు ఆ పేరు వచ్చిందని స్పష్టంగా తెలుస్తుంది, ఇందులో ప్రధానంగా భరతుని కుమారులు లేదా సంతానం నివసించేవారు. భూమి యొక్క ఈ ఎంపిక భాగానికి మహేంద్ర, మలయ, సహ్యా, శుక్తిమాన రితాషా, వింధ్య మరియు అనే ఏడు ప్రధాన పర్వత శ్రేణులు ఉన్నాయి. పరిపాత్ర. కిరాత్ లేదా వేటగాళ్ళు భారతదేశం నుండి తూర్పు వైపు మరియు యవనులు పశ్చిమం వైపు నివసిస్తున్నారు. హిమాలయాల నుండి శతద్రు మరియు చంద్రభాగ నదులు ప్రవహిస్తున్నాయి. పరిపేత్ర పర్వతం నుండి వెలువడే ప్రధాన నదులు వేదాలలో పేర్కొనబడినవి, నర్మదా మరియు సరయూ నదులు వింధ్య పర్వతం నుండి ప్రవహిస్తాయి.

ఇంతకు ముందు చెప్పినట్లు జంబూద్వీపాన్ని లవణం అనే సముద్రం చుట్టుముట్టింది. జంబూద్వీపంలో విష్ణువు ఎంపికైన దేవత అయితే ఇతర ద్వీపాలలో ఇతర దేవతలు. భారస్వర్ష అనే జంబూద్వీప భాగం ఈ ప్రాంతంలో అత్యుత్తమ భాగం.

భూమిపై పాతాళాలు (పాతాళాలు) అవరోహణ చేస్తున్నప్పుడు, అతల, వితల, నితల, గభస్తిమాన, మహాతల, సుతల మరియు పాతాళ అనే ఏడు ప్రాంతాలు ఉన్నాయని చెబుతారు. ఈ ప్రాంతాలు దానవులు, దైత్యులు, యక్షులు మరియు నాగుల నివాసాలు. ఒకసారి దివ్య ఋషి నారదుడు పాతాళాన్ని సందర్శించాడు మరియు అది స్వర్గం కంటే చాలా అందంగా ఉందని కనుగొన్నాడు, ఇది ఆభరణాలతో నిండిన ప్రదేశం.

పగటిపూట సూర్యుని కాంతికి మూలం వేడి లేకుండా ఉంటుంది, అయితే రాత్రిపూట చంద్రబింబాలు దానిని తేలికగా ఉంచుతాయి కాని వాటిలో చలి జాడ లేదు పాతాళం అడవులతో నిండి ఉంది. మరియు

సరస్సులు. ప్రపంచంలోని ఈ ప్రాంత నివాసులు అందమైన బట్టలు ధరించారు, వారి శరీరాలపై సువాసనగల పేస్ట్‌ను రుద్దుతారు మరియు సంగీతాన్ని ఇష్టపడతారు. శేషనాగ అని పిలువబడే వెయ్యి తలల పాము రూపంలో దానికి మద్దతునిస్తూ పాతాళపు పునాది వద్ద విష్ణువు ఉన్నాడు. భూమి మరియు నీటి కింద అనేక కొండలు (నరకా) ఉన్నాయి, ఇవి యమ పాలించే రాజ్యాన్ని ఏర్పరుస్తాయి. వివిధ రకాల పాపులకు వివిధ నరకాలు ఉన్నాయి. అబద్ధాల కోసం పట్టుబడిన వారిని రౌరవ నరకానికి పంపిస్తారు. గోవులను చంపే వారు రోధకు పోతారు. ద్రాక్షారసం తాగేవారు, బ్రాహ్మణులను చంపేవారు లేదా బంగారం దొంగిలించేవారు శుకరునికి వెళ్తారు. క్షత్రియులను, వైశ్యులను చంపే వారు తోల తారు. టీచర్ల భార్యల పట్ల దురుసుగా ప్రవర్తించే వారు తప్త కుండా వెళతారు. దూతలను చంపిన వారు స్త్రీని లేదా గుర్రాలను అమ్మి తప్తలోహానికి వెళ్తారు. ఆడబిడ్డలు, కోడళ్లతో వ్యవహరించని వారు మహాజ్వాల వద్దకు వెళ్తారు. సీనియర్ల పట్ల అగౌరవం ప్రదర్శించేవారు లేదా వేదాలను విమర్శించే వారు లవణంలోకి వెళతారు. విమోహనకు దొంగలు చేరారు.

వేదాలు లేదా బ్రాహ్మణులు మరియు వారి తండ్రులను ద్వేషించే వారు క్రిమిభక్షకు వెళతారు. అలాగే పితరులు, దేవతలు, అతిధులు ముందుగా భోజనం చేసేవారు లాలాభక్షుని వద్దకు, ఘోరమైన బాణాలు చేసేవారు వేధకునికి వెళతారు. కత్తులు తయారు చేసేవారు విశాసన అనే నరకానికి వెళతారు. జ్యోతిష్యంలో మునిగితేలే వారికి అధోముఖ నరకం.

భవిష్యత్తును దాని వాస్తవ సంఘటనకు ముందే బహిర్గతం చేయడానికి ఇది నిదర్శనం కాబట్టి, ఇది దేవుడితో సమానత్వాన్ని పొందే ప్రయత్నం కాబట్టి ఇది పాపంగా పరిగణించబడుతుంది. తమ పిల్లలను లేదా బ్రాహ్మణులను ముందుగా అనుమతించకుండా తీపి మరియు ఎంపికైన పాములను తినే తండ్రులు పుయేవా నరకానికి వెళతారు. పిల్లులు, కోళ్లు, మేకలు, కుక్కలు లేదా పక్షులను జీవనోపాధి కోసం పెంచుకునే బ్రాహ్మణులకు కూడా ఇది 'నరకం'.

నటులుగా లేదా మత్స్యకారులుగా, ఖైదీలుగా మరియు దహనం చేసేవారుగా జీవించే బ్రాహ్మణులు రుధిరంధాలు అనే 'నరకం' వద్దకు వెళతారు. గ్రామాన్ని నాశనం చేసేవారు వైతరణి అనే నరకానికి పంపబడ్డారు. మురికి మరియు అపరిశుభ్రమైనవి కృష్ణ నరకం వద్దకు వెళ్తాయి. ప్రత్యేక కారణం లేకుండా అడవిని నాశనం చేసేవారు అసిపత్రవనానికి వెళతారు. జీవనోపాధి కోసం గొర్రెల కాపరులు లేదా జింకలను చంపేవారు వహ్నిజ్వాలా అనే నరకానికి వెళతారు.

కింద చదివే తండ్రులు వారి కుమారులు శివభోజన అనే కొండకు వెళతారు. జనాభాను నాలుగు వర్గాల మధ్య విభజించే వ్యవస్థ వ్యతిరేకులు నిరయ అనే నరకానికి వెళతారు. అయితే, పైన జాబితా చేయబడినవి కాకుండా, వేలాది ఇతర నరకాలు ఉన్నాయి. పైన సూచించినవి కాకుండా పాపాలు కూడా అలాగే ఉంటాయి. 'నరకాలు' లేదా నరకాల్లో పాపులను నిర్దాక్షిణ్యంగా హింసిస్తారు, తలక్రిందులుగా వేలాడదీస్తారు. నరకంలో నిర్ణీత కాలాన్ని దాటి తమ పాపాలను తీర్చుకున్న తర్వాత మళ్లీ జన్మనిస్తారు. వారు ఏ జాతిలో పుట్టాలి అనేది గత జన్మలో వారి పనితీరును బట్టి

నిర్ణయించబడుతుంది. జాతుల అవరోహణ క్రమం క్రింది విధంగా ఉంటుంది; దేవతలు, మతపరమైన వ్యక్తులు, మానవులు, జంతువులు పక్షులు, చేపలు, పురుగులు, లతలు చెట్లు మరియు ఇతర నిర్జీవ వస్తువులు. కానీ ఒక పాపి తాను చేసిన పాపానికి నిజంగా పశ్చాత్తాపపడితే అతని లేదా ఆమె ఆత్మ వివిధ నరకాల్లో హింసను అనుభవించాల్సినఅవసరం లేదు. చేసిన పాపాలకు పశ్చాత్తాపం చెందడానికి ఉత్తమ మార్గం విష్ణువును భక్తితో పూజించడం.

8.కొంత ఖగోళశాస్త్రం మరియు జడభారత్ కథ

సూర్యుడు భూమికి చాలా మైళ్ల దూరంలో ఉన్నాడు. సూర్యలోకం (సూర్యుడి రాజ్యం) నుండి అవరోహణ, చంద్రుడు, నక్షత్రాలు, బుధుడు, శుక్రుడు, అంగారక గ్రహం, బృహస్పతి, శని మరియు సప్తఋషి [గొప్ప ఎలుగుబంటి రాశులు] మరియు ధ్రువ లోకం (రాజ్యం) యొక్క అనేక రంగాలు వస్తాయి. ధృవ లోకం (ధ్రువ నక్షత్రం) మొత్తం విశ్వానికి కేంద్రంగా పరిగణించబడుతుంది, దాని చుట్టూ నక్షత్రాలు తిరుగుతాయి.

దాని పైన బ్రహ్మ కుమారులు నివసించే జన లోకం (భక్తుల రాజ్యం). జనలోకం పైన దేవతలు నివసించే తపోలోకం (కఠినమైన తపస్సు ద్వారా గ్రహించబడిన రాజ్యాలు). సత్యలోకం (సత్యం యొక్క రాజ్యం) తపోలోకానికి పైన ఉంది, ఇది రెండు వేర్వేరు రంగాలుగా విభజించబడింది: బ్రహ్మలోకం మరియు వైకుంఠలోకం వరుసగా బ్రహ్మ మరియు విష్ణువు. సృష్టి యొక్క ప్రతి చక్రం చివరిలో సంభవించే విధ్వంసం ద్వారా ప్రభావితం కాకుండా ఉండేవి ధృవలోకం, జనలోకం, తపోలోకం. కానీ వాటి క్రింద ఉన్న ఆ మూడు రాజ్యాలు ప్రల్య్ ద్వారా నాశనం చేయబడతాయి. ఈ లోకాలలో మొదటిది భూలోకం అని పిలువబడే భూమి.

దానికి కొంచెం ఎత్తులో ఉన్న భువర్లోకం ఋషులు మరియు ఋషుల నివాసం. దీని పైన స్వర్లోకం అనే ప్రాంతం ధృవలోకాన్ని సూర్యుని రాజ్యానికి ఆవరించిందా? ఈ విధంగా మొత్తం ఏడు రంగాలలో లేదా వివిధ ప్రదర్శనల ద్వారా సాధించబడిన రాజ్యాల స్థాయిలు ఉన్నాయి. వాస్తవానికి, మొత్తం పద్నాలుగు స్థాయిల లెక్కలు ఉన్నాయి ఈ పురాణం ద్వారా, ఏడు లోకాలు మరియు ఏడు పాటలు. వారు కలిసి పద్నాలుగు భువనులు అంటారు.

మొత్తం విశ్వం పద్నాలుగు భువనాలతో తయారు చేయబడింది, వీటిని మూడు ప్రధాన స్థాయిల (మూడు లోకాలు అని పిలుస్తారు) మరింతగా వర్గీకరించారు. ఈ భువనాలు అన్ని వైపుల నుండి చీకటితో కప్పబడి ఉంటాయి, అది నీటితో కప్పబడి ఉంటుంది. నీటి చుట్టూ అగ్ని ఉంది. గాలి అగ్నిని మించినది మరియు అగ్నిని మించినది ఆకాశం. ఈ విధంగా మొత్తం విశ్వం ఆకాశం, అగ్ని, నీటి గాలి మరియు భూమి అనే ఐదు మూలకాలతో రూపొందించబడింది.

జడభారత్ కథ

ఇంతకు ముందు చెప్పినట్లుగా, చాలా సంవత్సరాల క్రితం భరతుడు అనే శక్తివంతమైన రాజు పరిపాలించాడు. అతని తండ్రి పేరు రిషభుడు శాలగ్రామ అనే ఊరిలో ఉండేవాడు. అతను విష్ణువు యొక్క గొప్ప భక్తుడు, అతని భక్తిలో అతను అన్ని సమయాలలో మునిగిపోయాడు. అతను తన జీవితంలో ప్రబోధించిన మరియు ఆచరించిన అహింసా ఆరాధనలో బలమైన విశ్వాసం కలిగి ఉన్నాడు.

ఒకసారి భరత్ ఒక నదిలో స్నానానికి వెళ్ళినప్పుడు, ఒక జింక కూడా నీరు త్రాగడానికి అక్కడికి వచ్చింది. జింక నీరు త్రాగుతుండగా సింహం యొక్క భయంకరమైన గర్జన వినబడింది. భయాందోళనలో జింక భయంకరమైన అల్లరి చేసి అకాల జన్మనిచ్చింది. అయితే రక్షణ లేని జింక పిల్ల నీటిలో పడిపోయింది. జింక ఎంతగా భయపడిపోయిందంటే, ఆ అల్లరి కారణంగానే ఆమె చనిపోయింది. భరత్ జాలిపడి జింక పిల్లను నీటి నుంచి రక్షించాడు. పడి ఉన్న జింకను ఆశ్రమానికి తీసుకెళ్లాడు. ప్రతిరోజు రాజు బిడ్డకు ప్రేమగా తినిపించేవాడు మరియు నెమ్మదిగా జింక పెద్దదైంది.

ఇది ఆశ్రమంలో సంచరించింది మరియు కొన్నిసార్లు దాని నుండి బయటపడింది, కానీ పులులు మరియు సింహాలు వంటి మృగాలకు భయపడి త్వరగా తిరిగి వచ్చింది. అది పెద్దదయ్యే కొద్దీ, జింకలు ఉదయం ఆశ్రమాన్ని (సన్యాసం) విడిచిపెట్టి, సాయంత్రం వేళల్లో రేటం చేస్తుంటాయి. ఇంతలో, ఆ జింకను వెలికితీసే క్రమంలో, భరత్ ఆ జింకతో చాలా అనుబంధం పెంచుకున్నాడు మరియు మిగతావన్నీ మరచిపోయాడు. అతను తన రాజ్యాన్ని, తన కొడుకులను, తన స్నేహితులను వదులుకున్నాడు మరియు వారందరినీ మరచిపోయాడు.

జింక ఆశ్రమానికి తిరిగి రావడానికి ఆలస్యమైతే, దానిని తోడేలు లేదా పులి తినేస్తుందేమోనని ఆందోళన చెందుతుంది. అతను ప్రపంచంలోని అన్నిటినీ మరచిపోగలడు కానీ జింకలను కాదు. జింక క్షేమంగా తిరిగి వచ్చినప్పుడు మాత్రమే అతను సంతోషంగా ఉంటాడు. ఎంతగా అంటే జింకపై మోహంలో అతడు పరమేశ్వరుడైన విష్ణువును కూడా మరచిపోయాడు. ఈ విధంగా చాలా సంవత్సరాలు గడిచాయి. భరత్ జింకను చూస్తూ చచ్చిపోయాడు.

మరణించే సమయంలో అతని మనస్సులోని చివరి ఆలోచన జింకపై కేంద్రీకృతమై ఉంది కాబట్టి, అతను తన 7వ ఏట జింకలాగా ఉన్నాడు. తదుపరి జీవితం. ఒకే తేడా ఏమిటంటే, అతను జతిస్మర జింకగా జన్మించాడు-అంటే తన గత జీవితంలోని సంఘటనలను గుర్తుచేసుకున్న జింక. అతని జ్ఞాపకశక్తి చెక్కుచెదరలేదు కాబట్టి, అతను జింకగా జన్మించిన వెంటనే తన జింక తల్లిని విడిచిపెట్టి మళ్ళీ శాలగ్రామానికి వచ్చాడు. అతను ఎండిన ఆకులు మరియు గడ్డి మీద జీవించాడు మరియు చివరికి మరణించాడు. ఆ తర్వాత జాతిస్మర బ్రాహ్మణుడిగా జన్మించాడు. ఈ జీవితంలో అతను నిజంగా నేర్చుకున్నాడు మరియు అన్ని శాస్త్రాలు లేదా గ్రంథాలలో చాలా ప్రావీణ్యం పొందాడు.

అత్యున్నత జ్ఞానాన్ని పొందిన తరువాత, అతను ఎటువంటి ప్రయోజనం చూడలేదు వేదాలు చదవడం లేదా ఏదైనా పని చేయడం. అతను తనలో ఓడిపోయాడు సొంత ప్రపంచం, మరియు వీలైనంత తక్కువగా మాట్లాడాడు. అతను తన బట్టలు మరియు శరీరం గురించి పూర్తిగా పట్టించుకోలేదు. అతను ఎప్పుడూ తన దంతాలను శుభ్రం చేయలేదు.

అతని బట్టలు ఎప్పుడూ మురికిగా మరియు శరీరంగా ఉంటాయి. తన ప్రజలు తన పట్ల చాలా దారుణంగా ప్రవర్తించినా అతను ఎప్పుడూ పట్టించుకోలేదు. (వ్యక్తులతో సంభాషించడం తన అత్యున్నత జ్ఞానాన్ని పొందడంలో అడ్డంకిగా భావించాడు కాబట్టి, అతను ప్రజలను దగ్గరగా రాకుండా

నిరోధించడానికి కొంచెం పిచ్చివాడిగా నటించాడు. అలాగే, అతను చాలా తక్కువగా కదిలాడు మరియు ఎక్కువగా ఒక స్థలంలో ఉన్నాడు. అతని ఈ అభ్యాసాల వల్ల అతనికి జడభారత్ (చలించని భరతుడు) అనే బిరుదు వచ్చింది. అతను తన ఆహారాన్ని ఎప్పుడూ పట్టించుకోలేదు మరియు అందుబాటులో ఉన్నవి తినడు. అతను దేనికీ ఎప్పుడూ అభ్యంతరం చెప్పనందున, అతనిని తన అనాలోచిత సోదరులు మరియు మేనల్లుళ్లచే ఎద్దులాగా కూడా కట్టారు. అతని తండ్రి చనిపోయినప్పుడు వారు అతనికి ఉచ్చిష్ఠ ఆహారాన్ని మాత్రమే అందించారు, అనగా; అందరూ తిరస్కరించిన ఆహారం. జడభరత నివసించిన ప్రదేశానికి సమీపంలో, ప్రఖ్యాతి గాంచిన కపిల మహర్షి కూడా నివసిస్తున్నాడు, అతనికి ఇక్షుమతి అనే నది ఒడ్డున ఒక ఆశ్రమం (సన్యాసం) ఉంది. ఒకరోజు శంభీర రాజు ఋషి నుండి జ్ఞానం నేర్చుకునేందుకు ఆశ్రమానికి దగ్గరగా వచ్చాడు, అతను దగ్గరికి చేరుకున్నప్పుడు అతనికి పల్లకీ మోసేవారు అవసరం. అతని సేవకులు ఉన్నప్పటికీ, వారికి మరొక వ్యక్తి అవసరం.

చివరికి వారికి జడభారత దొరికింది. జడభరత ఇతర సేవకులతో కలిసి పల్లకీని ధరించాడు. కానీ అతను నెమ్మదిగా నడిచాడు, ఇది పల్లకీ యొక్క కదలికను ఇతర విధంగా అల్లకల్లోలంగా చేసింది .సేవకులు వేగంగా కదలగలరు. రాజు ఇతర పల్లకీని అడిగాడు సమస్యకు జడభారత్ కారణమని బేరర్లు ఆరోపించారు. నువ్వు ఇతరులతో ఎందుకు కదలలేకపోతున్నావు?" అడిగాడు రాజు చిరాకుతో.

"ఈ చిన్న భారాన్ని కూడా నువ్వు భరించలేవా? నువ్వు నాకు చాలా బలంగా కనిపిస్తున్నావా? "నేను మీ పల్లకీని మోయలేదు లేదా నేను అలసిపోయాను లేదా బలంగా లేను" అని జడభరత్ గుర్తించలేని సవాలుతో సమాధానమిచ్చాడు. రాజుకి అతని సమాధానం చాలా వింతగా అనిపించింది: "మీరు బలంగా ఉన్నారని నేను చూడగలను. మీరు నా పల్లకీని మీ భుజాలపై మోయడం కూడా నేను చూడగలను. కాబట్టి కొంచెం అలసటగా అనిపించడం చాలా సాధారణం.

మీరు దీన్ని ఎందుకు తిరస్కరించారు?" నేను ఎవరు లేదా మీరు ఎవరు?" అని జడభరత్ తన విలక్షణమైన రీతిలో ప్రారంభించాడు. "మీరు చూసినది నా శరీరం మరియు మీ శరీరం. నేను నా శరీరం కాదు మరియు మీరు మీ శరీరం కాదు. నిజానికి మన 'ఆత్మాన్' ఉనికి ద్వారా మనం నిజంగా ఏమి ఉన్నాము. మరియు నా ఆత్మ బలంగా లేదా అలసిపోదు, లేదా అది మీ పల్లకీని తన భుజాలపై మోయదు!" అలా చెప్పి జడభరత్ మౌనం వహించాడు కానీ రాజు పల్లకీలోంచి దిగి జడభరత్ పాదాలపై పడ్డాడు. అతను, ఇప్పుడు, నిజంగా భరత్ ఎవరో తెలుసుకోవాలనుకున్నాడు, ఎందుకంటే అలాంటి తెలివిగల మాటలు ఒక సాధారణ వ్యక్తి ఉచ్చరించలేడు. అప్పుడు జడభారత్ అతనికి 'ఆత్మ' గురించి జ్ఞానోదయం చేశాడు.

ఆత్మ ఎప్పుడూ నాశనం చేయబడదు మరియు అది ఒక ప్రాణం నుండి మరొక జీవానికి భిన్నమైన శరీరాలను తీసుకుంటుంది. దీనినే జీవాత్మ అంటారు. అదనంగా, 'పరమాత్మ' (పరమాత్మ) ఉంది. ఈ సృష్టిలోని ప్రతి బిందువులోనూ వ్యాపించినది విష్ణువు. నిజానికి పరమాత్మ మరియు జీవాత్మ ఒక్కటే. దీనిని గ్రహించినవాడే నిజమైన జ్ఞాని. ఇది జీవాత్మ మరియు పరమాత్మ మధ్య ఏదైనా వ్యత్యాసాన్ని

కలిగించే 'మాయ' లేదా భ్రమ. రాజు జడభరత్‌ను వివిధ మార్గాలతో సత్కరించాడు. అయినప్పటికీ, జడభారత్ వారి పట్ల చాలా ఉదాసీనంగా ఉన్నాడు. అయినప్పటికీ, అతను రాజులకు ఒక కథ చెప్పాడు. యుగాల క్రితం బ్రహ్మకు ఋభుడు అనే కుమారుడు ఉన్నాడు. అతను చాలా జ్ఞానవంతుడు మరియు అతనికి నిదాఘు అనే శిష్యుడు ఉన్నాడు .పులస్తియా, వారిద్దరూ వీరనగర్ అనే నగరానికి సమీపంలో దేవిక అనే నది ఒడ్డున నివసించారు.

అక్కడ నివసిస్తుండగా, అత్యున్నత జ్ఞానాన్ని పొందేందుకు నిదాగహ్ ఇంకా సిద్ధంగా లేడని రిభు గ్రహించాడు. అతన్ని తెలివిగా మార్చడానికి, అతను అడవిలో నివసించేటప్పుడు తన విద్యార్థిని నగరంలో నివసించడానికి పంపాడు. చాలా రోజుల తర్వాత, ఒకరోజు రిభు నిదాఘా దర్శనం చేయాలని నిర్ణయించుకున్నాడు అతను ఎలా వస్తున్నాడో నిర్ధారించండి. తన గుమ్మంలో ఉన్న టీచర్‌ని చూసి రిభు కాళ్లు చేతులు కడుక్కొని అతనికి ఆహారం అందించాడు. "దయచేసి కొంచెం ఆహారం తీసుకోండి, సార్!" నిదాఘా తన గురువును అభ్యర్థించాడు. "మీకు ఏమి తినాలి?" అడిగాడు రిభు. "నా చేత తినేంత శుభ్రంగా ఉందా."

"అవును సార్," నిదాఘా బదులిచ్చారు: "నా దగ్గర బియ్యం మరియు తృణధాన్యాలు ఉన్నాయి. పండ్లు మరియు స్వీట్లు." "కానీ అది నాకు శుభ్రంగా కనిపించడం లేదు", రిభు "అవి నా దగ్గర ఉండవు. నా వినియోగానికి కొంచెం అన్నం పాయసం, పెరుగు మరియు పైన్ చేయండి." వివాహితుడైన నిదాఘా, తన భార్యను కోరుకున్న ఆహారాన్ని సిద్ధం చేయమని కోరాడు. అతిథుల ఎంపిక ప్రకారం ఆహారం తయారు చేయబడింది మరియు రిభు తన సంతృప్తిని పొందాడు. అప్పుడు నిదాఘా ఇలా అడిగాడు: "మీరు ఇప్పుడు సంతృప్తిగా ఉన్నారా? మీరు ఎక్కడ ఉన్నారు .

వెళ్తున్నాను మరియు మీరు నా ప్రదేశాన్ని సందర్శించిన ఉద్దేశ్యం ఏమిటి? రిభు అతనితో చెప్పాడు: ఆకలితో ఉన్నవారు ఆహారం తిన్న తర్వాత సంతృప్తి చెందుతారు. కానీ నాకు ఆకలి వేయలేదు. అందుచేత నేను ఆహారం తిన్న తర్వాత తృప్తిగా ఉండాలనే ప్రశ్న అసంబద్ధం. ఈ వెర్రి ప్రశ్న నన్ను ఎందుకు అడగాలి? నేను ఆకలితో ఉన్న శరీరం కాదు. అప్పుడు నువ్వు ఎక్కడికి వెళ్తున్నావు, ఇక్కడికి ఎందుకు వచ్చావని అడిగావు.

ప్రతిచోటా ఉన్న నేనే ఆత్మను కాబట్టి ఇవి మళ్లీ అర్థరహితమైన ప్రశ్నలు. అందువల్ల అది రాలేక పోదు. నిజానికి నేను మీకు కనిపించేది కాదు. అలాగే నేను నిన్ను చూసేటటువంటి నువ్వు కాదు. మీ రియాక్షన్‌ని చూడడానికి నా దగ్గర ఆహారం ఉంది. ఆహారం అంతా ఐదు ప్రాథమిక అంశాలతో తయారైనదే కాబట్టి దాని రుచిలో నాకు ఎలాంటి తేడా లేదు.

ఇది సమస్త జ్ఞాన సారాంశం కనుక దీనిని నేర్చుకోండి. ఈ జ్ఞానోదయమైన ఉపన్యాసం అందుకున్న నిదాఘా తల వంచి ఇప్పుడు తన భ్రమలన్నీ తొలగిపోయి నాశనం అయిపోయాయని చెప్పాడు. అప్పుడు రిభు 1000 సంవత్సరాల విరామం తర్వాత మళ్లీ సందర్శించడానికి బయలుదేరాడు. ఈసారి అతను నిదాఘా నగరం వెలుపల నివసిస్తున్నాడు, గడ్డి మరియు గడ్డిని తింటాడు. అతను ఇతరులతో

కలవడం మానేశాడు మరియు అతని శారీరక అవసరాల పట్ల ఉదాసీనంగా ఉన్నాడు. తత్ఫలితంగా, అతను చాలా బలహీనంగా మరియు సన్నగా మారాడు. ఈసారి మళ్లీ రిభు అతనికి నిజమైన జ్ఞానం గురించి ఒక పాఠాన్ని అందించాడు, ఇది ఆత్మ మరియు పరమాత్మల మధ్య ఎటువంటి భేదాన్ని గుర్తించలేదు. భరత (జడభారత్) తన కథనాన్ని ముగించి, రాజు పొందాలని కోరుకునే జ్ఞానం ఇదే అని చెప్పాడు. ఆకాశం కొన్నిసార్లు నీలం లేదా ఎరుపు రంగులో కనిపించవచ్చు కానీ దాని గురించి ప్రాథమిక సత్యాన్ని మార్చలేదు. భ్రమలో చిక్కుకున్న వారికి మాత్రమే 'ఆత్మ' మరియు 'పరమాత్మ' మధ్య తేడా ఉంటుంది. ప్రపంచం మొత్తం ఒకే ఉనికితో సహజంగా ఉంది, అది ఆత్మ లేదా పరమాత్మ అంటే మరెవరో కాదు, విష్ణువు

9. మన్వంతరాలు మరియు వేదవ్యాసులు

సృష్టి మరియు విధ్వంసం యొక్క చక్రాన్ని మనవంతర అని పిలుస్తారు, అయితే సంస్కృతంలో ఈ పదానికి అక్షరాలా 'రెండు వరుస మునుల మధ్య వ్యత్యాసం' అని అర్థం. ప్రతి మన్వంతరానికి మనువు పాలకుడు. ఇప్పటివరకు ఆరు మన్వంతరాలు ఉన్నాయని మరియు ప్రతి మన్వంతరంలోని మనువు పేరు స్వయంభువు అని పురాణం పేర్కొంది. స్వరోచష, ఔత్తమీ, తామస, రైవత మరియు చక్షుష, వైవస్వత్. కుమారుని కుమారుడు శ్రద్ధ అనే ప్రస్తుత మరియు ఏడవ మన్వంతరాన్ని పరిపాలిస్తాడు. ప్రతి మన్వంతరానికి దాని స్వంత దేవతలు మరియు ఋషులు (దర్శకులు) ఉంటారు. ఆదిత్యులు (అదితి కుమారులు, దేవతల తల్లి) ప్రస్తుత మన్వంతరానికి దేవతలు.

వాటితో పాటు రాండ్వాస్ కూడా పూజ్యమైనవి. ఈ మన్వంతరంలో ఇంద్రుడు (దేవతల అధిపతి) పురందరుడు. వశిష్ఠ, కశ్యప, అత్రి, జమదగ్ని, గౌతమ, విశ్వామిత్ర మరియు భరద్వాజ అనే ఏడుగురు ఋషులు ఈ యుగంలో గరిష్టంగా గౌరవించబడ్డారు. ఇప్పుడున్న మన్వంతరంతో కలిపి ఏడుగురు మన్వంతర్లు తమ ఉనికిని చాటుకున్నారు, ఇంకా ఏడుగురు రావాల్సి ఉంది.

శ్రద్ధా మన్వంతర్ యొక్క మనువు - ప్రస్తుత వ్యక్తికి ఇక్ష్వాకు, నృగ, దృష్ట, శర్యాతి, నరిష్యంత్, నాభాగ్, అరిష్ఠ, కరుష మరియు పృషధ్ర అని పిలవబడే తొమ్మిది మంది చాలా మతపరమైన కుమారులు ఉన్నారు. ఈ ఏడు మన్వంతరాలూ పరమేశ్వరుడైన విష్ణువును తమ అంతిమ దైవంగా కలిగి ఉన్నాయి. నిజానికి మొత్తం విశ్వానికి పాలకుడు మరియు సృష్టికర్త మరెవరో కాదు, విష్ణువు తన అనేక రూపాల్లో ఉన్నాడు.

యమ మరియు యామి యొక్క జననం

విశ్వకర్మకు సంగ్య అనే కుమార్తె ఉంది, ఆమె సూర్యుడిని వివాహం చేసుకుంది. వారి పిల్లలు మను, యమ మరియు యామి. కొంతకాలం తర్వాత, సంగ్య తన భర్త యొక్క తేజస్సును భరించలేనని గుర్తించింది. కాబట్టి ఆమె తనలాగే కనిపించే ఛాయ అనే స్త్రీని సృష్టించింది. భర్తను చూసుకోవడానికి ఛాయను విడిచిపెట్టి, ఆమె ఒక అడవిలో ధ్యానం చేయడానికి బయలుదేరింది. సూర్య లేదా సూర్యకి ఈ ప్రత్యామ్నాయం గురించి తెలియదు మరియు అతను ఇప్పటికీ ఛాయాను సంగ్యగా భావించాడు. సూర్య మరియు ఛాయ దంపతులకు శనీశ్చర (శని) మరియు సావర్ణి మను అనే ఇద్దరు కుమారులు మరియు తపతి అనే కుమార్తె ఉన్నారు.

ఒకరోజు ఛాయా యమ తన ఆజ్ఞను పాటించడం లేదని గుర్తించినప్పుడు ఆమె చాలా కోపించి యముడిని శపించింది. ఈ శాపం యమ మరియు సూర్య ఇద్దరినీ ఒప్పించింది, ఈ స్త్రీ సంగ్య కాదనీ మరియు తల్లులు తమ పిల్లలను అంత మామూలుగా శపించే అవకాశం లేదు కాబట్టి తప్పక వేరొకరి అయి ఉండాలి. తదుపరి విచారణలో ఛాయా తన భర్త్తీ వెనుక ఉన్న అసలు కథను వారికి చెప్పింది.

సంగ్యా ఒక అడవిలో మగ రూపంలో తపస్సు చేయడం (తపస్సు) గురించి తెలుసుకున్న సూర్యుడు, గుర్రపు రూపాన్ని స్వీకరించిన తర్వాత ఆ ప్రదేశానికి మరమ్మతులు చేశాడు. అక్కడికి చేరుకుని మళ్లీ భార్యతో కలిసిపోయాడు. గుర్రపు జాతిలో ఉన్నప్పుడు వారికి ముగ్గురు కుమారులు ఉన్నారు. ఇద్దరు అశ్విని కుమార్‌లు మరియు ఒకరు రైవంత అని పిలిచారు. దీని తరువాత, సూర్య సంగ్యను తిరిగి తన రాజ్యానికి తీసుకెళ్లాడు. సూర్యుని (సూర్య) ప్రకాశాన్ని ఎదుర్కోవడంలో తన కుమార్తె యొక్క అసమర్థత యొక్క సమస్యలను గ్రహించిన విశ్వకర్మ దానిని తగ్గించడానికి తన శాయశక్తులా ప్రయత్నించాడు, కానీ దానిని ఎనిమిదో వంతు మాత్రమే తగ్గించగలిగాడు.

తదనంతరం భూమిపై పడి, ఎనిమిదవ భాగం శంకరుని త్రిశూలం, పుష్పక అనే కుబేరుని విమానం (ఎగిరే వాహనం), కార్తికేయ శక్తి మరియు అనేక ఇతర దివ్య ఆయుధ సృష్టికి మూలంగా మారింది. ఛాయా కొడుకు మను దాదాపు సంగ్య కొడుకు లాంటివాడు. మను మరియు అందుకే అతను సావర్ణి బిరుదులను సంపాదించాడు. సావర్ణి ఎనిమిదవ మన్వంతరం మరియు ఇంద్రుని మనువు విరోచనుని కుమారుడైన వాలి అవుతాడు. తరువాత వచ్చే మన్వంతర్ యొక్క మనువుల పేర్లు దక్షసావర్ణి (9వ), బ్రహ్మసావర్ణి (10వ). ధర్మస్ అవార్మ్ (11వ), సవామా (12వ), రౌచ్య (13వ) మరియు భౌత్య (14వ). ప్రతి చివర వేదాలు కూడా నాశనం అవుతాయి కాబట్టి మన్వంతర, సంబంధిత మనువు పవిత్ర వేదాలను తిరిగి వ్రాస్తాడు మరియు ఇతర శాస్త్రాలు. ప్రతి మన్వంతరంలో ఇప్పటికే ప్రకటించినట్లుగా, మను, ది ఏడు ఋషులు.

ఇంద్రుడు మరియు దేవతలు మరియు రాజులు కొత్తగా సృష్టించబడ్డారు. ఒకటి 14 మన్వంతర్లు ఒక కల్పాన్ని చేయడానికి వెళతారు మరియు ఒక కల్పం ముగింపులో బ్రహ్మ రాత్రి ఉదయిస్తుంది. ఆ సమయంలో (బ్రహ్మ రాత్రి) విష్ణువు తన బ్రహ్మ రూపంలో ఉన్న నీటిపై మొత్తం విశ్వాన్ని ముంచెత్తాడు. అటువంటి గొప్ప రాత్రి ముగిసిన తర్వాత మాత్రమే, పరమాత్మ కోరిక మేరకు, విశ్వం (సృష్టి) కొత్తగా సృష్టించబడుతుంది. అందుచేత మనువు, దేవతలు (దేవతలు) ఇంద్రుడు మరియు మనువు సంతానం ఒకే ఒక్క అస్తిత్వంతో, విష్ణువుతో ప్రవృత్తి కలిగి ఉన్నారు.

భగవంతుడు శ్రీనారాయణుడు (విష్ణువు) ప్రతి యుగంలో తన వివిధ రూపాలలో అవతరిస్తాడు. సత్యయుగంలో అతను మొదటి (సత్య) యుగంలో కపిల రూపంలో జ్ఞానాన్ని వ్యాప్తి చేస్తాడు. రెండవ యుగంలో - అంటే, త్రేతా దుష్టులను సంహరించడానికి మరియు గొప్పవారిని రక్షించడానికి రాజులుగా అవతరించాడు. ప్రతి ద్వాపర యుగంలో, అతను వేదాలను సవరించడానికి మరియు మరింత సంచిత జ్ఞానాన్ని జోడించడానికి వేదవ్యాసునిగా అవతరిస్తాడు.

కలికాల్ (కలియుగం)లో అతను కల్కిగా అవతారమెత్తి మళ్లీ చట్టబద్ధమైన పాలన మరియు ధర్మబద్ధమైన ప్రవర్తనను స్థాపించాడు. వేదవ్యాస్ నిజానికి వేదవ్యాస్ అనేది టైటిల్. ప్రతి యుగంలో విష్ణువు తన వేదవ్యాస్ రూపంలో సంపాదించిన మొత్తం జ్ఞానాన్ని వివిధ వేదాలుగా విభజించాడు. ఈ భారీ సవరణ మరియు పరిశీలన ప్రతి ద్వాపర యుగంలో జరుగుతుంది. [బహుశా ఈ సమయానికి

ఇంతకు ముందు ఉన్న సరిహద్దులు చాలా ఎక్కువగా ఉంటాయి, అందుకే రెండు యుగాల తర్వాత అవసరం: సత్య యుగం మరియు త్రేతా). ప్రస్తుత మన్వంతర్‌లో మనువు వైవస్వతుడు అయిన వేదవ్యాసుడు సరిసంఖ్యలో 28 విభాగాలను కలిగి ఉన్నాడు. ఈ వేదవ్యాసుల పేర్లు కాలక్రమానుసారం క్రింద ఇవ్వబడ్డాయి. స్వయంభువ, ప్రజాపతి, ఉశన, బృషస్పతి, సవిత, మృత్యు, ఇంద్ర, వశిష్ఠ, సరస్వత, త్రిధామ, త్రివృష, భరద్వాజ అంతరిక్ష, వక్రీ, త్రయరుణ, ధనంజయ, కృతంజయ, ఋణంజయ, భరద్వాజ (బహుశా, త్రినర్, హరయత్మ, గౌతముడు, గౌతముడు!), , శక్తి, పరాశర, జతుకర్ణ, మరియు కృష్ణ ద్వీపాయన.

తదుపరి వేదవ్యాసులవారు అవుతారని విష్ణు పురాణం చెబుతోంది అశ్వత్థామ. ప్రతి వ్యాసుడు నిర్దిష్ట మన్వంతర్ వరకు మనిషికి తన యుగం యొక్క జ్ఞానం యొక్క స్వంత అవగాహన ప్రకారం జ్ఞానాన్ని వేదాల వర్గంలోకి సంకలనం చేస్తాడు. సృష్టి ప్రారంభంలో వేదాలు కలిసి లక్ష శ్లోకాలను కలిగి ఉన్నాయి. 28వ ద్వాపర కృష్ణ ద్వీపాయన వ్యాసుడు పూర్వపు వ్యాసులు అనుసరించిన శైలికి అనుగుణంగా మొత్తం జ్ఞానాన్ని నాలుగు వర్గాలుగా విభజించి, వాటిని అధ్యయనం చేయడానికి నలుగురు పండితులను ప్రారంభించారు.

పైల ఋగ్వేదంలోను, వైశంపాయనుడు యజుర్వేదంలోను, జైమిని సంవేదంలోను, సుమంతునిలోను పాండిత్యం పొందారు. అథర్వ-వేదంలో. రోమహర్షన్, సూతజాతికి చెందినవాడు (రథాలు నడిపిన తరగతి) పురాణం మరియు ఇతిహాస్‌లో ప్రావీణ్యం సంపాదించడానికి ఎంపిక చేయబడింది. పది ప్రసిద్ధ యాగాలు (యాగాలు) వేదాల నుండి ఉద్భవించాయి.

యాజ్ఞవల్క్య కథ

వ్యాసుడు యజుర్వేదాన్ని 27 విభాగాలుగా విభజించి బోధించాడు. ఈ జ్ఞానాన్ని తన 27 మంది శిష్యులకు అందించాడు. ఆ 27 మంది శిష్యులలో ఒకరు వారిలో యాజ్ఞవల్క్యుడు అని పిలువబడే బ్రహ్మరాత కుమారుడు. ఒకానొక సమయంలో, ప్రసిద్ధ ఋషులు తమకు అందుబాటులోకి వచ్చిన జ్ఞానాన్ని చివరకు సవరించడానికి తాము సేకరించి మతపరమైన ప్రసంగం చేయాలని నిర్ణయించుకున్నారు. ఈ సమావేశానికి రాని వారు ఏడు రోజుల తర్వాత బ్రాహ్మణుడిని చంపిన నేరానికి పాల్పడతారని వారు నిర్ణయించుకున్నారు [అంటే, ఈ సమావేశానికి ఒక వారం పాటు రాకపోవడం తీవ్రమైన నేరం చేసిన నిర్లక్ష్యంతో సమానం.

బ్రాహ్మణుడిని చంపినట్లు]. వైశంపాయనుడు తప్ప ఋషులందరూ ఈ సభకు సక్రమంగా వచ్చారు. ఏడు రోజుల తర్వాత. వైశంపాయన్ నిజంగా తన మేనల్లుడుపై కాలు మోపి ప్రమాదవశాత్తు చంపేశాడు. ఇది భయంకరమైన పాపం కాబట్టి, దానికి ప్రాయశ్చిత్తం చేయాల్సి వచ్చింది. వైశంపాయనుడు తన శిష్యులందరినీ పిలిచాడు అన్నాడు: "నేను బ్రాహ్మణుడిని చంపిన నేరం చేశాను. దయచేసి ఈ ఘోరమైన పాపానికి నేను ప్రాయశ్చిత్తం చేసేలా బలికి ఏర్పాట్లు చేయండి." ఇది విన్న యాజ్ఞవల్క్యుడు

చాలా ఆడంబరంగా అన్నాడు: "దీని కోసం ఇతర శిష్యులను ఇబ్బంది పెట్టాల్సిన అవసరం లేదు. వారికి అంత శక్తి లేదు, యాగం మొత్తం నేనే ఏర్పాటు చేస్తాను." వైశంపాయనుడు ఈ దురహంకార వాదం విని కోపంగా ఉన్నాడు. మీరు ఈ ఆడంబర ప్రకటన ద్వారా ఇతర శిష్యులను అవమానించారు, యాజ్ఞవల్క్యుడు. శిక్ష ఏమిటంటే: మీరు నా నుండి సంపాదించిన ప్రతి జ్ఞానాన్ని నాకు తిరిగి ఇవ్వండి. నీలాంటి శిష్యుడు నాకు అవసరం లేదు." యాజ్ఞవల్క్యుడు ఇంకా అపరాధిగా ఉన్నాడు. అతను ఇలా అన్నాడు: "నేను మీ పట్ల గౌరవం ఉన్నందున నేను ఏమి చేశాను. వాస్తవం ఏమిటంటే నాకు కూడా మీలాంటి గురువు అవసరం లేదు. నేను మీ నుండి నేర్చుకున్నదంతా ఇక్కడ ఉంది. నేను దానిని తిరిగి ఇస్తున్నాను."

యాజ్ఞవల్క్యుడు, యజుర్వేదం రూపంలో తాను పొందిన విద్యనంతటినీ అక్కడ నుండి బయటికి పంపాడని చెబుతారు. ఇతర శిష్యులు దానిని తిటార్ (పత్రిడ్జ్ యొక్క ఒక రూపం) అని పిలిచే పక్షుల రూపంలో తిన్నారు. అందుకే యజుర్వేదంలోని ఈ శాఖను తిటార్ అనే పక్షి పేరు మీదుగా తైత్తరియా అని పిలుస్తారు. అయినప్పటికీ యాజ్ఞవల్క్యుడు వైశం-పయనం నుండి పొందిన జ్ఞానాన్ని వదిలించుకున్న తర్వాత సంతృప్తి చెందలేదు మరియు ఇంకా యజుర్వేదం నేర్చుకోవాలనుకున్నాడు. కాబట్టి ఈ కోరికతో అతను సూర్యుడిని ప్రార్థించడం ప్రారంభించాడు. ప్రాయశ్చిత్తం సమయంలో, సూర్యుడు అశ్వరూపంలో అతని ముందు కనిపించాడు మరియు వైశంపాయనుడు కూడా తెలియని యజుర్వేద శాఖలను అతనికి బోధించాడు.

పురాణాల సృష్టి పురాణాలు అక్షరాలా గతానికి సంబంధించిన వృత్తాంతం అని అర్థం, కాబట్టి దీనిని 'చరిత్ర' అని వదులుగా అనువదించవచ్చు. విష్ణు పురాణం అవి ఎలా వ్రాయబడ్డాయో వివరిస్తుంది. 'పురాణ సంహిత' అనేది వేదవ్యాసులచే తన శిష్యుడైన రోమహర్షణకు బోధించబడిందని, రోమహర్షణకు ముందు సుమతి, అగ్నివర్చహ, మిత్రయు, శంషప్యన, అకృతవర్ణ మరియు సావర్ణి అనే ఆరుగురు శిష్యులు ఉన్నారని సూచించబడింది. ఈ శిష్యులలో ప్రతి ఒక్కరు పురాణ సంహిత ఆధారంగా పురాణం. నిజానికి ఈ పురాణ సంహిత కూడా ఈ విష్ణు పురాణానికి ఆధారం. ఇది విష్ణువు మహిమలను వివరించే పద్మ పురాణం తర్వాత వ్రాయబడింది.

వేదవ్యాసుడు పురాణాలన్నింటినీ 18 శీర్షికల కింద విభజించారు. వారు:

1. బ్రహ్మ పురాణం
2. పద్మ పురాణం
3. విష్ణు పురాణం
4. శివ పురాణం
5. భాగవత పురాణం
6. నారద పురాణం
7. మార్కండేయ పురాణం

8. అగ్ని పురాణం
9. భవిష్యత పురాణం
10. బ్రహ్మ-వైవర్త పురాణం
11. లింగ పురాణం
12. వరాహ పురాణం
13. స్కంద పురాణం
14. వామన పురాణం
15. భారం యొక్క పురాణం
16. మత్స్య పురాణం
17. గరుడ పురాణం
18. బ్రహ్మాండ పురాణం

కొంతమంది ఋషులు ఈ పురాణాల యొక్క ఉప-విభాగాలను కూడా సృష్టించారు, ఈ గ్రహం మీద జీవితం యొక్క మూలం యొక్క వివరాలను కలిగి ఉంటాయి. సనాతన ధర్మం ప్రకారం పద్నాలుగు రకాల జ్ఞానం (విద్య) ఉన్నాయి. నాలుగు వేదాలు, ఆరు వేదాంగాలు, మీమాంస, న్యాయ, పురాణాలు మరియు ధర్మ-శాస్త్రాలు ఈ 14 ప్రధాన విద్యా శాఖలను కలిగి ఉన్నాయి. వీటికి జోడించబడింది, తరువాత ఆయుర్వేదం, ధనుర్వేదం, సంగీత-వేదం మరియు అర్థశాస్త్రం. ఈ విశ్వాసం ఋషులలో మూడు వర్గాలను గుర్తిస్తుంది (శ్రేష్ఠమైన ఆత్మలు): బ్రహ్మ-ఋషులు, దేవఋషులు మరియు రాజఋషులు వీటిని వరుసగా పరమాత్మ జ్ఞానాన్ని కలిగి ఉన్న ఋషులు, ఋషులు దైవిక జ్ఞానం మరియు ఋషులు జ్ఞానం కలిగి ఉంటారు. రాయల్టీ యొక్క.

యమ అన్ని విజ్ఞానం మరియు దాని విభిన్న వర్గీకరణల గురించి తెలుసుకున్న మైత్రేయ జీ పరాశర ఋషిని ఈ జ్ఞానంతో ఎవరైనా మరణ బంధనాన్ని అధిగమించగలరా అని అడిగారు. నాల్గవ పాండవుడైన నకుల్ అడిగిన ప్రశ్నకు సమాధానమిస్తూ మహాభారత ఖ్యాతి పొందిన భీష్ముడు చెప్పిన కథను పరాశరుడు అతనికి వివరించాడు. భీష్ముడు ఇలా అన్నాడు: "ఒకప్పుడు నాకు కళింగదేశానికి చెందిన బ్రాహ్మణుడు ఒక స్నేహితుడు ఉన్నాడు. అతను ఒకసారి ఒక జాతిస్మర ఋషిని కలుసుకున్నాడు, అతను బ్రాహ్మణుని భవిష్యత్తు గురించి కొన్ని వాస్తవాలను చెప్పాడు, అది చాలా సరైనదని కనుగొనబడింది. ఒకరి భవిష్యత్తును చాలా లోతుగా చూడగలిగే ఆ ఋషి సామర్థ్యం పట్ల బ్రాహ్మణుడు గొప్ప గౌరవాన్ని పెంచుకున్నాడు.

అప్పుడు అతను మరికొన్ని ప్రశ్నలు కూడా అడిగాడు, అది ఋషిపై అతని విశ్వాసాన్ని మరింత బలపరిచింది. అప్పుడు అతను మృత్యుదేవత యొక్క దూతలను ఎదుర్కోకుండా ఉండటానికి ఏదైనా మార్గం ఉందా అని ఋషిని అడిగాడు. ఆ తర్వాత మృత్యుదేవత మధ్య జరిగిన డైలాగ్స్ చెప్పాడు .మరియు అతని దూతలు. మృత్యుదేవత లేదా యమ తన దూతలకు ఈ విధంగా ఉపదేశించాడు:

“మీలో ఎవ్వరూ విష్ణు భక్తులను ఇబ్బంది పెట్టకూడదు. ఎందుకంటే ఆయన నా ప్రభువు కూడా మరియు అతని ఆదేశానుసారం నేను జీవుల వయస్సు మరియు మరణాల లెక్కలను ఉంచుతాను. , జీవులను నిర్ధారించడానికి పారామితులైన వారి పాపాలు మరియు పుణ్యాలు, చివరికి ఏ రాజ్యంలో నివాసం ఉంటాయి. కాబట్టి మీరు అన్ని విష్ణువులను కూడా గౌరవించాలి-భక్తులు. విష్ణువు పట్ల ఉదాసీనంగా ఉన్నవారిపై మాత్రమే మీరు అధిక శక్తిని పొందగలరు. ఈ కథలోని నైతికత ఏమిటంటే, ఎవరు ఎంత నేర్చుకున్నా, శ్రీమహావిష్ణువుపై విశ్వాసం లేకపోతే, అమరత్వాన్ని పొందలేరు.

10.నాలుగు దశలు, సంస్కారాలు మరియు మాయామోహ కథలు

విష్ణువును అనుసరించే ఆదర్శ మార్గం విష్ణువు యొక్క ఆదేశానుసారం సృష్టించబడిన శాస్త్రాలలో నాలుగు తరగతులు నిర్దేశించబడిన నాలుగు తరగతుల (వర్ణం) మరియు నాలుగు దశల (ఆశ్రమాలు) చట్టాన్ని అనుసరించడం. తమ వర్గానికి నిర్దేశించబడిన దాని నుండి వైదొలగని వారు, మిత్రులు మరియు శత్రువుల మధ్య భేదాభిప్రాయాలు లేని వారు విష్ణువు యొక్క సృష్టి; దొంగలు కాని వారు; ఎవరైతే సత్యం మరియు అహింసకు కట్టుబడి ఉంటారో, వారి హృదయం అపరాధం లేకుండా మరియు కోపం లేకుండా ఉంటుంది, వారు విష్ణువు యొక్క నిజమైన భక్తులు.

ఏ సమాజంలోనైనా నాలుగు తరగతులకు బ్రాహ్మణులు, క్షత్రియులు, వైశ్యులు మరియు శూద్రులు ప్రాతినిధ్యం వహిస్తారు. భిక్ష ఇవ్వాలని, యాగాల ద్వారా దేవతలను ఆరాధించాలని, వేదాలను అధ్యయనం చేయాలని శాస్త్రాలు బ్రాహ్మణుడిని ఆదేశిస్తున్నాయి. వారు సకల జీవరాశులతో మంచిగా ప్రవర్తించాలి, మాటలతో, చేతలతో ఎవరికీ హాని చేయకూడదు. అందరితో స్నేహంగా ఉండటమే బ్రాహ్మణునికి ఉండవలసిన అతి ముఖ్యమైన సంపద. శాస్త్రాలు క్షత్రియులను తమ రోజువారీ అవసరాలను తీర్చడానికి, బ్రాహ్మణుల మార్గదర్శకత్వంతో శాస్త్రాలను అధ్యయనం చేసి, విష్ణువుకు యాగం చేయమని బ్రాహ్మణుడికి దానం చేయమని కోరతాయి.

ఆయుధాలు ధరించి భూమిని రక్షించడం క్షత్రియుల ప్రధాన విధి. అతను రాజు మరియు అతని విధులు చెడును శిక్షించడం మరియు మంచిని రక్షించడం తద్వారా ధర్మం ప్రబలుతుంది. వైశ్యులు వ్యాపారం, వ్యవసాయం, పశుపోషణ చేస్తారు. అదనంగా, వారు అధ్యయనం చేయాలి, దానాలు చేయాలి మరియు యాగం చేయాలి. శూద్రుని విధి తరగతులకు సేవ చేయడం మరియు వారి సౌకర్యాన్ని విశ్రాంతి తీసుకోవడం. ఒక వేళ జీవించడం అసాధ్యం దీని ద్వారా, శూద్రులు వ్యాపారం లేదా హస్తకళలు మరియు ఇతర మార్గాల ద్వారా సంపాదించవచ్చు.

అయినప్పటికీ, ప్రత్యేక విధులతో పాటు, శాస్త్రాలు అన్ని తరగతులకు కొన్ని సాధారణ విధులను కూడా ఆదేశిస్తాయి. వారిలో ప్రతి ఒక్కరూ అందరి పట్ల దయ చూపాలి; వారు తమ శారీరక పరిశుభ్రతను నిర్ధారించుకోవాలి, కష్టాలు మరియు కష్టాలను భరించేంత సామర్థ్యంతో అందరితో నిజాయితీగా మరియు స్నేహపూర్వకంగా ఉండాలి. ఒక బ్రాహ్మణుడు నిర్దేశించిన మార్గాల ద్వారా జీవనోపాధి పొందలేని పక్షంలో, అతను ఆయుధాలను చేపట్టి క్షత్రియుని విధులను నిర్వహించగలడు. లేదా, అతను వ్యవసాయం, జంతువులు, పెంపకం లేదా వ్యాపారాన్ని చేపట్టవచ్చు.

దుర్భర పరిస్థితుల్లో, క్షత్రియులు వ్యవసాయం, జంతువులు కూడా తీసుకోవచ్చు పెంపకం లేదా వ్యాపారం. అయితే ఒక బ్రాహ్మణుడు లేదా క్షత్రియుడు శూద్రుని విధులను చేపట్టేంత నీచానికి ఎన్నడూ

దిగజారకూడదు. ఇది ఆపద్ధర్మ పరిస్థితిలో (పూర్తిగా బాధాకరమైన పరిస్థితుల్లో) వేరే ప్రత్యామ్నాయం లేనప్పుడు మాత్రమే అనుమతించబడుతుంది. స్పష్టంగా నిర్వచించబడిన విధులు కలగకుండా చూడడం సమాజంలోని ప్రతి సభ్యుని కర్తవ్యం, అప్పుడు అది అరాచకం అవుతుంది.

'ఆశ్రమాలు' అని పిలువబడే జీవితంలోని నాలుగు దశలలో మొదటిది 'బ్రహ్మచార్య', దీనిని బ్రహ్మచారి విద్యార్థి హుడ్‌గా విశదీకరించవచ్చు. మానవ జీవితంలోని మొత్తం వ్యవధిలో దాదాపు నాలుగో వంతు వరకు విస్తరించి ఉంది, ఇది ప్రపంచం నుండి సాధ్యమయ్యే అన్ని జ్ఞానాన్ని గ్రహించాల్సిన కాలం. ఈ దశలోనే, బాలుడు తన పవిత్రమైన దారంతో పెట్టుబడి పెట్టబడిన తర్వాత, వేదాలు మరియు ఇతర జ్ఞానాన్ని నేర్చుకోవడం కోసం అతని గురువు ఇంటికి లేదా పాఠశాలకు పంపాలి. అక్కడ అతను పరిశుభ్రమైన జీవితాన్ని గడపాలి మరియు అతని కర్మకు శ్రద్ధ వహించాలి.

ఈ కాలంలో అతను తన గురువుకు అంకితభావంతో సేవ చేయాలి మరియు వేదాలను అధ్యయనం చేయాలి. ప్రతి తల్లి మరియు సాయంత్రం సూర్యోదయానికి ముందు మరియు సూర్యాస్తమయం తర్వాత వరుసగా సూర్యుడు మరియు అగ్నికి అంకితమైన తన ప్రార్థనలను మరియు ప్రార్థనలు ముగిసిన తర్వాత తన గురువుకు ఎలా చెప్పాలి. శిష్యుడు ('బతుక్' లేదా విద్యార్థి) తన గురువు కూర్చున్న తర్వాత కూర్చుని, తన గురువు చెప్పినదానిని అనుసరించాలి. ప్రతి రోజు పూలు తీసుకువస్తున్నారు తన గురువుకు ఉదయం, నీటిని సరఫరా చేయడం మరియు అతని ఇంటి పనులలో గురువుకు సహాయం చేయడం కూడా ఈ మొదటి దశలో విద్యార్థి విధిలో ఒక భాగం. చివరికి శిష్యుడు వేదాలను నేర్చుకుని జ్ఞానాన్ని పొందుతాడు. తన విద్యను పూర్తి చేసిన శిష్యుడు (శిష్యుడు) తన గురువుకు గురు దక్షిణ అని పిలవబడే ఫీజును చెల్లించాలి.

గురువు అతనిని అనుమతించిన తర్వాత మాత్రమే అతను తదుపరి ఆశ్రమాలలో కుటుంబ జీవితం లేదా గృహస్థ ఆశ్రమాలలో అడుగుపెడతాడు. అప్పుడు అతను ఇంట్లో ఉంటూ తన ప్రాపంచిక విధులను స్వీకరిస్తాడు. ఈ ఆశ్రమం అబ్బాయి పెళ్లి చేసుకోవడం మరియు సరైన జీవితాన్ని ఎంచుకోవడంతో ప్రారంభమవుతుంది. అటువంటి వ్యక్తి యాగాల ద్వారా దేవతలను, ఆహారం ద్వారా అతిథులను, వేదాలను చదవడం ద్వారా ఋషులను, పిల్లలను కనడం ద్వారా బ్రహ్మను మరియు సత్యసంధత ద్వారా సమస్త ప్రపంచాన్ని సేవించాలి. అనేక విధాలుగా 'గ్రహస్థ ఆశ్రమము' ఇతరులకన్నా ఉన్నతమైనది. బ్రాహ్మణులు మరియు బ్రహ్మచర్యాన్ని అనుసరించేవారు వారు పొందే భిక్షతో జీవించవలసి ఉంటుంది.

గృహస్థులు లేదా ఈ ఆశ్రమాన్ని పొందిన వ్యక్తి విద్యార్థులకు మరియు బ్రాహ్మణులకు అన్నదానం చేస్తారు. అతిథులు వచ్చినప్పుడు, గృహస్థుడు ఆహారం, సీట్లు మరియు పడకల స్వభావంతో తనకు చేతనైనది అందజేస్తాడు. ఒక అతిథి అసంతృప్తితో వెళ్ళిపోతే, అతను గృహస్థుని 'పుణ్య' (సంచితమైన పుణ్యం)ను తీసివేసి, తన కొడుకును తన అతిథేయల వద్ద వదిలివేస్తాడు. అందుకే అతిథిని ఎల్లప్పుడూ సక్రమంగా ఆదరించాలి మరియు అతను కోరుకునే ఏదీ నిరాకరించకూడదు. ఒక వ్యక్తి తన ప్రాపంచిక

విధులను నిర్వర్తించినప్పుడు మరియు జీవితంలోని అన్ని ఆనందాలను అనుభవించినప్పుడు ఈ ఆశ్రమం ముగుస్తుంది. ఈ ఆశ్రమం తర్వాత అతను వానప్రస్థ ఆశ్రమం లేదా నివాసం (లేదా అడవి వైపు వెళ్లే) ఆశ్రమానికి వెళ్లవచ్చు. వాస్తవానికి ఇది అతను తన భార్యను తనతో పాటు తీసుకెళ్లగలిగినప్పటికీ, అతను తన ప్రాపంచిక బంధాల నుండి తనను తాను వేరుచేయడం ప్రారంభించాల్సిన దశ. ఆమె కూడా తన కుమారులతో కలిసి ఉండాలనే కోరిక ఉందా? అడవిలో అతను పండ్లు మరియు వేర్లు మరియు ఆకులు నేలపై నిద్రిస్తూ జీవించాలి. ఈ దశలో అతని జుట్టును అప్పుడప్పుడు కత్తిరించుకోవడం లేదా గడ్డం షేవ్ చేయడంతో సహా అతని శరీరానికి సంబంధించిన అన్ని సౌందర్య సాధనాల సంరక్షణను నిలిపివేయాలి.

దేవతలను ఆరాధించాలి, అతిధులను ఆశ్రయించాలి, అవసరమైన వారికి తనలాగే దానం చేయాలి బహుశా చెయ్యవచ్చు. ఈ దశలో వ్యక్తి యొక్క ప్రధాన వృత్తి పూజగా ఉండాలి. అతను సాధ్యమైనంతవరకు ప్రపంచం నుండి వేరుగా ఉండటానికి మరియు ప్రకృతికి దగ్గరగా జీవించడానికి ప్రయత్నించాలి. చివరి దశ సన్యాస ఆశ్రమం. అతను ఉన్నప్పుడు ఇది వేదిక మొత్తం సృష్టిని పూర్తిగా నిర్మోహమాటంగా చూసుకోవాలి. ప్రాపంచిక బంధాలన్నింటినీ వదులుకోగలిగినప్పుడు ఈ దశలోకి ప్రవేశిస్తాడు మరియు అన్ని యానిమేట్ మరియు నిర్జీవంతో సమాన దూరం అయింది ప్రపంచంలోని వస్తువులు. 'సన్న్యాస్ అనేది పదం, దీని అర్థం (సం) కూడా (+ న్యాస్) ప్లేస్‌మెంట్. కాబట్టి వాచ్యంగా దీని అర్థం ఏదైనా వ్యక్తి స్థలం లేదా వస్తువు పట్ల పక్షపాతం లేదా ప్రాధాన్యత లేని వ్యక్తి. ఒక వ్యక్తి సృష్టిలోని ప్రతిదానితో సమానంగా స్నేహంగా ఉండే దశ ఇది. అతనికి దేనితోనూ ప్రత్యేక అనుబంధం ఉండకూడదు. అతను ఎవరికీ ఏ విధంగానూ హాని చేయకూడదు.

అతను ఒంటరిగా జీవిస్తాడు మరియు యోగ వ్యాయామాలు చేస్తాడు, అంటే మనిషిని దేవునితో కలిపే వ్యాయామాలు. అతను ఒక సమయంలో ఒక రాత్రి కంటే ఎక్కువ ఒక గ్రామంలో మరియు ఒక సమయంలో ఐదు రాత్రులు కంటే ఎక్కువ ఒక నగరంలో ఉండకూడదు. సన్యాసి లేదా సన్యాసి తన ఆహారం కోసం అడుక్కోవాలి మరియు స్వయంగా వండిన ఆహారం తీసుకోకూడదు. అంతేకాదు, ఇంట్లో అందరూ తిన్నంత మాత్రాన భిక్షాటన కోసం ఇంటికి వస్తాడు. అతని వాటా మిగిలిపోయిన ఆహార పదార్థాలు మాత్రమే కావచ్చు. ఇది వ్యక్తిని చివరి విడుదలకు సిద్ధం చేసే దశ.

సంస్కారాలు లేదా స్థానికుల కోసం ఆచారాదశ

పరాశర మహర్షి వివిధ వర్గ విభజనలు మరియు దశలను వివరించిన తరువాత, సాగర్ మరియు ఔర్వల మధ్య జరిగిన సంభాషణను ఉటంకిస్తూ, ప్రతి మనిషికి తప్పనిసరిగా పాటించవలసిన వివిధ ఆచారాల గురించి ప్రస్తావించారు. కొడుకు పుట్టిన సందర్భంగా తండ్రి తప్పక నిర్వహించాలి కొనసాగింపు కోసం దేవునికి కృతజ్ఞతలు తెలిపే కార్యక్రమం (శ్రద్ధ). అతని వంశం. ఈ రకమైన శ్రద్ధను అభ్యుదయ శ్రాద్ధం అంటారు ఇందులో ఇద్దరు బ్రాహ్మణులకు తినిపించాలి, తర్వాత నైవేద్యాన్ని

సమర్పించాలి అతని అగువాటిస్ మరియు కుటుంబ దైవత్వాలకు అర్పణలు అతను గమనించాలి పిండా-దాన్ యొక్క ఆచారం. పదవ రోజు కొత్తగా వచ్చిన వారికి పేరు పెట్టాలి. అతని పేరుకు మొదట్లో కొంత దైవత్వం పేరు ఉండాలి (కృష్ణుడు, రాముడు మొదలైనవి) అతని కుల గుర్తింపు తర్వాత మధ్య పేరు. ఎనిమిదేళ్ల వయసులో పుత్రుని పవిత్ర తంతు (యజ్ఞోపవీత) కార్యక్రమం నిర్వహించాలి. అక్కడ తర్వాత అతన్ని ఏదో ఒక పాఠశాలకు పంపాలి. చదువు పూర్తయ్యాక పెళ్లి చేసుకోవాలి. వధువు వయస్సు వరుడి వయస్సులో నాల్గవ వంతు ఉండాలి.

ఏవిధమైన వివాహాల గురించి చెబుతూ ఔర్వ ఎనిమిది రకాల వివాహాలు ఉన్నాయని చెప్పాడు: బ్రహ్మ, దైవం, అర్ష, ప్రజాపత్య, అసుర (ధైర్యం), గాంధర్వ, రాక్షస మరియు పిశాచ వివాహం. పెళ్లి తర్వాత కొడుకు తన కుటుంబ సంప్రదాయాలకు అనుగుణంగా కుటుంబ జీవితంలో స్థిరపడాలి. ఒక తండ్రి తన కుమారుని వివాహం పూర్తి చేయకపోతే అతను ఇహలోకంలో లేదా పరలోకంలో ఎటువంటి పుణ్యాన్ని పొందడు. కుటుంబ వ్యక్తి యొక్క ఆదర్శ దినచర్యను అనుసరించాలి.

తెలివైన వ్యక్తి ఉదయాన్నే లేవాలి. అప్పుడు అతను తన ప్రేగులను ఖాళీ చేయడానికి అడవికి లేదా ఏదైనా సుందరమైన ప్రదేశానికి వెళ్లాలి. మలమూత్ర విసర్జన చేసేటప్పుడు తలపై మూసుకుపోయి మాట్లాడకూడదు. దీని తరువాత చేతులు మరియు కాళ్ళు మరియు దంతాలను సరిగ్గా కడగాలి. స్నానం చేసిన తరువాత, అతను తన ప్రార్థనలు చేసి, తన పూర్వీకులకు మరియు ఋషులకు నమస్కరించాలి. ఇంట్లో ఎవరైనా గౌరవప్రదమైన వ్యక్తి లేదా బ్రాహ్మణుడు అందుబాటులో ఉన్నట్లయితే, గృహస్థుడు తన ముందు అతనికి సరిగ్గా ఆహారం ఇవ్వాలి.

ఆహారం తీసుకున్న తర్వాత అతను తన జీవనోపాధి కోసం వెళ్ళాలి. లో సాయంత్రం అతను తిరిగి వచ్చినప్పుడు అతను తన చేతులు మరియు కాళ్ళు కడుక్కోవాలి మరియు తరువాత చెప్పాలి అతని సాయంత్రం భోజనంలో పాల్గొనే ముందు అతని సాయంత్రం ప్రార్థనలు. అతను ఇచ్చిన శుభ దినాలలో తప్పనిసరిగా తన భార్యతో పడుకోవాలి కానీ ఆమె పీరియడ్స్, అనారోగ్యం లేదా గర్భధారణ సమయంలో ఎప్పుడూ పడుకోకూడదు. అతను తన భార్యను కాపులేట్ చేయమని బలవంతం చేయకూడదు. ఎక్కువ నిండిన లేదా ఖాళీ కడుపుతో కాపులేట్ చేయడం సిస్టమ్‌కు చెడ్డది. 14వ మరియు 8వ చంద్ర రోజులలో మరియు పౌర్ణమి రోజులలో కూడా సంయోగం నిషేధించబడింది; ఉదయం మరియు సాయంత్రం: ఒక వ్యక్తి యొక్క ప్రేగులు లేదా మూత్రాశయం నిండినప్పుడు, గురువు యొక్క ఆశ్రమంలో లేదా పవిత్ర స్థలంలో; ఒక చెట్టు కింద, చైత్ర మాసంలో (15 మార్చి నుండి 15 ఏప్రిల్ వరకు) లేదా ఏదైనా బహిరంగ ప్రదేశంలో. ఈ నియమాన్ని పాటించడం వల్ల లైంగిక లేదా ఇతర వ్యాధుల బారిన పడకుండా ఉంటారు.

మంచి గృహస్థుడు ఎప్పుడూ దొంగతనం చేయకూడదు, అబద్ధం చెప్పకూడదు లేదా ఇతరులకు అప్రియమైనదిగా మాట్లాడకూడదు. అతను ఎప్పుడూ ఇతరుల తప్పులను వివరించకూడదు మరియు ఇతరుల పట్ల అసూయ లేకుండా ఉండాలి. అతనికి మరియు దుర్మార్గులకు మధ్య దూరం పాటించాలి.

అతను ఎప్పుడూ మండుతున్న ఇంట్లోకి ప్రవేశించకూడదు లేదా చెట్టు పైకి ఎక్కకూడదు. ఆవులిస్తున్నప్పుడు నోరు మూసుకోకపోవడం అసభ్యకరం. దేవతల నీడలు, ధ్వజములు, పూజించవలసిన వారిపై అడుగు పెట్టకుండా జాగ్రత్తపడాలి. మంచి గృహస్థుడు మంగళకరమైన వస్తువు, పువ్వు, ఆభరణాలకు నమస్కరించే ముందు తన ఇంటిని విడిచిపెట్టడు; స్పష్టం చేసిన వెన్న (నెయ్యి) లేదా గౌరవప్రదమైన వ్యక్తులు. రాత్రిపూట ప్రయాణిస్తున్నప్పుడు తప్పనిసరిగా ఒక కర్రను చేతిలో ఉంచుకోవాలి. ఎండలో వెళ్లేటప్పుడు ఎప్పుడూ గొడుగు వాడాలి. అతను ఎప్పుడూ నిజం చెప్పాలి, కానీ నిజం ఎవరికైనా హాని కలిగించేలా కనిపించినప్పుడు, అతను మౌనంగా ఉండాలి.

గృహస్థుడు చనిపోయినప్పుడు అతని శరీరానికి స్నానం చేసి పూలమాల వేయాలి. మృతదేహాన్ని ఎప్పుడూ ఊరి బయట కాల్చివేయాలి. ఒక బ్రాహ్మణునికి, పది రోజుల తర్వాత శ్రద్ధా కార్యక్రమం జరుగుతుంది; క్షత్రియుడికి పన్నెండు రోజుల తర్వాత మరియు వైశ్యులకు 15 రోజులు. శూద్రులు మరణించిన నెల పూర్తి అయిన తర్వాత మరణం (ఆశౌచ) వలన కలిగే అపవిత్రత నుండి శుద్ధి పొందుతారు.

ఆశౌచ కాలంలో ఎలాంటి శుభకార్యాలు నిర్వహించకూడదు. ఆచార ఆరాధన మరియు భిక్ష కూడా ఈ కాలంలో నిలిపివేయబడుతుంది. ఈ కాలం ముగిసినప్పుడు, ఒకరి సామర్థ్యం ప్రకారం ముగ్గురు, ఐదు, ఏడు లేదా తొమ్మిది మంది బ్రాహ్మణులకు ఆచారబద్ధంగా ఆహారం ఇవ్వాలి.

వారికి ఆహారం అందించిన తర్వాత, మరణించిన వ్యక్తి యొక్క ఆత్మ సంతృప్తి కోసం, మరణించిన ఆత్మ యొక్క కొన్ని వ్యక్తిగత వస్తువులను, కుషాగ్రస్‌తో చేసిన చాపపై ఉంచి, నీరు, ఆయుధం, కొరడా మరియు కర్రతో దానం చేయాలి. తినిపించిన బ్రాహ్మణులు.

దీని తరువాత ఒక సంవత్సరం పాటు చంద్రుడు లేని ప్రతి రోజున పిండా-దానాన్ని పూర్తి చేసిన తర్వాత ఒక గొప్ప బ్రాహ్మణుడికి ఆహారం ఇవ్వాలి. ఈ వేడుకలు మరణించిన వ్యక్తి యొక్క కుమారుడు, మనవడు, సోదరుడు లేదా అతని కుమారుడు మొదలైన వారి ఆత్మకు చెందిన అదే కుటుంబానికి చెందిన వారసులు మాత్రమే నిర్వహించాలి.

మాఘ మాసం చంద్రుడు లేని రోజున (మమధ్య షట్భిషా నక్షత్రరాశులు (లంబ్డా-కుంభం) పెరుగుతోంది, ఇది నిష్క్రమించిన వ్యక్తి యొక్క ఆత్మ యొక్క ప్రాయశ్చిత్తానికి అనువైన క్షణం. 10,000 సంవత్సరాల పాటు ఆత్మను తృప్తిపరచడానికి ఆ సందర్భంగా ఈ వేడుక వెనుకబడి ఉన్నందున, ఆ రోజునే ధనిష్ఠ యొక్క ఆరోహణ నిష్క్రమించిన ఆత్మ యొక్క ప్రాయశ్చిత్తానికి మరింత పవిత్రమైనది. గంగా, జమున, సట్లుజ్, వ్యాస్ లేదా గోమతి వంటి పవిత్ర నది ఒడ్డున నిష్క్రమించిన ఆత్మకు సమర్పించే అర్పణలు, జనన మరణాల చక్రం నుండి విముక్తి పొందేందుకు మరణించిన ఆత్మ యొక్క పుణ్యాన్ని జోడిస్తాయి. నిష్క్రమించిన పూర్వీకులు తమ చట్టపరమైన వారసుల ద్వారా తమ ఆత్మ యొక్క ప్రాయశ్చిత్తాన్ని ఎల్లప్పుడూ కోరుకుంటారు.ఔర్వ ఋషి యొక్క ప్రదర్శన కోసం ఇంకా చెప్పారు

శ్రాద్ధ వేడుకలో, ఎంచుకున్న బ్రాహ్మణుడు తప్పనిసరిగా బాగా పాండిత్యం కలిగి ఉండాలి. వేదాలు. అతను ఏ విధమైన దుర్గుణాలలో మునిగిపోకూడదు మరియు చేయకూడద. నీచ స్వభావం కలవాడు. బ్రాహ్మణుడికి గౌరవప్రదంగా ఆతిథ్యం ఇస్తున్నప్పుడు. ఆ బ్రాహ్మణంలో నిష్క్రమించిన తన పూర్వీకుల ఉనికిని భావించాలి. గయా నగరంలో శ్రద్ధా వేడుక యొక్క ఏదైనా ప్రదర్శన, మరణించిన ఆత్మ యొక్క క్రెడిట్‌కు అదనపు పుణ్యాన్ని పొందుతుంది. అయితే ఈ సందర్భంగా తయారుచేసిన ఆహారాన్ని నపుంసకుడు, నశించినవారు, పాపాత్ములు లేదా ఆమె రుతుక్రమంలో ఉన్న స్త్రీకి కనిపించకుండా జాగ్రత్తలు తీసుకోవాలి. మంచి కుటుంబ వ్యక్తి ఎప్పుడూ శుభ్రమైన బట్టలు ధరించాలి.

అతను అబద్ధాలు మాట్లాడటానికి విరక్తి కలిగి తీపి నాలుక ఉండాలి. స్వతహాగా పవిత్రులు మరియు దైవభీతి గల వారి పట్ల అతనికి గొప్ప భావాలు ఉండాలి. అందరికంటే ముందుగా ముక్కును శుభ్రం చేసుకోవడం, నోరు తెరిచి దగ్గడం, ఉల్లాసంగా నవ్వడం, పెద్ద శబ్దంతో విసుగు పుట్టించడం, గడ్డం లేదా మీసాల వెంట్రుకలను జుర్రుకోవడం, భూమి ఉపరితలంపై రాయడం, వేరొక పురుషుడి నగ్నంగా ఉన్న స్త్రీని చూడటం, పైకి లేవడం లేదా కుమారుడిని ఏర్పాటు చేయడం, శ్మశాన వాటికలో, బహిరంగ ప్రదేశంలో, చైత్య వృక్షం క్రింద, శారీరక వ్యాయామాలలో ఎక్కువ సమయం కేటాయించడం, స్నానం చేసేటప్పుడు భార్యతో కాపురం చేయడం, బట్టలు లేకుండా నిద్రపోవడం, దేవతలను పూజించేటప్పుడు తుమ్మడం లేదా ఉమ్మివేయడం వంటివి కొన్ని.

మంచి ఇంటి యజమాని ఎప్పుడూ చేయకూడని అసభ్యకరమైన పద్ధతులు. ది టేల్ ఆఫ్ మాయమోహ శతాబ్దాల క్రితం రాక్షసులకు మరియు మంచికి మధ్య ఒక సంవత్సరం పాటు యుద్ధం జరిగింది. 'హ్రాద' అనే కొందరు దైత్యులు (రాక్షసులు) దేవతలను ఓడించడంతో యుద్ధం ముగిసింది. దేవతలు సముద్రం యొక్క ఉత్తర తీరానికి పారిపోయారు మరియు అక్కడ వారు విష్ణువును ప్రార్థించడం ప్రారంభించారు. వారి సహాయం విన్న విష్ణువు వారి ముందు ప్రత్యక్షమయ్యాడు.

వారికి సహాయం చేయడానికి. అతను అక్కడ సృష్టించాడు మరియు తరువాత తన స్వంతదాని నుండి మాయమోహ అని పిలువబడ్డాడు. శరీరం. మాయామోహ నాయకత్వంలో, దేవతలు రాక్షసులకు చేదు గుణపాఠం నేర్పడానికి మరియు వారితో వారి స్కోర్లను తీర్చడానికి ముందుకు సాగారు. ఆ సమయంలో అసురులు (రాక్షసులు) నర్మదా నది ఒడ్డున యాగం చేస్తున్నారు. మాయామోహ ఆకులను ధరించి, గుండు తలతో వారి ముందు కనిపించింది.

రాక్షసులు కోరుకున్న వాటిని సాధించడానికి ఉత్తమ మార్గం తన స్వీయ బోధించిన మతాన్ని అనుసరించడం అని వారికి చెప్పాడు. రాక్షసులను మాయామోహముతో ఒప్పించి వేదమార్గమును విడిచిపెట్టెను. ఇప్పుడు ఈ మతాన్ని స్వీకరించిన 'అసురులు' అర్హతలు అని పిలవబడ్డారు. కొత్త మతం ప్రభావంతో వారు వేదాలను మరియు దేవతలను విమర్శించడం ప్రారంభించారు. వారు అన్ని త్యాగ పద్ధతులను కూడా తృణీకరించారు మరియు బ్రాహ్మణుల ప్రాముఖ్యత పట్ల విముఖత చూపారు. ఈ విధంగా, దేవతలు అర్హత్‌పై దాడిని ప్రారంభించినప్పుడు

రాక్షసులు అప్పటికే ధర్మమార్గం నుండి తప్పుకున్నారు. తత్ఫలితంగా, అసురులు అప్పటికే తమ నైతిక శక్తిని కోల్పోయినందున అసురులను దేవతలు సులభంగా ఓడించారు.

[ఈ కథ యొక్క నైతికత స్పష్టంగా ఉంది. భగవంతుడు తన భక్తులను వారి ముందు భ్రమలు సృష్టించడం ద్వారా పరీక్షిస్తాడు, ఇది తరువాతి వారిని ధర్మమార్గం నుండి దూరం చేస్తుంది. ఈ భ్రమలకు లోనైన వారు జీవితంలో ఓడిపోతారు.)

వేదాలు నిర్దేశించిన మార్గాన్ని విమర్శించే వారిని నాగులు అంటారు [అంటే, నాగరికత లేనివారు) అలాంటి వారితో చర్చలు జరపడం కూడా ఒకరి ప్రతిష్ట మరియు విలువలను దెబ్బతీస్తుంది. అప్పుడు పరాచార్ ఈ సందర్భంలో ఒక కథను చెప్పాడు.

శతధనువు మరియు శైవ్య కథ.

అక్కడ చాలా సంవత్సరాల క్రితం శతధనుడు అనే రాజు పరిపాలించేవాడు. అతను మహావిష్ణువుకు అమితమైన భక్తుడు. అతని భార్య శైవ్య కూడా చాలా మతపరమైన వ్యక్తి. భాగీరథి నది ఒడ్డుకు వెళ్లి విష్ణుమూర్తికి ప్రార్థనలు చేయడం వారి రోజువారీ ఆచారం. వారు విష్ణువు యొక్క ఆరాధనకు ఎంతగా అంకితభావంతో ఉన్నారు, వారు ఏ ఇతర అన్వేషణలో ఆసక్తి చూపలేదు. వారు విష్ణువును ఆరాధిస్తూ సంతోషంగా జీవిస్తున్నప్పుడు ఒక మోసపూరిత గురువు వారి వద్దకు వచ్చాడు.

శైవ్య ఆ టీచర్‌తో మాట్లాడటానికి మంచి వ్యక్తి కాదని గుర్తించినందున, ఆమె అతనితో ఎలాంటి సంభాషణలు చేయడానికి నిరాకరించింది, అయితే ఆమె దురదృష్టం కొద్దీ, ఆమె భర్త, షఘధనుడు మోసపూరిత ఉపాధ్యాయుడికి ప్రేక్షకులను అందించాడు. కొన్ని సంవత్సరాల తరువాత, శతధనుడు మరణించాడు మరియు అతనితో పాటు శైవుడు కూడా మరణించాడు, అంత్యక్రియల చితిపై సతీదేవిగా మారింది. శతధనుడు ఆ మోసపూరిత వేదంతో మాట్లాడిన పర్యవసానంగా- మరుజన్మలో రాజు కుక్కగా జన్మించాడు. మరియు శవ్య కాశీ రాజుకు 'జాతిస్మర' కుమార్తెగా జన్మించింది. కాశీ రాజు తన కుమార్తె వివాహం చేయాలనుకున్నప్పుడు, శైవుడు నిరాకరించాడు.

తన భర్త కుక్కగా పుట్టాడని, విదిషా నగరంలో నివసిస్తున్నాడని ఆమెకు తెలిసింది. దాంతో ఆమె అక్కడికి వెళ్లి కుక్కను కలుసుకుంది. ఆమె తినడానికి మంచి ఆహారం ఇచ్చింది. కుక్క తోక ఊపుతూనే ఉంది. దీనితో, శైవ్య చాలా సిగ్గుపడ్డాడు మరియు శిఖరం పడిపోయాడు. అప్పుడు ఆమె కుక్కకు దాని పూర్వ జీవితాన్ని గుర్తు చేస్తూనే ఉంది. ఎట్టకేలకు ఆ కుక్కకి గత జన్మ జ్ఞాపకం వచ్చింది. ఈ జీవితంలో జాతులలో దాని గొప్ప పతనం గ్రహించిన కుక్క చాలా విచారంగా ఉంది.

అది నగరాన్ని వదిలి ఒక పర్వత శిఖరాన్ని అధిరోహించింది. అక్కడి నుండి ఎడారిలో పడి చచ్చిపోయింది. ఈసారి (కుక్క జాతి తర్వాత రెండవ జీవితంలో) అది నక్కగా జన్మించింది. శవ్య మళ్లీ అతనిని కనిపెట్టి, కోలాహల పర్వతం వద్ద నక్కను కలుసుకుంది. ఆమె నక్కకు దాని పూర్వ జీవితాన్ని గుర్తు చేసింది. ఆ విధంగా గుర్తుచేస్తే, నక్క అడవిలో చనిపోయి తోడేలుగా పుట్టింది. శైవ్య తోడేలును కనిపెట్టి దాని పూర్వపు జీవితాన్ని గుర్తు చేశాడు. కుంగిపోయిన తోడేలు వెంటనే చనిపోయింది.

తదుపరిసారి అది రాబందుగా పునర్జన్మ పొందింది. దాన్ని కలవడానికి షావీయ వెళ్ళింది. ఈసారి రాబందు మరణానంతరం శతధనుడు అ కాకి. మరుసటి జన్మలో కాకి నెమలిగా జన్మించిన శైవుడు మరల దానిని గుర్తించి ఈ నెమలితో స్నేహం చేశాడు. ఆ సమయంలో జనక రాజు అశ్వమేధ యాగం చేస్తున్నాడు. ఆ సమయంలో నెమలి స్నానం చేసింది. త్యాగం యొక్క. శైవ్య కూడా అక్కడకు చేరుకుంది మరియు ఆమె మళ్ళీ నెమలికి దాని పూర్వ జీవితాన్ని గుర్తు చేసింది.

అది చచ్చిపోయింది. అది ఇప్పుడు జనకుని కుమారుడిగా జన్మించింది మరియు శైవుడు అతనిని వివాహం చేసుకోవడానికి అంగీకరించాడు. జనకుడు మరణించిన తరువాత, అతని కుమారుడు విదేహ రాజ్యానికి పాలకుడు అయ్యాడు. ఈ జన్మలో శతధనుడు ఎన్నో యాగాలు చేసి ఎన్నో దానాలు చేశాడు. అతనికి చాలా మంది కుమారులు ఉన్నారు మరియు రాజ్యాన్ని మరియు భూమిని చక్కగా పరిపాలించారు. అతను మరణించినప్పుడు, శైవయుడు అతనితో పాటు అంత్యక్రియల చితిపై మరణించాడు. హుష్ట్ మరియు భార్య స్వర్గానికి వెళ్ళడానికి జత చేశారు.

వేదాలను తృణీకరించి చెడు మార్గంలో ప్రయత్నించే మోసపూరిత (నగ్న) వ్యక్తితో మాట్లాడటం వల్ల కలిగే పరిణామాలను ఈ కథ వివరిస్తుంది. అలాంటి వారు నేరుగా నరకానికి వెళతారు.

11. మనువు నుండి వివిధ రాజవంశాలు

వివిధ రాజవంశాల గురించి తెలుసుకోవాలనే మైత్రేయ జి యొక్క ఉత్సుకతను పెంచడం మానవజాతి, పంజరం పరాచార్ ఇలా చెప్పింది: "సృష్టి ప్రారంభంలో, విచ్మ తన బ్రహ్మ రూపంలో బ్రహ్మాండము నుండి వచ్చింది' (విశ్వానికి మూలం అని విశ్వసించబడే బంగారు గుడ్డు. బ్రహ్మ యొక్క వేళ్ళ నుండి దక్ష ప్రజాపతి జన్మించాడు. దక్షా కుమార్తె. అదితి.అదితి యొక్క కాన్ సూర్య మరియు సూర్య కుమారుడు మను.కొడుకును పొందాలనే ఉద్దేశ్యంతో అతను మైత్ర వరుణుడిని ప్రార్థించాడు.అందుకు అతను వాగ్దానం చేసాడు, మరియు పవిత్ర జరిమానా నుండి ఒక కుమార్తె ల్లా ఉద్భవించింది.కానీ మనువు నుండి నిజంగా కొడుకు కావాలనుకున్నాడు, బాధాకరమైన లింగమార్పు చికిత్సలో, సుద్యుమ్నుడు అనే వ్యక్తిగా మార్చబడ్డాడు, ఆ తర్వాత, చంద్రుడికి బుద్ధుడు అనే కొడుకు పుట్టాడు.ఒక రోజు బుద్ధుని ఆశ్రమం చుట్టూ ఆలోచిస్తున్నప్పుడు ఆ అమ్మాయి లాస్ బుద్ధుడు తన కోసం భావించాడు మరియు ఆమెను పెళ్లి చేసుకున్నాడు.

పురోర్వుడు జన్మించిన తరువాత వారికి పురూర్వుడు అనే కుమారుడు జన్మించాడు, ఆమె సుద్యుమ్నునిగా మారడానికి గ్రోత్ యాగం చేసింది.

ఆమె సుద్యుమ్నునిగా మారినప్పుడు, సుద్యుమ్నునికి ఉతల, గయ మరియు వినత అనే ముగ్గురు కుమారులు ఉన్నారు. అప్పుడు వశిష్ఠ మహర్షి ఆజ్ఞను అనుసరించి ప్రతిష్ఠాన్‌పూర్ పాలకుడు అయిన సుద్యుమ్మడు మము మోడ్‌ను అనుసరించాడు.

సుద్యుర్మడు పురూర్వునికి యుక్తవయస్సు వచ్చినప్పుడు అతనికి రాజ్యాధికారాన్ని అప్పగించాడు. పూర్వోర్వకు చాలా మంది కేహత్రియ కుమారులు ఉన్నారు, వారు తమ నియంత్రణను స్థాపించడానికి అనేక దిశలలో వ్యాపించారు. ఈ వంశంలో మరింత దిగువకు మరుట్టో అనే రాజు జన్మించాడు. మారుత్త అద్భుతమైన వాగ్యాన్ని ప్రదర్శించాడు. అప్పటి నుండి ఆ తరగతికి చెందిన ఏ వాగ్యుని ప్రదర్శించనంత వైభవంగా అది ప్రదర్శించబడింది.

వేడుకలో ఉపయోగించే ప్రతి వస్తువు బంగారంతో తయారు చేయబడింది. ఇంద్రుడు విపరీతంగా 'సోమ రసాన్ని సేవించి పూర్తిగా సంతృప్తి చెందాడు. వాగ్యాన్ని ఆచరించిన బ్రాహ్మణులందరూ అలాగే ఉన్నారు. అమృతమయమైన ఈ వాగ్యంలో దేవతలకు కూడా భోజనం పెట్టడం బాధగా ఉంది. ఈ కుటుంబంలోనే శంగాటి అనే రాజు ఉన్నాడా? అతనికి సులంగ అనే కుమార్తె ఉంది, ఆమె ప్రసిద్ధ ఋషి చ్యవనుడిని వివాహం చేసుకుంది. ఇంతలో శర్యాతికి రోవాత అనే కొడుకు కూడా ఉన్నాడు. అతను హం రెడ్ వంటి అనేక బోన్లను కలిగి ఉన్నాడు మరియు పెద్దది కలుద్దమి. మా కూతురు రేవతి.

కొకుడోమ్ తన కూతురికి ఆదర్శవంతమైన వరుడు ఎవరో తెలియలేదు. వంట సహాయం చేయడానికి, అతను బ్రహ్మ సలహాను వండడానికి బ్రహ్మలోకానికి మరమ్మతులు చేశాడు. అతడు బ్రహ్మ లోకానికి

వెళ్ళే సమయంలో గంధర్వులు పాడుతూ ఉండడం గమనించాడు. అతను కూర్చుని వారి పాటలను శ్రద్ధగా విన్నాడు. సంగీత విభావరి పూర్తయ్యాక అతను బ్రహ్మదేవుడిని రేవతిని ఎవరిని పెళ్లి చేసుకోవాలి అని అడిగాడు, నీ ఇష్టాలు ఏమిటి? బ్రహ్మ అడిగాడు, అయితే కాలుదామి రేవతికి మంచి భర్తలుగా భావించే అనేక మంది రాజుల పేర్లను పేర్కొన్నాడు, అయితే గంధర్వుని పాటలు వింటున్నప్పుడు భూమిపై కొన్ని వేల సంవత్సరాలు గడిచాయని బ్రహ్మ చెప్పాడు.

అతను పేరు పెట్టిన ఈ రాజులు మరియు వారి ప్రతికూలతలు మరియు మనవడు – అందరూ చనిపోయారు. చాలా సమయం గడిచిపోయింది, సృష్టికర్త కకుదామికి చెప్పాడు, ఇప్పుడు కూడా హిన్ (కాకుడమి అల్ రాజధాని కుశస్థలి ఇప్పుడు ద్వారక అని పిలువబడే నగరం. మరియు విష్ణు ఓ అక్కడ బలదేవుడు పుట్టాడు". అతను నీకు ఆదర్శ భర్తగా ఉండాలి కూతురు రేవతి, ఓ రాజా" అని ముగించాడు బ్రహ్మ. కకుదామి భూమికి తిరిగి వచ్చినప్పుడు, సోమము పరిమాణంలో చాలా తగ్గిపోయిందని అతను కనుగొన్నాడుమమీ అవి గతంలో ఉన్నదానికంటే చాలా పొట్టిగా ఉండేవి. కానీ అతని కూతురు, రేవతి, మునుపటిలాగే పడిపోయింది.

అయితే బలదేవ పెళ్లి ఫిక్స్ అయింది రేవతి, అతను పెళ్లి చేసుకునే ముందు రేవతిని సరైన సైజుకి లాగాడుఅతను ఎప్పుడూ మోసే నాగలి సహాయంతో, తహ్వాకు యువనశ్వ మరియు సౌభరి ఓనన్ యొక్క ఒక సమయంలో మనువు తుమ్మాడు మరియు అతని ముక్కు నుండి బయటపడ్డాడు, మేశవల ఈశావాహు అనే కుమారుడు విలౌషి అనే కొడుకును కలిగి ఉన్నాడు, ఒకసారి కేహవాకుడు తన పూర్వీకుల శ్రాద్ధ వేడుకను చేయాలనుకున్నాడు మరియు అతను ప్రత్యేక మాంసాన్ని కోరుకున్నాడు.

దీని కోసం అడవిని తీసుకువచ్చారు. వేడుక కోసం విలుషి అనేక జింకలను కొండపైకి తెచ్చాడు మరియు అతను ఆకలితో మరియు కాల్పులు జరిపాడు. తన ఆకలిని తీర్చుకోవడానికి, అతను ఒక కుందేలును తిని, మిగిలిన మాంసాన్ని తన తండ్రికి అందించాడు, అతను వేడుక యొక్క ప్రధాన పూజారి అయిన వశిష్ఠకు మాంసాన్ని ఇచ్చాడు. కానీ వశిష్ఠుడు అభ్యంతరం చెప్పాడు, ఈ మాంసం అపవిత్రమైనది." మీ కొడుకు తను సంపాదించగలిగే బీట్ మాంసాన్ని (కుందేలు) తిన్నట్లుంది." పావలుయి మరణానంతరం విలౌషి రాజ్యాన్ని పరిపాలించినప్పటికీ అతని కొడుకు చవలుపై ఈ అభియోగాన్ని విని విలూచిని బహిష్కరించాడు.

విలాపికి పర్జన్య అనే ధైర్యవంతుడు ఉన్నాడు. దేవతలు మరియు రాక్షసులు భయంకరమైన యుద్ధంలో నిమగ్నమయ్యారు, ఇది చాలా సంవత్సరాలు అనిశ్చితంగా ఉంది. అప్పుడు దేవతలు విష్ణువును ప్రార్థించగా, విష్ణువు భూమిపై పుడతాడని చెప్పాడు. పర్జన్యగా మరియు పర్జన్య నాయకత్వంలో దేవతలు అసురులను ఓడించగలుగుతారు. దేవుడు పర్జన్య రాక గురించి విన్నప్పుడు, వారు తమ దళాలకు నాయకత్వం వహించమని అభ్యర్థించారు. పర్జన్య ఇంద్రుని భుజాల మీద కూర్చొని యుద్ధం చేయగలిగితే మాత్రమే దీన్ని చేయడానికి అంగీకరించాడు. ఈ పరిస్థితి ఇంద్రుడు ఎద్దు

రూపాన్ని స్వీకరించేలా చేసింది మరియు పర్జన్యుడు ఆ ఎద్దుపై కూర్చొని యుద్ధం చేశాడు. అప్పుడు రాక్షసులు ఓడిపోయారు. కానీ భుజాలు అనే అర్థం వచ్చే 'కాకుట్' అనే పదం నుండి పర్జన్య అనే పేరు కూడా వచ్చింది ఉలా' అంటే భుజాల మీద కూర్చున్నవాడు అని అర్థం.యువనోయెల్వా కోకెత యొక్క అత్యంత తెలివైన వారసుడు. అయితే, యువనోస్క్వాకు కొడుకు లేడు. అందుకని ఋషులను ఒప్పించి ప్రదర్శన ఇచ్చాడు ఒక యోగ్యుడు అతనిని నాన్‌గా మార్చడానికి.

దీని ప్రకారం, వేడుక ప్రారంభమైంది మరియు అది ముగిసే సమయానికి అర్ధరాత్రి అయింది. సోజెస్ ఒక కుండలో పవిత్ర జలాన్ని భద్రపరిచాడు. యువనాచావ్‌కి ఇవ్వాల్సి ఉంది ఉదయాస్నే భార్య. ఆమె బలమైన కొడుకును పొందవలసి ఉంది ఆ నీటిని తాగడం. కానీ విధి అది కలిగి ఉంటుంది. యువనాశ్వ అర్ధరాత్రి మరియు పట్టించుకోకుండా చాలా దాహం వేసింది ఏదైనా పొరపాటున ఆ నీటిని తాగాడు. అలా ఒక పాప లోపలికి వచ్చింది యువనాశ్వ దేహం పెరిగి పెద్దదవుతుంది. సమయం వచ్చినప్పుడు పుట్టబోయే బిడ్డ, అది రాజు కుడి వైపు (పక్కటెముక) గుండా పగిలిపోతుంది అయితే రాజు ఆ పరీక్ష నుండి బయటపడ్డాడు. కానీ, ఇప్పుడు సమస్య బయటపడింది శిశువుకు తల్లి ఎవరు? విచిత్రమైన పరిస్థితుల దృష్ట్యాపాపకు తల్లి కావాలని ఇంద్రుడు ధైర్యంగా వాదించాడు.

అతను ముందుకు వచ్చి 'మన్ ధాతో' (నేను మురీ చేస్తాను). మాంధాత సినాన్ ఇండియా నర్సింగ్ చేస్తున్నందున ప్రసిద్ధి చెందిన కొడుకు పేరు పెట్టడానికి ఈ వ్యక్తీకరణ ఉపయోగించబడింది, అతను కేవలం ఒక్క రోజు వ్యవధిలో పూర్తిగా ఎదిగాడు. సూర్యుడు ఉదయించినప్పటి నుండి సూర్యుడు అస్తమించేంత వరకు భూమిని పరిపాలిస్తూ గొప్ప పాలకుడని నిరూపించుకున్నాడు. మోంధాత పాలనలో సౌభర్ట్ అనే ఋషి 12 సంవత్సరాల పాటు నీటి అడుగున జీవించి చాలా కష్టమైన తపస్సు చేసాడు. చేపల రాజు తన పిల్లలు మరియు మనవలతో నీటిలో ఆడుకోవడం అతను ఆసక్తిగా చూసేవాడు.

ఇది సౌభరిని పెళ్లి చేసుకుని పిల్లలను కనే దశకు వెళ్లాలని కోరింది. అయితే అతను ఎవరిని పెళ్లి చేసుకోవాలి? మాంధాతకు యాభై మంది కుమార్తెలు ఉన్నారు. కాబట్టి సౌబోర్ట్ తన పెళ్లి కోరికతో అతని వద్దకు వెళ్లాడు. తన ఒక కుమార్తెను తనకు ఇచ్చి వివాహం చేయమని రాజును అభ్యర్థించాడు. కానీ మాంధాత ఇష్టపడలేదు, అతను ఋషి శరీరం బలహీనంగా మరియు అనారోగ్యంతో ఉన్నట్లు గుర్తించాడు. కానీ అదే సమయంలో అతను ఋషిని కూడా కోల్పోతాడు.

అతడు నిరాకరిస్తే ఋషి శపించటం ఖాయం. తప్పించుకునే మార్గాన్ని కనుగొనడానికి, మాంధాత తన కుటుంబ ఆచారం ప్రకారం కుమార్తెను ఎంపిక చేసుకుని వివాహం చేసుకోవడానికి అనుమతిస్తున్నట్లు చెప్పారు. కాబట్టి వారు సౌబోర్ట్‌ను లింక్ చేసి ఆమోదించిన వ్యక్తిని మాత్రమే మమ్మీ చేయగలరు, అయితే, సౌభరికి తన కుమార్తెను ఇచ్చి వివాహం చేయకుండా ఉండేందుకు ఇది ఒక నాటకం అని గ్రహించారు. ఈ సమయంలో, సౌభన్ తన కూతుళ్లను కించపరిచేందుకు తనకు ఒక్క అవకాశం ఇవ్వాలని రాజును అభ్యర్థించాడు. వారిలో ఎవరైనా అతన్ని పెళ్లి చేసుకోవడానికి అంగీకరించినట్లయితే,

అతను అప్పుడే పెళ్లి చేసుకుంటాడు. వారందరూ అతనిని వివాహం చేసుకోవడానికి నిరాకరిస్తే, అతను తన కోరిక నెరవేరకుండా నిశ్శబ్దంగా ఆ స్థలాన్ని వదిలివేస్తాడు. అప్పుడు అతను పట్టుబట్టలేదు మాంధాత నిశ్శబ్దంగా ఉండటం సహేతుకమైన అభ్యర్థనగా భావించాడు, కాబట్టి అతను దానికి అంగీకరించాడు. సౌభరి జ్ఞాని, దాగి ఉన్న బలం గురించి అతనికి తెలియదు. పెళ్లి రోజు దగ్గర పడగానే సౌభర్ట్ అతడ్ని చాలా అందంగా మార్చేశాడు.

నిజానికి, అతను చాలా అందంగా కనిపించాడు, మొంధాటో యొక్క మొత్తం 50 మంది కుమార్తెలు అంగే సౌభరిని వివాహం చేసుకోవాలనే కోరికను వ్యక్తం చేశారు. ఫలితంగా సౌభరి యాభై మంది కూతుళ్లకు పెళ్లి చేసి తన ఆశ్రమానికి తీసుకెళ్లాడు. అక్కడికి చేరుకున్న అతను తన 50 మంది భార్యల కోసం 50 ప్రత్యేక అందమైన రాజభవనాన్ని నిర్మించమని దైవ వాస్తుశిల్పి అయిన విషకర్మను పిలిచాడు. ప్రతి రాజభవనం ఆనంద ఉద్యానవనం, అందమైన పడక మరియు హంసలతో నిండిన సరస్సుతో ఉండాలి. విష్కర్మ అతను చెప్పినట్లు చేసాడు మరియు ఏ ఫిమోలో 50 సాటిలేని రత్నాల రాజభవనాలు నిర్మించబడలేదు. కొన్ని నెలల తర్వాత, మాంధాత తన కుమార్తెలు ఎలా ఉన్నారో తెలుసుకోవాలనుకున్నాడు. అతను పంజరం యొక్క ఆశ్రమానికి వచ్చి సమీపంలోని 50 గ్రాండ్ ప్యాలస్‌లో చేరాడు. అతను ఒక రాజభవనంలోకి ప్రవేశించి అక్కడ తన కుమార్తెలలో ఒకరిని కలుసుకున్నాడు. “ఎలా ఉన్నావు కూతురా?” అని అడిగాడు.

“అద్భుతం!” ఆమె “నేను ఈ అందమైన ప్యాలెస్‌లో నివసిస్తున్నాను. చూడండి అందమైన పక్షులు మరియు చల్లని సరస్సుతో అలంకరించబడిన ఆనందం తోట వారి మధ్య. నేను అందమైన ఆహారాన్ని తింటాను మరియు ఉత్తమమైన బట్టలు ధరిస్తాను. ఒకె ఒక్క నా భర్త నాతో ఎక్కువ సమయం గడుపుతున్నాడని నా ఫిర్యాదు. ఈ నా ఇతర సోదరీమణులు అతని సహవాసాన్ని కోల్పోయేలా చంద్రులు” ఆశ్చర్యపోయిన మాంధాత ఆ ప్రదేశం నుండి బయటకు వచ్చి మరొకరు లోపలికి వెళ్ళింది. కు అతని గొప్ప ఆశ్చర్యం అతను తన ప్రతి కుమార్తె దాదాపుగా వాటిని వ్యక్తపరచడాన్ని కనుగొన్నాడు ఒకే భావాలు. నిజానికి తన వోజిక్ పవర్స్‌తో సౌబిన్ సృష్టించాడు తన యొక్క యాభై విభిన్న రూపాలు. మాంధాత ఎప్పుడూ చూడలేదు ఇంతకు ముందు ఏదైనా.

సౌభి యొక్క ఆధ్యాత్మిక శక్తితో అతను పొంగిపోయాడు ఋషి పాదాలపై పడి క్షమించమని వేడుకున్నాడు. సౌభీర్ మాంధాత కుమార్తెల నుండి నూటయాభై కాన్స్ ఉత్పత్తి చేసాడు. అతను తన కొడుకులందరితో చాలా అనుబంధంగా ఉన్నాడు. కానీ ఈ రకమైన వ్యామోహం తన తపస్సు (నిర్మిత తపస్సు)లో పెద్ద అడ్డంకిని సృష్టించబోతోందని కూడా అతను గ్రహించాడు. తన కుటుంబంతో కలిసి జీవిస్తున్న ఆ చేపల రాజును చూసినప్పటి నుండి అతను జీవిస్తున్న భ్రమను గ్రహించినప్పటి నుండి ఈ ఆలోచన అతనికి ఒక్కసారిగా ప్రాపంచిక అనుబంధాల పట్ల విముఖతను కలిగించింది. వెంటనే అడవికి బయలుదేరి తన జీవితమంతా విష్ణుమూర్తి ఆరాధనలో అంకితం చేసాడు. మాంధాత వారసులు చాలా శక్తివంతులు మరియు బలవంతులు. వాటిలో అత్యంత ముఖ్యమైనది పురుకుత్స. అతను చాలా

ప్రసిద్ధుడు మరియు ధైర్యవంతుడు. చాలా యుగాల క్రితం మరో ప్రపంచాన్ని (పాతాళ లోకం) 60 మిలియన్ల మౌనయ గంధర్వులు ఆక్రమించారు. వారు నాగదేవతలను తరిమికొట్టారు, వారు పాములను దేవతగా ఆరాధించారు) మరియు వారి ఆభరణాలను అపహరించారు. దారితప్పిన నాగులు విముక్తి కోసం విష్ణువును ప్రార్థించారు. భావం యొక్క యథార్థత ద్వారా ప్రాప్తి చేయబడింది. విష్ణువు వారి ముందు ప్రత్యక్షమై ఇలా అన్నాడు.

"నేను త్వరలో పురులుతీయుని దేహంలోకి ప్రవేశించి గంధర్వులను నాశనం చేస్తాను. పురుకుటేయను తమ లోకానికి ఆహ్వానించడానికి వారు నర్మదా నదిని ఆశ్రయించారు. ఆహ్వానం అందుకున్న పురుకుటేయుడు అక్కడికి వచ్చి రెండుసార్లు వచ్చి మౌనేయ గంధర్వులందరినీ నాశనం చేశాడు. నాగులు చాలా సంతోషించారు మరియు వారు నర్మదకు ఒక వరం ఇచ్చారు: ఎవరు అయ్యా" 0 అమ్మా నర్మదా, నేను ప్రతిరోజూ ఉదయం మరియు సాయంత్రం నీ నామాన్ని జపిస్తున్నందున పాము విషం నుండి నన్ను రక్షించు" పాములు కాటువేయబడవు, అదే రాజవంశంలో వహు రాజు ఉన్నాడు జన్మించాడు, ఒకప్పుడు మరొక రాజుతో యుద్ధంలో ఓడిపోయాడు, రాజు తన ఇద్దరు రాణులతో అడవికి పదవీ విరమణ చేసాడు.అక్కడ వహు భార్య ఒక బిడ్డను ప్రసవించబోతుండగా, అతని ఇతర రాణి అసూయతో ఆశించిన తల్లికి ప్రాణాంతకమైన విషాన్ని ఇచ్చింది. ప్రసవం తర్వాత రాజు ఆ భార్యను మరింతగా ప్రేమించే అవకాశం ఉంది.ఫలితంగా ఆ పాప బయటకు రాకుండా ఏడేళ్లపాటు తల్లిలోనే ఉండిపోయింది.వాహు అనే రాజు ఔర్వ ఋషి ఆశ్రమంలో మరణించాడు.అప్పుడు వహు భార్య కూడా డియో ఆన్ చేయాలని కోరుకుంది. అంత్యక్రియల చితి.

కానీ ఋషి ఔర్వుడు ఇలా అన్నాడు: "కాదు, నీవు చేయలేవు రాణి! నువ్వు చేయాలనుకున్నది పాపం. ధైర్యవంతులలో అత్యంత ధైర్యవంతుడు అయిన కొడుకును మీరు మోస్తున్నారు. అతను గొప్ప యోధుడు; అతను అనేక దేశాలను జయిస్తాడు మరియు అనేక యాగాలు చేస్తాడు. అంత్యక్రియల చితిపై మీతో పాటు అతనిని చంపవద్దు." చివరికి రాణి ఆలోచనను విరమించుకుంది మరియు అబ్బాయి జన్మించాడు. సాగర్ అనే పేరు ఆ పిల్లవాడు, పంజరం నుండి అందుకున్నాడు. అతను బాలుడికి వేదాలు మరియు వివిధ శాస్త్రాలను కూడా బోధించాడు.

యుద్ధ విన్యాసాలతో, పెద్దయ్యాక, సాగర్ తన తండ్రి కోల్పోయిన తన రాజ్యాన్ని తిరిగి పొందాలని కోరుకున్నాడు. అతను శత్రు రాజులను ఓడించడమే కాకుండా మొత్తం ప్రపంచాన్ని జయించగలిగాడు. సాగర్‌కు ఇద్దరు భార్యలు ఉన్నారు: సుమతి మరియు కేశిని. వారిద్దరూ ఔర్వ ఋషిని ప్రార్థించారు. వారికి కుమారులు పుట్టాలని ఔర్వ వారికి వరం ఇచ్చాడు "మీలో ఒకరికి ఒకే కొడుకు, మరొకరికి 60,000 మంది కుమారులు." కేశిని ఒకే కొడుకును కనాలని కోరుకుంది, అయితే సుమత్ 60,000 మందిని కోరుకుంది. చివరికి వారి కోరికలు తీరాయి. నెరవేరింది.కేశినికి అస్మంజస్ అనే ఒక్క కొడుకు ఉన్నాడు.కానీ సుమతి కుమారులందరూ చాలా దుర్మార్గులుగా మారారు.వారు మరింత కలవరపడగానే దేవతలు కపిల మహర్షి వద్దకు వెళ్లి ఈ దుష్ట సగరుల కుమారుల నుండి ప్రపంచాన్ని

రక్షించమని కోరారు. ఇంతలో, సాగర్ ఒక అచ్వమేధ యోగాన్ని నిర్వహించాలని ఆలోచించి, దానిని ఆచరించిన తరువాత, పవిత్రమైన గుర్రాన్ని రక్షించే బాధ్యతను తన 60,000 మంది కుమారులకు అప్పగించాడు. వారు గుర్రం వెనుక కదులుతున్నప్పుడు, ఇంద్రుడు పవిత్రమైన అశ్వాన్ని దొంగిలించాడు. అశ్వమేధ వాగ్యం పూర్తయిన తర్వాత సాగర్ తన స్థానాన్ని పొందాలనేది అతని ఆందోళన. కాబట్టి ఇంద్రుడు గుర్రాన్ని దొంగిలించడమే కాకుండా దానిని పాతాళానికి తీసుకెళ్లి కపిల ముని ఆశ్రమంలో ఉన్న పందికి కట్టాడు. కపిల మహర్షి తన ఆశ్రమం ముందు ఉన్న గుర్రం యొక్క ఉనికిని పట్టించుకోకుండా తన ఆరాధనలో నిమగ్నమై ఉన్నాడు. ఇంతలో సాగర్ యొక్క 60,000 మంది కుమారులు భయాందోళనలకు గురై దాని కోసం వెతకసాగారు.

ఆఖరికి దానిని దారిలో పెట్టి అధోలోకంలో తిరుగుతూ గుర్రం చుట్టూ తిరుగుతూ గుర్రానికి చాలా దూరంలో ఉన్న కపిల అనే పంజరం తన ఆరాధనలో నిమగ్నమై ఉండడం చూశారు. ఋషి తమ గుర్రాన్ని దొంగిలించాడని నిర్ధారించుకుని, వారు తమ ఆయుధాలతో మునిపై దాడి చేశారు. కానీ కపిల కళ్ళ నుండి ఒక భయంకరమైన అగ్ని వెలువడింది మరియు సాగర్ కుమారులను బూడిద చేసింది. ఈ వార్తలు జరుగుతున్న సమయంలో రాజు సాగర్ మరణించాడు మరియు అతని స్థానంలో అస్మంజాస్ అనే కుమారుడు ఉన్నాడు, అతనికి అంచుమాన్ అనే కుమారుడు జన్మించాడు, అతని అమ్మానాన్నలు బూడిదగా మారిన తర్వాత, అంశుమాన్ గుర్రాన్ని తీసుకురావడానికి శతవిధాలా ఉన్నాడు. అతను కపిల ఆచారానికి చేరుకుని సోగేని ప్రార్థించడం ప్రారంభించాడు. దీనితో సంతోషించిన కపిల అంశుమాన్‌కు ఒక వరం ఇచ్చేందుకు ముందుకొచ్చాడు మరియు తరువాతి తన వెళ్లిపోయిన అమ్మానాన్నల ఆత్మలకు స్వర్గంలో చోటు కల్పించాలని కోరుకున్నాడు.

మహర్షి ఇలా అన్నాడు: "పవిత్రమైన గంగా నది భూమిపైకి వచ్చి, తన పవిత్ర జలాలతో వారి బాధలను చూసుకున్నప్పుడు మాత్రమే అది సాధ్యమవుతుంది. అప్పుడు వారి ఆత్మలు స్వర్గానికి ఎక్కవచ్చు. అంశుమాన్ గంగను స్వర్గం నుండి దించే కార్యక్రమాన్ని ప్రారంభించాడు. తదనంతరం అతని కుమారుడు దిలీప్ చేత తీసుకోబడింది.దిలీప్ కూడా ప్రాజెక్ట్ను పూర్తి చేయలేకపోయాడు మరియు చివరికి దిలీప్ కుమారుడు భగీరథుడు పవిత్ర గంగా నదిని భూమిపైకి తీసుకువచ్చే ప్రాజెక్ట్ను పూర్తి చేసాడు.ఇది సుదీర్ఘమైన ప్రాజెక్ట్ మరియు ఐదు తరాల అవసరం అని స్పష్టంగా తెలుస్తుంది. మిషన్‌ను పూర్తి చేయడానికి రేకును అంకితం చేశారు.పవిత్రమైన గంగా నదికి భగీరథ అనే మరో పేరు వచ్చింది, ఎందుకంటే భగీరథుడు దానిని నిజంగా మర్త్య మైదానానికి తీసుకువచ్చాడు. వారికి స్వర్గంలో స్థానం లభించేలా చేస్తుంది.]

సౌదాసు ఆ భగీరథుడికి సుహోత్ర అనే కుమారుడు ఉన్నాడు మరియు వారి రాజవంశం ఈ విధంగా కొనసాగింది: సుహోత్ర శ్రుతి నాభాగ్> అంబరీష సింధుద్వీప ఆయులయు> ఋతుపర్ణ సర్వకం సుహాస్> సౌదన. సౌదాసుడిని మిత్రసహ్ అని కూడా పిలుస్తారు, అతను రాజు అయినప్పుడు, అతను ఒక రోజు అడవికి వేటకు వెళ్లి అక్కడ రెండు పులులను చూశాడు. అతను చంపాడు. వీటిలో ఒకటి

అతని బాణంతో మరియు చనిపోయే ముందు, అది భయంకరమైన రక్షణ (రాక్షసుడు) రూపాన్ని స్వీకరించింది. మరో పులి ఇలా ప్రతిజ్ఞ చేసింది: "నాకు ప్రతీకారం తీర్చుకుంది మరియు అదృశ్యమయ్యాను. వచ్చిన రోజుల తరువాత సౌదయ రాజు యాగం ప్రారంభించాడు. వేడుకను నిర్వహించే పూజారి వశిష్ఠ మహర్షి తప్ప మరెవరో కాదు. వేడుక ముగిసిన తర్వాత, వశిష్ఠుడు వెళ్ళిపోయాడు, కాని రాక్షసుడు వచిర్థ రూపాన్ని స్వీకరించాడు మరియు వశిష్ఠ స్థానంలో పిల్లి పడిపోయింది. "సమావేశం ముగింపులో నన్ను రమ్మన్నారు తినడానికి అన్నం మరియు మాంసం." అతను ఆడంబరంగా ఆదేశించాడు," "నేను ఒక లోపు తిరిగి వస్తాను కొద్దిసేపటికి." ఇలా చెప్పి, రాక్షసుడు వెళ్ళిపోయాడు.

కానీ అది వంటవాడి రూపాన్ని స్వీకరించింది మరియు కొంత మానవ మాంసాన్ని వండింది. రాజు సౌదనుడు. ఈ కందకాన్ని బంగారు పాత్రలో ఉంచి, వచిత్త తిరిగి వచ్చే వరకు వేచి ఉన్నాడు. పేరు మాంసం వడ్డించినప్పుడు. వశిష్ఠుని ముందు, వశిష్ఠుడు తన స్వరశక్తితో ఇది మానవ మాంసం అని గ్రహించాడు. కాబట్టి అతను సౌదనకు మానవ మాంసాన్ని వడ్డించినందుకు శపించాడు మరియు ఇలా అన్నాడు: "ఈ క్షణమే నీవు రక్షణ (రాక్షసుడు)గా ఉండు.

" అయినప్పటికీ వశిష్ఠుడు తన దైవిక శక్తితో కూడా నేర్చుకోగలిగాడు. ఇది సౌదన చేసినది కాదు, తన (వశిష్ఠ) రూపాన్ని స్వీకరించిన ఆ రాక్షసుడిది కాబట్టి అతను తన శాపాన్ని 12 సంవత్సరాలు మాత్రమే అని చెప్పి తన శాపాన్ని సౌదయ్యకు సవరించాడు. తన తప్పేమీ లేదు.వశిష్ఠ మహర్షి అవివేకానికి కోపోద్రిక్తుడైన అతను వెంటనే వశిష్ఠుడిని శపించడానికి తన చేతిలో కొంచెం నీరు తీసుకున్నాడు. సిద్ధంగా ఉన్న అతన్ని చూసి అతని భార్య మాదయంతి జోక్యం చేసుకుంది" "ఏం పాపం చేస్తున్నావు? మునిని శపించవద్దు: అతను మా గురువే!" సౌదన అతని కోపాన్ని చెక్ చేసుకుంది. అయితే మహర్షిని శపిస్తానని చేతిలోకి తీసుకున్న నీళ్లను ఏం చేయాలి? ఆ నీటిని మంత్రముతో ఛార్జ్ చేసి, శాపాన్ని ఉచ్చరిస్తూ విసిరేయాలి కాబట్టి? అది నేలమీద లేదా ఆకాశంలోకి విసిరి ఉంటే, అది నీటికి పెద్ద కరువు కలిగించేది. అప్పుడు పంట లేదు, ధాన్యం లేదా ఆహారం లేదు.

కాబట్టి సౌదాకా నీటిని తన పాదాలకు విసిరేయడం మంచిదని భావించాడు. ఫలితంగా అతని పాదాలు జబ్బుపడి నల్లగా మారాయి. ఇది అతనికి "కల్మచపద" (మురికి పాదాలతో ఉన్నవాడు) అనే పేరును సంపాదించిపెట్టింది, ఆ తర్వాత 12 సంవత్సరాల పాటు శాప శిక్షను అనుభవించి అడవిలో రాక్షసుడిగా జీవించి ప్రజలను తినేవాడు. బ్రాహ్మణ మరియు అతని భార్య. అతడు బ్రాహ్మణుని నిర్లక్ష్యం చేస్తూ తినసాగాడు దానికి వ్యతిరేకంగా బ్రాహ్మణుని భార్య అభ్యర్థన. ఇది బ్రాహ్మణులకు కోపం తెప్పించింది అతనిని తిట్టినంత మాత్రాన భార్య" "నువ్వు నిన్ను కలుసుకున్న క్షణంలోనే చనిపోతావు భార్య."పన్నెండేళ్ల తర్వాత రాజు వశిష్ఠుడి శాపం నుంచి విముక్తి పొందాడు ఇంకా ఆ శాపానికి భయపడి భార్య దగ్గరికి వెళ్లడం మానుకున్నాడు బ్రాహ్మణ భార్య. వశిష్ఠుడు ఇతర కర్సో గురించి తెలుసుకున్నప్పుడు, అతను దానిని గ్రహించాడుఅతను కాపులేట్ చేయలేనందున సౌదన వంశం

ఆగిపోతుంది అతని భార్య మాద్యంతి, వశిష్ట వంశానికి వారసుడిని అందించడానికి తానే మోదయంతి గర్భం దాల్చింది. కానీ ఏడేళ్లు కూడా ఆమె చేయలేకపోయింది బట్వాడా. చివరకు పుట్టింటి కొడుకు బయటకు రావడానికి నిరాకరించడంతో రోదించింది ఆమె పిండాన్ని రాయితో పాడు చేసింది.

కాబట్టి ఈ విధంగా ఉత్పత్తి చేయబడిన పిల్లవాడు వచ్చాడు అష్మాక (ఒక రాయి ద్వారా ప్రపంచంలోకి తీసుకురావడం) అని పేరు పెట్టండి. అప్పుడు ఈ రాజవంశం తన మార్గాన్ని కొనసాగించింది: అచ్మక మూలక్ దేద్రతా? విశ్వాస క ఖట్వాంగ్స్ దూంగబాహు రఘుస్ అజా దశరథ్ వీరికి నలుగురు ప్రసిద్ధ కుమారులు ఉన్నారు: రాముడు, లక్ష్మణుడు, భరతుడు మరియు శత్రుఘ్న రాముడు చేసిన పనులు చాలా చక్కగా రికార్డు చేయబడ్డాయి రామాయణాలు. రావణుడిని ఓడించి చంపాడు. భరతుడు నాశనం, మూడు కోట్ల మంది గంధర్వులు. శత్రుఘ్న అనే రాక్షసుడిని ఓడించాడు లవణ మరియు మధుర రాముని కుమారుడైన లవ మరియు కుశ నగరాన్ని నిర్మించారు లకచ్మన యొక్క అంగద మరియు చంద్రకేతు; భరతుని తకేహ మరియు పుష్కరాలు మరియు శత్రుఘ్ములు సుబాహు మరియు శరసేన. ఉరిహడల చివరిది

ఈ రాజవంశానికి పాలకుడుఆ నిమి లేచవాహుని రెండవ కుమారుని పేరు నిమి. అతను ఓంకో పూర్తి 1000 సంవత్సరాల పాటు ఒక వాగ్య చనుబాలివ్వడం చేసాడు. ఈ వాగ్యానికి ప్రధాన పూజారిగా పంజరం వశిష్ఠుడు ఉండాలని నిమి కోరుకున్నా. దాదాపు ఐదు వందల సంవత్సరాల పాటు సాగే గోదే అధిపతి ఇంద్రుడు ఏర్పాటు చేసిన వాగ్యోద్యమాన్ని నిర్వహించడంలో తాను ఇప్పటికే బిజీగా ఉన్నానని ఋషి తన అసమర్థతను వ్యక్తం చేశాడు. కాబట్టి అతను నిమిని వేచి ఉండమని కోరాడు మరియు అతని దైవిక నిబద్ధత ముగిసిన వెంటనే తన వేడుకలో చేరతానని వాగ్దానం చేశాడు. ఇది విని నిమి తన వాగానికి వశిష్ఠుడు వస్తాడనే ఊహతో తిరిగి వచ్చాడు, వశిష్ఠుడు నిమి తన రాక కోసం ఎదురుచూడాలని అనుకున్నాడు. కానీ నిమి గౌతమ మహర్షిని అభ్యర్థించాడు, అతను ఇతర కోణాల సహాయంతో వేడుకను నిర్వహించడానికి అంగీకరించాడు.

ఇంతలో, యోగ్య ఇంద్రుడు ఏర్పాటు చేసిన తరువాత, వశిష్ఠుడు నిమిని ప్రధాన అర్చకునిగా నియమిస్తాడనే అంచనాతో నిమి స్థానంలోకి వచ్చాడు. కానీ, ఆశ్చర్యం కలిగిస్తుంది. వశిష్ఠుడు గౌతమ మహర్షి ప్రధాన పూజారి పాత్రను నిర్వహించడం ద్వారా అప్పటికే వాగ్యాన్ని చూశాడు. గందరగోళం కారణంగా వశిష్ఠ చాలా అవమానంగా భావించాడు. కోపంతో వశిష్ఠుడు నిమిని ఇక నుండి దేహం లేకుండా ఉండమని శపించాడు. అయితే, నిమి మహర్షికి అన్యాయం జరిగిందని భావించి, తన తప్పు ఏమీ లేదని శపించాడు. దానికి ప్రతీకారంగా అతడు కూడా వశిష్ఠుడు శరీరం లేకుండా పోతాడని శపించాడు. కానీ వశిష్ఠుడు తన దైవిక శక్తి కారణంగా మైత్రే మరియు వరుణ దేవతలతో తనకున్న స్నేహం కారణంగా కొత్త శరీరాన్ని పొందగలిగాడు. కానీ, వశిష్ఠ మహర్షి శాపం వల్ల నిమి శరీరాన్ని కోల్పోయింది. రాజు నిమి మృతదేహం వాగ్య ప్రదేశంలో నూనె రాసి పెన్ఫుమోడ్గా ఉంచబడింది. వాగ్యం ముగిసినప్పుడు, సమావేశమైన దేవుడు వోగన్ యొక్క అతిధేయుడికి ఒక వరం ఇవ్వాలని

కోరుకున్నాడు. నిమికి కొత్త శరీరాన్ని ఇవ్వాలని వారు ఆకాంక్షించారు. అయితే తనకు అవేమీ ఉండవని రాజు చెప్పాడు. అతను జీవుల కనురెప్పలపై జీవించడానికి అనుమతించబడాలని అతను కోరుకున్నాడు. వరం చివరికి అతనికి మంజూరు చేయబడింది, అందుకే రాజు నిమి ఇప్పటికీ జీవిస్తున్నాడు మరియు అన్ని జీవుల కనురెప్పలు. అందుకే కళ్ళు రెప్పవేయడాన్ని 'నిమేషా' అంటారు, అంటే ఒక్కసారి కళ్ళు రెప్పవేయడానికి పట్టే సమయం. అయితే, మరో సమస్య తలెత్తింది. నిమి రాజుకు కొడుకు లేనందున, పాలకుడు లేకపోవడంతో అతని రాజ్యం శిథిలావస్థకు చేరుకోవడం ఖాయం. ఋషులు. మరియు దేవతలు, రాజు నిమి మృతదేహం నుండి ఒక జీవిని ఉత్పత్తి చేయాలని నిర్ణయించుకున్నారు. వారు దానిని చెక్కతో కొట్టడం ప్రారంభించారు మరియు వారి నిరంతర ప్రయత్నాలు చివరికి ఫలించాయి. ఆ శరీరం నుండి ఒక కొడుకు బయటపడ్డాడు.

కొడుకు తన తండ్రి శరీరం నుండి ఈ పద్ధతిలో బయటకు వచ్చినందున, అతను జనక అని పిలువబడ్డాడు, దీని అర్థం తండ్రి సృష్టికర్త). అంతేకాక, అతను శరీరం లేని తండ్రి ద్వారా ఉత్పత్తి చేయబడినందున అతను మరొక పేరును పొందాడు: విదికా, అంటే శరీరం లేనిది. జనక్ వాన్ ఒక కొడుకు, ఒక కుమార్తెను పొందడం కోసం భూమిని దున్నుతున్నప్పుడు, భూమి నుండి బయటికి వచ్చినప్పుడు, ఆమె ఒక ప్రసిద్ధ వ్యక్తి, ఆమె సీత అనే పేరుగల లోండ్ రామ్ జీవిత భాగస్వామిగా మారింది. చంద్ర (చంద్ర రాజవంశం)

ప్రసిద్ధ సౌర వంశం (ఇక్ష్వాకు మరియు ఇతరులు!) రాజుల గురించి విన్న మైత్రేయుడు చంద్ర వంశం లేదా చంద్ర వంశం గురించి జ్ఞానోదయం చేయమని ఋషిని అభ్యర్థించాడు. పరాశరుడు. అప్పుడు పరాశనుడు ఇలా చెప్పాడు. బ్రహ్మకు అత్రి మరియు ఆఫ్రి అనే కుమారుడు ఉన్నారు. కొడుకు చంద్రుడు.చంద్రుడిని (చంద్రుడిని) అన్ని నక్షత్రాలకు, రాశులకు, మూలికలకు అధిపతిని చేసినవాడు బ్రహ్మ.ఈ శక్తిని పొంది చంద్రుడు రాజకూయ యాగాన్ని కూడా చేశాడు, ఇది అతని శక్తిని మరింత పెంచింది.తన శక్తి గణనీయంగా పెరగడంతో, చంద్రుడు వృద్ధి చెందాడు.

కొంత అహంకారంతో అతను తారా అని పిలిచే దివ్య గురువైన బృహస్పతి భార్యను అపహరించే సాహసం చేశాడు.బ్రహస్పతి పదే పదే కోరినప్పటికీ చంద్రుడు తారను తిరిగి ఇవ్వడానికి నిరాకరించాడు.దీనితో బృచస్పతికి కోపం వచ్చి చంద్రుడికి మధ్య తీవ్ర వాగ్వాదం జరిగింది.శులేరా, పూజారి మరియు గురువు రాక్షసులు, లేకుంటే, దైవ గురువైన బృహస్పతి పట్ల ఆకర్షితులు కాలేదు.కాబట్టి అతను కూడా చంద్ర పక్షం వహించాడు.శూలేరచే ప్రభావితమైన అనేక మంది రాక్షసులు కూడా చంద్రుని వైపు వచ్చారు.కానీ రుద్ర మరియు ఇంద్రుడు బృహస్పతికి మద్దతునిస్తూనే ఉన్నారు. ఈ యుద్ధానికి తారా మూలకారణం కాబట్టి, గెలిచిన మొత్తం తోరామాయ యుద్ధం అని పిలువబడింది. వార్ త్వరలో చాలా ఘోరమైన నిష్పత్తులను ఊహించింది, అది ప్రపంచం మొత్తం నాశనం చేయబడవచ్చు.

ఈ యుద్ధాన్ని ఆపడానికి మధ్యవర్తిత్వం వహించమని ప్రతి ఒక్కరూ బ్రహ్మను అభ్యర్థించడానికి దారితీసింది, బ్రహ్మ మధ్యవర్తి పాత్ర పోషించాడు మరియు కొద్దిసేపటికే యుద్ధం ఆగిపోయింది మరియు

తార బృహస్పతికి తిరిగి వచ్చింది, అదే సమయంలో, చంద్రుడు తారా నుండి ఒక కొడుకును పుట్టాడు, అతనికి బుద్ధ బుద్ధుడు అని పేరు పెట్టారు. మరియు వారి కుమారుడు పురూర్వ. కొంతకాలం క్రితం మైత్రే మరియు వరుణుడు కొన్ని కారణాల వల్ల దైవిక నృత్య కళాకారిణి ఊర్వశిని శపించారు. ఆమె భూమిపై కొంత కాలం గడపవలసి ఉంటుందని వారు ఆమెను శపించారు. ఒకసారి పురూర్వుడు గంధమాదన పర్వతంపై సంచరిస్తున్నప్పుడు, స్పాట్ ఊర్వశి కూడా చంద్రకాంతిని ఆస్వాదిస్తూ వచ్చింది. అతను ఆమెపై పడి, తనను పెళ్లి చేసుకోవాలని అభ్యర్థించాడు. ఊర్వసి ప్రతిపాదనను అంగీకరించింది! ఒక షరతుకు లోబడి. రెండు గొర్రెలు ఎల్లప్పుడూ ఆమె మంచానికి దగ్గరగా ఉండాలి మరియు ఎవరైనా చీప్ దొంగిలించబడితే

ఆమె వెంటనే స్వర్గానికి తిరిగి వస్తుంది. ఊర్వశిని పూర్కోవా పిచ్చిగా ప్రేమిస్తున్నందున, అతను వెంటనే షరతుకు అంగీకరించాడు. తరువాత, అతను ఊర్వశిని తన రాజధానికి తీసుకువెళ్ళాడు మరియు వారు అరవై వేల సంవత్సరాలు సంతోషంగా జీవించారు. ఊర్వశి కూడా అక్కడ చాలా సంతోషంగా ఉంది మరియు ఆమెకు తిరిగి రావాలనే కోరిక లేదు స్వర్గం, కానీ ఊర్వశి లేకపోవడంతో గంధర్వులు చాలా ఒంటరిగా భావించారు స్వర్గం. కాబట్టి వారు ఊర్వశిని తిరిగి హోవేన్‌కి తీసుకురావడానికి మార్గాలను పన్నాగం చేశారు. ఒకటి

రాత్రి వారు రెండు గొర్రెలను దొంగిలించారు. అంగీకరించిన షరతు నుండి విరిగిపోయింది. ఊర్వశి వెంటనే స్వర్గానికి బయలుదేరింది. అయితే, సమయంలో ఆమె పుర్కోర్వతో ఉండడంతో ఆమె పురూర్వకు ఆరుగురు కుమారులను కన్నది వారిలో పెద్దవాడు అగు నిజానికి ఊర్వశికి పూర్కోర్వా అపార్ట్ ముందు మూడు షరతులు పెట్టారు గొర్రెలకు సంబంధించినది నుండి, ఇతర షరతులు ఏమిటంటే, ఊర్వశి రాజును ఎప్పుడూ నగ్నంగా చూడకూడదని మరియు స్వచ్ఛమైన నెయ్యి ఆమెకు ఆహారంగా అందించాలని. గంధర్వులకు పరిస్థితులు తెలుసు. అందుకే ముందుగా గొర్రెలను దొంగిలించారు. వారి ఎడబాటులో ఊర్వశి ఏడుపు మరియు పునూరువో యొక్క మగతనానికి సవాలు చేయడం ప్రారంభించింది. పురూర్వుడు చీకట్లో గంధర్వుల వెంట పడ్డాడు. కానీ గంధరవులకు కూడా అగ్నిని విలక్షణంగా ఎలా సృష్టించాలో తెలుసు. వారు చక్కగా సృష్టించినప్పుడు, దాని ప్రకాశంలో పురూర్వ కూడా ఊర్వశికి నగ్నంగా కనిపించింది.

అలాగే, ఈ ఫ్యూజిల్ సమయంలో, ఊర్వశికి జియో డైట్ ఇవ్వలేదు. మూడు షరతులు విరిగిపోయాయి కాబట్టి. ఊర్వసి తిరిగి స్వర్గానికి బయలుదేరింది. అయితే, ఆమె ఇప్పుడు గర్భవతి అయినందున తన మొదటి కుమారుడిని అతనికి ప్రసవించడానికి తిరిగి వస్తానని పూర్వూర్వ హామీ ఇచ్చింది. ఇలా ఆయు పుట్టింది. పూర్వోర్వ కోసం ఊర్వశి మరో ఐదుగురు కొడుకులను కూడా పుట్టించింది. వారి పేర్లు అమావాసు, విశ్వావసు, శిత్రగు, శతర్యుడు మరియు అయుతోర్యుడు, అమావాశుడి వంశంలో జహ్నూ అనే మహర్షి, నది భూమిపైకి దిగి తన ఆశ్రమాన్ని ముంచెత్తినప్పుడు మొత్తం గంగను సేవించాడు. అప్పుడు భగీరథుని అభ్యర్థన తరువాత అతను తన తొడ ద్వారా నదిని విడుదల చేశాడు గంధర్వులు

పురూర్వుడు వెంబడించినప్పుడు ఇద్దరు షాపులను దొంగిలించేటప్పుడు, పూర్వం అతనికి అగ్నిని (అగ్ని) ఉత్పత్తి చేసే రహస్యాన్ని ఒక ప్రత్యేక పద్ధతిలో చెప్పాడు. అలా సృష్టించిన అగ్నిని మూడు భాగాలుగా విభజించమని కూడా వారు రాజుకు సూచించారు. వారి సహకారంతో పురూర్వుడు అగ్ని మూడు విధాలుగా సృష్టించబడింది: గృహపత్య, ఆహవనీయ మరియు దక్షిణ. తా మూడు అగ్నికి వాటి ప్రత్యేక ప్రాముఖ్యత ఉంది. మొదటిది గృహ వినియోగం కోసం అయితే, రెండవది గొప్ప ఆత్మ కోసం ఒక గొప్ప దేవతను ఆహ్వానించడం లేదా ప్రార్థించడం కోసం మరియు మూడవది చెడుకు వ్యతిరేకంగా పోరాడడం కోసం.

పురూర్వ వంశం ఈ విధంగా కొనసాగింది: పురూర్వ? అమావు> భీమ్> కాంచన సుహోత్రులు జహ్నులు సుమతులు అజపాస్ వలపాశ్వ> కుష్ణ కుశకు కుశంబు అనే నలుగురు కుమారులు ఉన్నారు, కుశనాభ్ అధూర్తరాజు మరియు వసు కుచాంబ్ ఇంద్రుని వలె శక్తివంతమైన కుమారుడిని పొందడం కోసం గొప్ప యాగం చేశారు, ఆ భారీ పొగ్గకు భయపడి, ఇంద్రుడు స్వయంగా కుశంబు కొడుకుగా జన్మించాడు. . ఆ కొడుకుని గాధి అని పిలిచేవారు. గాడికి సత్యవతి అనే అందమైన కూతురు ఉంది. నల్ల చెవులు ఉన్న 1000 గుర్రాల బహుమతికి వ్యతిరేకంగా ఆమె రిచీక ఋషిని వివాహం చేసుకుంది.

సత్యవతి మరియు రిచికా

రిచెస్కా మహర్షితో సత్యవతి వివాహం గురించి ఒక ఆసక్తికరమైన కథ ఉంది. పంజరం సత్యవతిని వివాహం చేసుకోవాలనుకున్నప్పటికీ, ఆమె తండ్రికి తన కూతురిని చాలా హాట్ ఫెంపర్ ఉన్న వృద్ధ బ్రాహ్మణుడికి ఇచ్చి వివాహం చేయాలనే కోరిక లేదు, కాబట్టి గాధి తన కుమార్తె కోసం ప్రతిగా వెయ్యి గుర్రాలను కోరాడు. ఈ హోరాలు వేగంగా కదులుతున్నాయని, తెలుపు రంగులో ఉండాలని, అయితే ఎవరి చెవులు నల్లగా ఉండాలని ఆయన డిమాండ్ చేశారు. ఇది చాలా కష్టమైన డిమాండ్ అయినప్పటికీ, ఋషి, రిచీక, వరుణుడి సహాయంతో అలాంటి గుర్రాలను పొందగలిగాడు. తత్ఫలితంగా సత్యవతితో అతని వివాహం ఘనంగా జరిగింది. ఇప్పుడు సత్యవతికి కొడుకు కావాలి. తన భార్య యొక్క ఈ డిమాండ్‌ను నెరవేర్చడానికి, రిచీకా ఒక యాగం చేసి, ఆ ప్రయత్నం ఫలితంగా మంచి పాయసం పొందింది. అయితే సత్యవతి మరో షరతు పెట్టింది.

తన తల్లికి రిచోకా అనే కొడుకు కూడా పుట్టాలని ఆమె కోరుకుంది, అందుకే రెండవ గిన్నె పాయసం సిద్ధం చేసింది. అతను రెండు గిన్నెలను సత్యవతికి ఇచ్చి, “ఒకటి నీ కోసం, మరొకటి నీ అమ్మ కోసం” అన్నాడు. ఆ తర్వాత ధ్యానం చేయడానికి అడవికి వెళ్ళాడు. కానీ సత్యవతి తల్లి చెప్పింది “మనుషులు సాధారణంగా తమకు దేవుళ్లను కోరుకుంటారు. మంచి బావమరిది కోసం వారు అంతగా ఇష్టపడరు.

అందుకే నా స్పష్టమైన అనుమానం ఏమిటంటే, మీ వాటా చక్కటి పాయసం. నా కంటే మెరుగ్గా ఉండండి. అయితే గిన్నెలు మార్చుకోమని మిమ్మల్ని అభ్యర్థిస్తున్నాను. నేను రాణిని, నా కొడుకు తప్పకుండా పాలకుడవుతాడు, నీవాడు బ్రాహ్మణుడు అవుతాడు. నా కొడుకు నీకంటే బలవంతుడై ఉండాలి కాబట్టి నీ ఒడ్డున అన్నం పెట్టు. సత్యవతి అభ్యర్థనను అంగీకరించేంత సాదాసీదాగా ఉంది మరియు తత్ఫలితంగా బౌల్ మార్పిడి చేయబడింది.

రిచీక, ఋషి అడవి నుండి తిరిగి వచ్చి జరిగినదంతా విన్నప్పుడు, అతను చాలా కోపంగా ఉన్నాడు. ఎందుకంటే అతను క్షత్రియుడిగా ధైర్యంగా మరియు హింసాత్మకంగా ఉండే కొడుకు కోసం పదార్థాలను సత్యవతి తల్లి గిన్నెలో ఉంచాడు మరియు సత్యవతి పాత్రలో అతను బ్రాహ్మణుడిగా శాంతియుత మరియు అహింసాత్మకమైన కొడుకును నిర్ధారించడానికి పదార్థాలను కలిపాడు. ఉండాలి. అయితే ఇప్పుడు పరిణామాలు తారుమారయ్యాయి. సత్యవతి దాని గురించి గొప్పగా చెప్పినప్పుడు ఆమె చాలా క్షమాపణలు కోరింది మరియు తెలియకుండా చేసిన తప్పు కోసం వేడుకుంది. తన కొడుకు కంటే హోర్ గ్రాండూన్ ధైర్యంగా మరియు హింసాత్మకంగా ఉండాలని ఆమె అభ్యర్థించింది. చివరగా సేజ్ రిచోకా అభ్యర్థనను ఆమోదించాడు. తత్ఫలితంగా సత్యోవతి తల్లి విచ్వామిత్రునికి జన్మనిచ్చింది. మరియు సత్యవతి జమదగ్నికి జన్మనిచ్చింది. జమదాగ్ని, తరువాత రేముకను వివాహం చేసుకున్నాడు. వారి కుమారుడు నిస్సందేహమైన పరశురాముడు చాలా మంది క్షత్రియులను చంపాడు, అతను చాలా హింసాత్మకంగా మరియు ధైర్యవంతుడు. విశ్వామిత్రునికి తగిన సమయంలో సునాబాశేష అనే కుమారుడు జన్మించాడు, అతను దేవరాట్ అని ప్రసిద్ధి చెందాడు. విశ్వామిత్రుని ఇతర కుమారులలో మధుచ్ఛంద, ధనంజయ, కృతదేయ, అష్టక్ మొదలైనవారు కౌశిక వంశానికి ఖ్యాతిని తెచ్చిపెట్టారు.

ఆయువు రాజవంశం గురించి చెబుతూ పరాశరుడు రాహువు కుమార్తెను ఆయువు వివాహం చేసుకున్నాడని చెప్పాడు. అతని ఇతర కుమారులలో నహుచ, కహత్రవృద్ధ, రంభ, రాజా మరియు అనేహ ఉన్నారు. కశ్య, కాశ, మరియు గ్నిఫరేమడ అనే మూడు శంకువులను కలిగి ఉన్న క్షత్రవృద్ధ కుమారుడు సుహోత నుండి ఈ చిత్రం కొనసాగింది. శౌనక మహర్షి గ్నిత్తర్సమద కుమారుడే, అతను సమాజం యొక్క నాలుగు విభజనలను చేసిన కాచ్య కుమారుడు కౌశయో. ధన్వంతరి ఈ రాజవంశం యొక్క వారసుడు, అతను భారతదేశంలోని అత్యంత ప్రసిద్ధ స్వదేశీ వైద్య పాఠశాల అయిన ఆయుర్వేద రచయిత అని నమ్ముతారు.

రాజి కథ

పురూర్వ కుమారుడు ఆయుకు ఐదుగురు కానివారు. వారి పేరు నహుష, క్షత్రవృద్ధ, రంభ రాజ్ మరియు అంధలను ధరించింది. ఇప్పుడు. రాజీకి ఐదు వందల మంది ధైర్యం ఉంది. చాలా సంవత్సరాల క్రితం, రాక్షసులు మరియు దేవతల మధ్య భీకర యుద్ధం జరిగింది. ఈ భీకర యుద్ధం

యొక్క దుష్ఫలితం గురించి తెలుసుకోవాలనే ఉత్సుకతతో ఇరువర్గాలు బ్రహ్మ వద్దకు వెళ్ళాయి. వారు అడిగారు: "ఓ సృష్టికర్త! ఈ యుద్ధంలో ఎవరు గెలుస్తారు?" రాజి తన మద్దతుతో పోరాడుతున్న యుద్ధంలో విజయం సాధిస్తుందని బ్రహ్మ సమాధానం చెప్పాడు. ఈ సూచనను అందుకున్న రాక్షసులు రాజి వద్దకు పరుగెత్తారు మరియు తమ పక్షాన పోరాడమని అడిగారు. "నేను చేస్తాను", "దేవతలు (దేవతలు) ఓడిపోయిన తర్వాత నన్ను ఇంద్రునిగా చేస్తానని వాగ్దానం చేసావు" అని రాజి ఆడంబరంగా చెప్పింది. క్షమించండి, ఇది మేము వాగ్దానం చేయలేము' అని రాక్షసులు (అసురులు) బదులిచ్చారు, "మేము నెరవేర్చలేనిది మేము మీకు వాగ్దానం చేయలేము. ప్రహ్లాదుడు మా ఇంద్రుడు (పాలకుడు)గా కొనసాగాలి, అప్పుడు దేవతలు కూడా రాజి వద్దకు వెళ్లి అడిగారు.

వారి పక్షాన పోరాడటానికి. రాజు రాజి తన షరతును పునరావృతం చేసినప్పుడు, వారు "అవును, నిజమే! నువ్వే మా ఇంద్రుడివి." తత్ఫలితంగా, రాజి దేవతల పక్షం నుండి యుద్ధంలో చేరి, రాక్షసుడిని ఓడించగలిగాడు. శత్రువు ఓడిపోయిన తర్వాత, ఇందిరా రాజి పాదాలను తాకి ఇలా చెప్పింది: "మీరు మమ్మల్ని రక్షించినందున, మీరు మా లాంటివారు. తండ్రి. మరియు నేను ఇంద్రుడిని కాబట్టి, నా తండ్రి స్పష్టంగా ప్రపంచానికి అత్యున్నతమైన పాలకుడు".

రాజి ఈ ముఖస్తుతి ద్వారా దేవతలకు అధిపతి యొక్క చాకచక్యాన్ని చూసినప్పటికీ, అతను ఇంద్రుడిని దేవతలకు రాజుగా కొనసాగించడానికి అనుమతించాడు మరియు అతని రాజధానికి తిరిగి వచ్చాడు. , రాజి మరణం తరువాత, రాజి కుమారుడు ఇంద్రుడు తమకు వాగ్దానం చేసిన దానిని అప్పగించాలని కోరాడు.కానీ ఇంద్రుడు ఈ అభ్యర్థనను అంగీకరించడానికి నిరాకరించాడు. ఈ మోడ్ రాజ్ కొడుకు కోపంతో ఇంద్రుడిని ఓడించి ఇంద్రుని బిరుదును స్వీకరించాడు.

చాలా సంవత్సరాలు స్వర్గ సింహాసనంపై ఉన్నాడు.అప్పుడు ఇంద్రుడు బృహస్పతి వద్దకు వెళ్లి తన రాజ్యం తనకు తిరిగి రావాలని ప్రార్థించాడు.ఆ దివ్య గురువు ఇంద్రునికి శక్తులను ప్రసాదించడానికి అనేక ప్రత్యేక యాగాలు చేసాడు, నెమ్మదిగా అతను కోల్పోయాడు. రాజ్ యొక్క దురహంకార కుమారులు ధర్మమార్గం నుండి దూరంగా ఉండేలా చూడడానికి కూడా కొన్ని ఏర్పాట్లు చేసాడు. ఇది వారు అనేక దుష్టకార్యాలు చేసి, వారి మనస్సులను దూరం చేసేలా చేసింది పవిత్ర వేదాలు మరియు అయితే బ్రాహ్మణులకు. ఇంద్రుడు ఇప్పుడు మళ్లీ వారిని ఓడించి రాజి కుమారులను చంపి తన దివ్య రాజ్యాన్ని తిరిగి పొందగలడు.

నహుషుడు మరియు యయాతి

ఆయువు యొక్క మొదటి కుమారుడు నహుషుడు. నహుషుడికి ఆరుగురు కొడుకులు. వారి పేరు పటి, వాయతి, సంయతి, అయతి, వియతి మరియు కృతి. వారిలో యతి తపస్వి వంటి స్వభావము కలవాడు. అతనికి రాజు కావాలనే కోరిక లేదు. ఫలితంగా నహుషుని తర్వాత వయాతి రాజు అయ్యాడు. యయాతికి ఇద్దరు భార్యలు. మొదటిది శుక్రాచార్యుని కుమార్తె దేవయాని మరియు

రెండవది డెమోన్-ఫోర్డ్ ఉరిషపర్వ కుమార్తె శర్మిష్ఠ. అతను దేవయాని నుండి వాడు మరియు తుర్వణుడు అని పిలువబడే ఇద్దరు కుమారులను పొందాడు, మరియు శర్మిష్ఠో నుండి ఇద్దరు ద్రుహ్యా అను మరియు పురు కారణంగా శుక్రుని నుండి పొందిన శాపం కారణంగా అతను చాలా ముసలివాడయ్యాడు. అప్పుడు అతను తన కొడుకు వాడిని పిలిచి ఇలా అన్నాడు: "కుమారా! నేను అకాల వృద్ధుడిని అయ్యాను. కానీ నేను ఇంకా భౌతిక మరియు ఇంద్రియ సుఖాలను అనుభవించాలనుకుంటున్నాను. మీరు మీ యవ్వనాన్ని నన్ను రక్షించి, 1000 సంవత్సరాలు నా వృద్ధాప్యాన్ని అంగీకరిస్తారా."

తన తండ్రి తనను శపించేలా చేసిన వయస్సు అభ్యర్థనను అంగీకరించడానికి యదు నిరాకరించాడు: "నేను మీ వంశంలో ఏ కొడుకు రాజుగా ఉండటానికి అర్హుడు కాదని నేను చెప్తున్నాను. మీ (యదు) వంశానికి యోగ్యమైన రాజు లేడు. తర్వాత అతను తుర్వసు, ద్రుహ్యాలను పిలిచాడు. మరియు అను, కానీ వారు కూడా తమ తండ్రి వృద్ధాప్య మార్పిడికి వ్యతిరేకంగా తమ యవ్వనంతో విడిపోవడానికి నిరాకరించారు, తత్ఫలితంగా, వయతి కూడా యదుపై ఉన్న అదే శాపాన్ని వారిపై విధించాడు. చివరకు అతను తన తండ్రి అభ్యర్థనకు వెంటనే అంగీకరించిన పూరుని పిలిచాడు.

తన తండ్రికి వృద్ధాప్యాన్ని ఇచ్చాడు మరియు బదులుగా తన యవ్వనాన్ని ఇచ్చాడు, యువకుడిగా మారిన వయాతి అన్ని సాంఘిక ఆనందాలలో మునిగిపోయాడు, కానీ చాలా సంవత్సరాలు సంయోగ విషయాలలో గడిపిన తరువాత అతను వారితో విపరీతమైన ప్రేమను పెంచుకున్నాడు. థోన్ హో తన వృద్ధాప్యాన్ని పురు నుండి తిరిగి పొందాడు పురు యొక్క యవ్వనం అతని వద్దకు తిరిగి వచ్చింది.వయతి పూరుని రాజుగా చేసి అడవికి తపస్సు చేయడానికి బయలుదేరాడు.తండ్రి అభ్యర్థనను అంగీకరించడానికి తుర్వసు ద్రుహ్యా మరియు అను నిరాకరించినందున, వారు చివరికి వారి సంతోషంగా లేని తండ్రి నుండి చిన్న రాజ్యాన్ని మాత్రమే పొందారు.

వాడు వంశంలో అర్జునుడు పుట్టాడు. అతను దత్తాత్రేయ నుండి అనేక వరాలను పొందాడు. వాటిలో ఒకటి అర్జునుడికి 1000 ఆయుధాలు ప్రసాదించడం. రెండవది సరైన ధర్మాన్ని స్థాపించడానికి అధర్మ ప్రవర్తనకు వ్యతిరేకంగా నిరంతర పోరాటం చేయడానికి అర్జునుడి నిబద్ధత. అతను చెడుతో పోరాడటానికి మరియు మంచికి సేవ చేయడానికి కూడా కట్టుబడి ఉన్నాడు. మూడవ వరం అతనిని (అర్జునుడు) ఏ శత్రువు కూడా ఓడించలేడు. చివరగా నాల్గవది అర్జునుడిని మూడు లోకాలలో ప్రసిద్ధి చెందిన వ్యక్తి మాత్రమే చంపగలడు. ఈ అర్జునుడు కార్తవీర్యార్జునుడుగా ప్రసిద్ధి పొందాడు.

ఈ శక్తులతో అతను పదివేల యాగాలు చేశాడు మరియు 85 వేల సంవత్సరాలు పాలించగలిగాడు. అతని రాజధాని మాహిష్మతి నగరి. రామాయణం ఖ్యాతి పొందిన ఒనోన్ రావణుడు తన రాజధానిపై దండెత్తడానికి ధైర్యం చేశాడు అర్జునుడి చేతిలో ఓడిపోయి బంధించబడ్డాడు.

ఈ ధైర్యవంతుడు అర్జునుడు చివరికి క్షత్రియ వర్గం యొక్క శాపంగా పరశురాముడు చంపబడ్డాడు. అన్నీ వాడు నుండి వచ్చిన వారిని వడోవాస్ ది మౌంట్ అని పిలుస్తారువారిలో ప్రముఖుడు గీతా ఖ్యాతి పొందిన శ్రీకృష్ణుడు. అతను ఒకప్పుడు అని పిలవబడే అమూల్యమైన గణాన్ని దొంగిలించడం యొక్క ఫేలీ ఛార్జ్‌లో పాల్గొన్నాడు శ్యమంతక మణి. ముందు చెప్పినవి.

12.ద్వాపర మరియు కలి యుగం నుండి కథలు

ది టేల్ రిలేటెడ్ ది ఫేమస్ జెమ్ శ్యమంతక్ కృష్ణుడు వాడు వంచ (వంశం)లో జన్మించాడు. అతను ద్వాపర్ యుగంలో అత్యంత ప్రసిద్ధ వ్యక్తి. అతని భార్యలలో ఒకరు సత్యభామ, అతని సోదరుడు సత్యజిత్. అతను సూర్య భగవానునికి గట్టి భక్తుడు. ఒకరోజు అతను సముద్రపు ఒడ్డున కూర్చుని సూర్యుడిని (ఊన్ దేవుడు) ప్రార్థించడం ప్రారంభించాడు. సత్యజిత్ కఠినమైన ఫాన్స్ ద్వారా దేవత ప్రసన్నుడయ్యాడు మరియు అతని అసమానమైన తేజస్సుతో భక్తుని కళ్ళను మిరుమిట్లు గొలిపేలా అతని ముందు కనిపించాడు.

ఫలితంగా, సత్యజిత్ సూర్యను చూడలేకపోయాడు మరియు ఇలా అభ్యర్థించాడు: "ప్రభూ, మీ మిరుమిట్లు గొలిపే తేజస్సులో నేను మిమ్మల్ని స్పష్టంగా చూడలేను. సిగ్గులో కూడా మీరు మండే బంతిలా కనిపిస్తున్నారు, నేను మిమ్మల్ని స్పష్టంగా చూసేలా చేయమని మిమ్మల్ని అభ్యర్థిస్తున్నాను. " ఈ అభ్యర్థన మేరకు సూర్య తన కంఠంలో కట్టిన శ్యమంతక మణి అనే అద్భుతమైన ఆభరణాన్ని వదులుకున్నాడు. ఇప్పుడు సత్యజిత్ దేవతను స్పష్టంగా చూడగలిగాడు. సూర్య కళ్ళు గోధుమరంగు పసుపు రంగులో ఉన్నాయి మరియు అతని శరీర ఛాయ ప్రకాశించే రాగి వలె ప్రకాశవంతంగా ఉంది సత్యజిత్ వారు సూర్యుని ముందు తల వంచాడు మరియు సూర్య అతనికి ఏదైనా వరం ఇవ్వమని ప్రతిపాదించాడు. సత్యజిత్ ఆ ఆభరణాన్ని తన వద్దకు తీసుకురావాలని కోరగా సూర్య దానిని వెంటనే అతనికి ఇచ్చాడు. దానిని మెడలో వేసుకుని సత్యజిత్ ద్వారికా నగరంలోకి ప్రవేశించాడు. కానీ అతను ధరించిన రత్నం కారణంగా అతని శరీరం శక్తితో ప్రకాశవంతంగా కనిపించింది, అతనిని చూస్తుంటే ద్వారికలోని పౌరులు సూర్యుడు తమ మధ్యలోకి వచ్చినట్లు భావించారు. ఇంటికి చేరుకున్న సత్యజిత్ ఆ నగను రహస్యంగా దాచిపెట్టాడు.

ఈ రత్నానికి ప్రతిరోజూ నిర్ణీత పరిమాణంలో బంగారాన్ని ఉత్పత్తి చేసే దైవిక శక్తి ఉంది మరియు దాని దైవిక ప్రభావం కారణంగా అన్ని వ్యాధులు, కరువు, అడవి జంతువులు, అగ్ని మరియు దొంగతనాల సంఘటనలు ఈ ప్రాంతం నుండి అదృశ్యమయ్యాయి. రత్నం యొక్క దైవిక శక్తుల గురించి తెలుసుకున్న కృష్ణుడు, అటువంటి విలువైన ఆభరణం ఈ ప్రాంతంలోని ఊపిరితిత్తుల అదుపులో ఉండాలని భావించాడు. ఉగ్రసేన్. కృష్ణుని కోరిక గురించి సత్యజిత్ ఒంటరిగా ఉన్నాడు.

ఆ ఆభరణాన్ని విడిపించుకోవలసి వస్తుందేమోనని భయపడి, దానిని భద్రంగా ఉంచుకోవడానికి తన సోదరుడు ప్రోసెన్‌కి ఇచ్చాడు. ఏది ఏమైనప్పటికీ, రత్నం యొక్క నాణ్యత ఏమిటంటే, ఎవరైనా స్వచ్ఛమైన హృదయం మరియు ఉద్దేశ్యంతో దానిని పట్టుకున్నప్పుడు మాత్రమే అది ప్రతిరోజూ నిర్ణీత మొత్తంలో బంగారాన్ని ఇస్తుంది. అతను దుర్మార్గపు హృదయం కలిగి ఉంటే అది హోల్డర్‌ను కూడా పడేస్తుంది. ఒకరోజు ప్రసేన్ తన ఒంటిపై ఉన్న ఆభరణాన్ని ధరించి వేటకు వెళ్లాడు. అతని దురదృష్టం

కొద్దీ, అడవిలో అతను సింహం చేత చంపబడ్డాడు. సింహం హెచ్ఎస్ ప్రోయ్‌ను తినబోతుండగా, రామాయణం ఫేమ్ బర్స్ రాజు జమ్వంత్ అక్కడికి చేరుకున్నాడు. చనిపోయిన మనిషిని తినబోతున్న ఫియస్‌ని చూసిస జమ్వంత్ సింహాన్ని లాలించాడు. నగలను తీసుకుని ఇంటికి తిరిగి వచ్చాడు. ఆ ఆభరణాన్ని తన చిన్న కుమారుడికి ఆడుకోవడానికి ఇచ్చాడు. ఇంతలో, ద్వారికలోని పౌరులు ప్రోసెన్ చాలా కాలం పాటు నగరంలో లేకపోవడం గమనించారు, విచారణలో అతను రెండు రోజుల క్రితం వేటకు వెళ్లాడని తెలుసుకున్నారు.

కృష్ణుడికి దైవిక ఆభరణాల పట్ల ఉన్న కోరిక గురించి చాలా మందికి తెలుసు కాబట్టి, ప్రజర్‌ని చంపిన తర్వాత కృష్ణుడు ఆ ఆభరణాన్ని రహస్యంగా స్వాధీనం చేసుకున్నాడని పుకారు వ్యాప్తి చేశారు. అడవిలో. కృష్ణుడు ఆ ఆభరణాన్ని కోరుకున్నాడని పౌరులు కోల్పోతారు, కాబట్టి పుకార్లు ఊపందుకున్నాయి. చోరీకి పాల్పడినట్లు కృష్ణపై తప్పుడు ఆరోపణలు వచ్చాయి. అటువంటి పుకార్లకు ముగింపు పలకడానికి, అతను ప్రోసన్ అనుసరించిన మార్గాన్ని అనుసరించాలని నిర్ణయించుకున్నాడు. కాలిబాట అతన్ని అడవికి తీసుకెళ్లింది. అక్కడ అతను రెండు మృతదేహాలను కనుగొన్నాడు: సింహం ఒకటి మరియు ప్రసేన్ ఒకటి.

ఏం జరిగి ఉంటుందో ఊహించాడు. అలా అతను క్లూ కోసం వెతుకుతూ జమ్వంత్ గుహకు చేరుకున్నాడు. తేనో హో రత్నంతో ఆడుకుంటున్న చిన్న పందిని కనుగొన్నాడు. అతను పిల్లల నర్సు పనిమనిషి వద్దకు వెళ్లడం చూసి జముంత్‌ని కూడా అక్కడికి తీసుకువచ్చాడు. అప్పుడు ఇద్దరి మధ్య భీకర వాగ్వాదం జరిగింది. ఈ పోరాటం 21 రోజుల పాటు కొనసాగింది. కృష్ణుడు తిరిగి రాకపోవడంతో అనేక మంది వడవ సైనికులు కూడా అతని శోధనాలూ పడ్డారు మరియు చివరికి జామ్వంత్ యొక్క రంధ్రం దగ్గరకు చేరుకున్నారు. దాదాపు ఒక వారం గడిచినా ఇంకా కృష్ణుడి జాడ దొరకనప్పుడు, కృష్ణుడు కూడా చంపబడి ఉండవచ్చని వారు నిర్ధారించారు, కాబట్టి వారు తిరిగి కృష్ణ మరణం గురించి వార్తలను ప్రచారం చేశారు.

ఈ సొమ్మీ వార్త గురించి తెలుసుకున్న కృష్ణ స్నేహితులు మరియు బంధుమిత్రులు నిష్క్రమించిన వారి శ్రద్ధా వేడుక కోసం ఏర్పాటు చేసారు, ఈ వేడుక జవంత్‌తో ఇప్పటికీ పోరాడుతున్న కృష్ణకు ఒక రకమైన జ్యోతిష్య శక్తిని అందించింది. ఈ అదనపు బలం కృష్ణుడిని జాంబవంతుడిని ఓడించేలా చేసింది. అప్పుడు ఇద్దరూ స్నేహితులు అయ్యారు మరియు ఎలుగుబంటి తన కుమార్తె జాంబవతిని కృష్ణుడికి వివాహం చేసాడు, అతను కొత్త వధువుతో ఇంటికి తిరిగి వచ్చాడు మరియు విలువైన రత్నం కోలుకుంది. కృష్ణుడు తిరిగి వచ్చి అతని వధువు జాంబవతితో తిరిగి రావడంతో ద్వారికలోని పౌరులు సంతోషించారు. కృష్ణుడు జరిగినదంతా చెప్పి, ఆ ఆభరణాన్ని సత్యజిత్‌కి తిరిగి ఇచ్చాడు.

కృష్ణుని చిత్తశుద్ధిని తాను ఎప్పుడైనా అనుమానించానని సత్యజిత్ చాలా బాధపడ్డాడు. పశ్చాత్తాపంతో అతను కృష్ణుడికి క్షమాపణలు చెప్పాడు మరియు అలెన్ తన సోదరి సత్యభామను అతనికి వివాహం చేశాడు. అయితే సత్యభామ వివాహం కృష్ణునితో వడవ వంశంలో కలవరం సృష్టించింది. సత్యభామ

అందాన్ని చూసి అక్రోరుడు, కృతవర్మ, శతధన్వుడు ఆమెను వివాహం చేసుకోవాలనుకున్నారు. వారు చిన్నచూపుగా భావించి సత్యజిత్‌కు వ్యతిరేకంగా పన్నాగం నేయడం ప్రారంభించారు. ఈ సమయంలోనే పాండవుడు వారణవ్రతంలో కాలిపోకుండా తప్పించుకున్నాడని కృష్ణుడికి తెలిసింది. కాబట్టి వెంటనే అతను తన కజిన్‌లను కలవడానికి మరియు గురించి తెలుసుకోవడానికి బయలుదేరాడు

వారి సంక్షేమం. కృష్ణుడు లేకపోవడంతో శతధన్వుడు సత్యజిత్‌ను చంపగలిగాడు. సత్యభామ కోపోద్రిక్తురాలైంది మరియు ఈ వార్తల గురించి కృష్ణుడిని అంచనా వేయడానికి ఆమె వెంటనే రథంలో బయలుదేరింది. శతధన్వుడు సత్యజిత్‌ను లాల్ చేయడమే కాకుండా శ్యమంతక మణిని దొంగిలించగలిగాడు.

ఈ సంఘటనల గురించి తెలుసుకున్న కృష్ణుడు సత్యభామతో కలిసి ద్వారికకు తిరిగి వచ్చాడు. శతధన్వుడు చేసిన నీచమైన పని గురించి కృష్ణుడు తన అన్న బలదేవుడికి చెప్పాడు. అప్పుడు సోదరులిద్దరూ శతోధన్వానికి మరణశిక్ష విధించాలని నిర్ణయించుకున్నారు. షఘధన్వ భద్రత కోసం అక్రోన్స్ మరియు కృతోవర్మ రాజభవనాలకు పారిపోయినప్పటికీ, కృష్ణుడు మరియు బలదేవుల కోపం నుండి తమ స్నేహితుడిని రక్షించడంలో ఇద్దరూ విఫలమయ్యారు. అయితే, పారిపోయే ముందు షట్ధన్వ విలువైన రత్నాన్ని ఫో క్రూరా అదుపులో ఎంచుకోగలిగారు. రత్నం ఇప్పుడు అల్రూనా కస్టడీలో ఉందని ఎవరికీ తెలియదు. ఇంతలో, శతధన్వుడిని వెంబడిస్తూ, కృష్ణుడు మరియు బలదేవుడు ఇద్దరూ మిథిలా రాజ్యంలో ఉన్నట్లుగా చేరుకుంటారు. శతధన్వుడు గుర్రం మీద ఉన్నాడు, కానీ ఆ జంతువు అంత ఫాంగ్ జర్నీ తర్వాత మరణించింది.

అప్పుడు కృష్ణుడు కాలినడకన అతనిని వెంబడించాడు, రథంలో తన కోసం వేచి ఉండమని బలదేవుడిని కోరాడు. చివరికి. కృష్ణుడు శతధన్వుడిని పట్టుకోగలిగాడు మరియు అతని ప్రఖ్యాత చక్ర సుదర్శనంతో అతని తల నరికివేశాడు. కానీ కృష్ణుడు శతధామవా యొక్క శరీరాన్ని మరియు బట్టలు మొత్తం వెతికినా, ఆ గోమును తిరిగి పొందలేకపోయాడు. అతను తిరిగి రథం వద్దకు వచ్చి బలదేవునికి విషయం నివేదించాడు. అయితే బలదేవ తన సోదరుడి మాటను నమ్మలేదు.

అతను ఇలా అన్నాడు: “కృష్ణా, నీకు రత్నం మీద కన్ను ఉందని నాకు తెలుసు. నీకు చిన్నప్పటి నుండి దొంగతనం చేసే స్వభావం ఉంది కాబట్టి నేను నిన్ను నమ్మను. నిజానికి నువ్వు నేను సహవాసం చేయాలనుకుంటున్న సోదరుడు కాదు. ఇప్పుడు నువ్వు వెళ్ళు. నీ దారి నాది. ఇకమీదట మనం ఐక్యంగా లేము” అని కోపంగా ఉన్న ఈ మాటలతో బలదేవుడు విదేల రాజ్యానికి వెళ్లి అక్కడ రాజు జనక అతిథిగా నివసించాడు.

తిరిగి వస్తుండగా దారిలో దుర్యోధనుడిని కలిశాడు. కౌరవ ప్రినేస్ కోరికపై అతను హస్తినాపురంలో కొన్ని రోజులు గడపాలని నిర్ణయించుకున్నాడు. అక్కడ అతను గద (గదా) ప్రయోగించడంలో దుర్యోధనునితో పోరాడాడు. ఇంతలో కృష్ణుడు ద్వారికలోని ఉన్నాడు. అతను ఇంకా మరియు పైగా ఉన్నాడు. సత్యజిత్ మరణం మరియు శ్యమంతక మణిని కోల్పోవడం. మూడు యేళ్లు పశువు అయిన తర్వాత, వబిము,

ఉగ్రసేనుడు మరియు ఇతర వాడవులు, కృష్ణుడు ఆ ఆభరణాన్ని దొంగిలించలేదని బలదేవుడిని ఒప్పించగలిగారు. బలదేవుడు ద్వారికకు తిరిగి వచ్చి తన సోదరుడు కృష్ణతో సరిపెట్టుకోవడానికి అంగీకరించడం చాలా తరముగా చాలా సరదాగా మరియు ఉల్లాసంగా ఉంది. ఈ సమయంలో, అక్రూనా ఉబ్బిన సమయం. అతని వద్ద ఆభరణం ఉంది కాబట్టి అతను ధనవంతుడయ్యాడు. అందుకే ఎన్నో యాగాలు చేయడం మొదలుపెట్టాడు.

అతను ఆ దివ్య రత్నాన్ని కలిగి ఉండటం వల్ల ద్వారకలో వస్తువులు చాలా శుభప్రదమైనవి. అల్రూరా అనేక మతపరమైన త్యాగాలు చేయడం వల్ల ద్వారికలో శాంతి మరియు పుష్కలంగా రాజ్యమేలుతున్నట్లు ఇది అందరి అభిప్రాయాన్ని కలిగించింది. అయితే అక్రూణ కొన్ని రోజులు ద్వారిక వెలుపల వెళ్ళినప్పుడు, ద్వారికకు మళ్లీ అన్ని రకాల కరువులు మరియు రోగాలు నగరాన్ని పీడించడం ప్రారంభించాయి. మళ్ళీ, ఇది అక్రూనా వంటి గొప్ప వ్యక్తి ఈ ప్రాంతం నుండి బయటకు వెళ్లడం వల్ల ఈ ఇబ్బంది అంతా ఉందని ప్రజలు విశ్వసించారు.

అయితే వారి అభివృద్ధిని చూసి కృష్ణకు అనుమానం వచ్చింది. ద్వారికన్ ప్రజల సాధారణ శ్రేయస్సులో ఈ తీవ్రమైన మార్పులన్నీ దైవిక రత్నం ఉండటం వల్ల సంభవించవచ్చని అతనికి తెలుసు. రత్నం ఉన్నందున ద్వారిక ప్రజలు ఇబ్బంది పడుతున్నారు మరియు అక్కడ లేదు. కాబట్టి, అల్రూరా ఇంట్లో అకస్మాత్తుగా శ్రేయస్సు కనిపించడం ద్వారా, దివ్య రత్నం అల్రూమా ఆధీనంలో ఉండాలని అతను ఊహించాడు. ఇంతలో ఇంటికి తిరిగివచ్చిన అలరూర మళ్లీ వజోనాలు చేయడం ప్రారంభించాడు: “నా దగ్గర పూర్వపు రత్నం ఉందని కృష్ణుడికి అనుమానం వచ్చినా, నేను యాగాలు చేస్తున్నందున అతను నన్ను కొట్టడానికి రాడు మరియు ఎవరినైనా చంపడం ఘోరమైన నేరం.

పవిత్ర వాగ్యులు.” కాబట్టి, త్యాగాలు అరవై రెండు సంవత్సరాల పాటు కొనసాగాయి. మరియు ఆభరణం ద్వారకలో ఉన్నందున, డిసేనీ మరియు ఇతర చెడు విషయాలు నగరం నుండి అదృశ్యమయ్యాయి. అక్రోరుడు రత్నాన్ని కలిగి ఉన్నాడని కృష్ణుడికి ఉన్న అనుమానాలన్నింటినీ ఇది మరింత ధృవీకరించింది. కాబట్టి, ఒకరోజు యాదవ వంశానికి చెందిన ఒక సభను పిలిచి అక్రూరుని సమక్షంలో తన అనుమానాన్ని వెల్లడించాడు. “షఘధన్వా నీతో స్యోమొంటోక్ మణిని విడిచిపెట్టాడని మనమందరం గుర్తించాము, ఆ ఆభరణం మీ వద్దే ఉండనివ్వండి. దాని వల్ల ఎటువంటి హాని లేదు. వాస్తవానికి మనమందరం పొందుతున్నాము. ద్వారికలో దాని ప్రస్థానం నుండి.

కానీ నేను దొంగిలించానని బలదేవ అనుమానించాడు. నా అక్రోనాపై ఉన్న అనుమానాన్ని పోగొట్టడానికి ఒక్కసారి అతనికి చూపించాలా, ఒక్కక్షణం ఫిక్స్ అయ్యాను. అతను అబద్ధం చెబితే వారు అతని బట్టలు శోధించి ఆభరణాన్ని కనుగొనవచ్చని అతను చెప్పాడు. అందుకే తన బట్టల్లో దాచుకున్న బంగారు పెట్టెలోంచి ఆ నగలను స్వయంగా బయటకు తీశాడు. అతను దానిని వోడౌన్‌కు అందించాడు, అతను దానిని కలిగి ఉండటానికి అత్యంత యోగ్యమైన వ్యక్తిగా పరిగణించబడ్డాడు. ఆ ఆభరణం నిజంగా చాలా ఆకర్షణీయంగా ఉంది, బలదేవుడు మరియు సత్యభామతో సహ అందరూ దానిని ఎప్పటికీ

చూడటం ప్రారంభించారు, సత్యభామ "సుర్గదేవుని నుండి నా సోదరుడు గెలిస్తే నాకు అదనపు శక్తి ఉంది" అని అనుకుంది. వారి అత్యాశతో కూడిన ప్రతిచర్యలను అధ్యయనం చేసిన కృష్ణుడు సెత్తుటి పైరం ఆసన్నమైందని భావించాడు. కాబట్టి, అతను జోక్యం చేసుకున్నాడు. "సరే, శ్రేష్ఠమైన ఉద్దేశ్యం మరియు ప్రవర్తన ఉన్న వ్యక్తి మాత్రమే దానిని పోస్కో చేయాలని మీకందరికీ తెలుసు. ఇంప్యూరో హూర్ట్ యొక్క కంపోన్ జరిగితే, దానిని ధరించడం, స్త్రీలు నాశనం చేయబడతారు. కానీ ఆ రకమైన గొప్ప వ్యక్తి ఎవరు. మన మిదట్‌లో మగవాడా లేక ఆడవాడా?నా దగ్గర 16000 మందికి పైగా స్త్రీలు ఉన్నారు కాబట్టి నేను అర్హులను కాను.

సోటిన్‌లహోమా కవితలో ఇంట్‌లో పేరు కోసం H. అన్నింటికంటే, ఇన్ t బి కార్న్డ బై మోర్ట్ మరియు అది ఎవరికీ ఇవ్వబడదు. అలాగే బలదేవుడు అన్ని రకాల మాదక పానీయాలు సేవిస్తూనే ఉంటాడు కనుక దానికి అర్హుడు కాకూడదు.కాబట్టి, నా అభిప్రాయం ప్రకారం, అది ఫోర్కోనాతో ఉండనివ్వండి. కనీసం అతను రత్నం నుండి పొందుతున్న సంపదను రాచరిక యాగాలు చేయడంలో ఉపయోగిస్తున్నాడు" ఇది సమ్మతించదగినది. మరియు ఈ విధంగా కృష్ణుడు తన వంశాన్ని ఐక్యంగా ఉంచాడు శిశుపాల్ కథ శిశుపాల్ షూన్స్వాస్ యొక్క ఐదవ కుమార్తె కుమారుడు, అతను చిదీ రాజు దమగచా శిశుపాల్‌ను వివాహం చేసుకున్నాడు, అతను ఆలూ క్రీడాన్ ఓలూన్ సంబంధం కలిగి ఉన్నాడు, క్రిష్మా తండ్రి వౌడోవా సోదరి కుమారుడు కావడంతో అతను జన్మించినప్పుడు అతనికి కొన్ని అదనపు శరీర భాగాలు కూడా ఉన్నాయి. పసికందు ఆ వ్యక్తి ఒడిలోకి వెళ్లిన క్షణంలో అతని సంభావ్య స్లేయర్ అతని అదనపు శరీర భాగాన్ని స్వయంచాలకంగా కిందకి పడిపోతుందని పేర్కొన్నారు. ఆఖరికి మనం కృష్ణుడినని గర్విస్తే, కృష్ణుడు తన పొగమంచులో శిశువు శిశుపంత్‌ను తీసుకున్నాడు, శిషాల్ యొక్క అదనపు శరీర భాగం పడిపోయింది.

ఇది చూసిన శిశుపాల్ తల్లి శ్రుతశోవ నివ్వెరపోయింది. అప్పుడు క్రిసన్ ఆమెకు క్రిష్ వాగ్దానం చేశాడు శిశుపాల్ చేసిన 100 నేరాన్ని నేను క్షమాపణ చేస్తాను కానీ ఒకవేళ హాయి అయితే 101వ నేరం చేస్తే, అతను శిశుపాల్‌గా ననియమింపబడ్డాడ ప్రొవిడెన్స్. పాండవులు ప్రదర్శించిన రోజెన్య వాగ్గ సమయంలో శిశుపాల్ ఓర్పుతో క్రిష్ కృష్ణ ఎముకను దుర్వినియోగం చేస్తూనే ఉన్నాడు మరియు 101వ సారి కృష్ణుడిని దుర్భాషలాడిన తరుణంలో రాజసోక్య వాగ్య ఇట్ బహిరంగ సభలో తన సుదర్శన్ కలరాతో అపరాధిని శిరచ్ఛేదం చేశాడు క్రిడో.

కార్లియోన్ జీవితంలో శిచుపాల్‌కి #మంగకచ్యపు అనుగ్రహం ఉందని చెప్పబడింది- విష్ణువు తన నార్స్ అవతారంలో ఋషి అయిన రాక్షస ప్రభువు హిరణ్యకశ్యోపుపై విష్ణువుచే మరక పడ్డాడు, శిశుపోల్ ఈ జన్మలో కృష్ణునిచే చంపబడ్డాడు. షాహుపాల్ తన పూర్వ జన్మలో సే రామ అవతారంలో విష్ణువు చేత అఫైన్ అయినప్పుడు రావణుడిగా కూడా జన్మించాడని పురాణం ఓసో పేర్కొంది. ది టేల్స్ ఆఫ్ కురిల్స్ రాజవంశం, శంతను మరియు దేవోపి కున్ కేజ్ పోర్న్ చోర్ ఫోల్డ్ రాజవంశం యొక్క క్రమాన్ని కొనసాగిస్తున్నారు కునుకు వంశంలో ప్రతిపో అసే రాజు ఉండేవాడని మైత్రేయుడు చెప్పాడు. ప్రతిపోకి

ముగ్గురు కుమారులు ఉన్నారు: దేవాపి, శంతను మరియు వహ్లీహ. దేవాపి చాలా చిన్న వయస్సులో తపస్సు చేయడానికి లోకాన్ని త్యజించాడు కాబట్టి, శంతను రాజు కావడానికి శంతనుడు చాలా కాలం పాటు ఉన్నాడు, అతని రాజ్యంలో వరుసగా 12 సంవత్సరాలు వాయువు లేదని అది సహించింది. అప్పుడు శంతనుడు తన రాజ్యాన్ని కరువు పట్టుకోవడానికి గల కారణాన్ని తెలుసుకోవడానికి అన్ని ప్రమాదకారులను ఆహ్వానించాడు మరియు బ్రాహ్మణులను నేర్చుకున్నాడు.

ఐసెన్ న్యాయంగా డెవోప్స్ తన ఆగ్రహాన్ని ప్రదర్శిస్తోందని నేర్చుకున్న అసెంబ్లీ అతనికి తెలియజేసింది. పెద్ద కొడుకు యొక్క ఈ దావాను చిన్నవారి ప్రాధాన్యతతో తిరస్కరించవచ్చు మరియు పెద్దవాడు మరియు రాత్రిపూట పాపం చేసేవాడు శారీరకంగా అసమర్థుడైనప్పుడు మాత్రమే. అందువల్ల ప్రకృతిని ప్రసన్నం చేసుకోవడానికి, దేవాపిని ఫారెంట్ నుండి వెనక్కి పిలిపించి, ఎంగల్ థీమెన్‌లో ప్రతిష్టించడం చాలా అవసరం. శంతన్‌కి అఫ్మారి అనే అబ్లా మంత్రి ఉండేవాడు. ఈ మంత్రి అడవిలో దేవాప్‌కి వెళ్లడానికి ఒక బోధకుడిని ఏర్పాటు చేశాడు. అయితే, అక్కడికి చేరుకున్న బోధకుడు వేదాలకు వ్యతిరేకంగా బోధించాడు. క్రమక్రమంగా బోధించడం ద్వారా దేవాప్‌ను వారి మనస్సు పవిత్ర గ్రంథాల నుండి సొంతం చేసుకునే విధంగా బ్రెయిన్‌వాష్ చేసింది. కానీ పవిత్ర బ్రాహ్మణుల నేతృత్వంలో, శంతనుడు దేవాపికి రాజ్యాన్ని అందించడానికి వెళ్ళాడు, వారి ఆశ్చర్యానికి, పవిత్రమైన వేదాలకు వ్యతిరేకంగా దేవాపి అసభ్యకరమైన మాటలు మాట్లాడడాన్ని వారు చూశారు.

ఈ వేయ్ దేవాపి పాపిగా మారాడు మరియు అందుకే అర్హత లేని సింహాసనాన్ని పొందింది. చివరికి శంతనుడు పాలన కొనసాగించాడు మరియు ప్రకృతి ఒలన్ అతన్ని రాజుగా అంగీకరించింది, తత్ఫలితంగా, వర్షాలు కురిశాయి మరియు హంతినాపూర్‌లో అంతా బాగానే ఉంది, ఈ రాజవంశం యొక్క వివరాలను తెలియజేస్తూ, పరాశర ఋషి శంతనుకి ఇద్దరు భార్యలు ఉన్నారని చెప్పారు, వారిలో ఒకరు గంగ (నది) అతను శంతనుకి డెవెరోట్ అని పిలవబడే రెడౌటబుల్ కొడుకును ఇచ్చాడు, అతను తన జీవితాంతం శాశ్వతంగా దాఖలు చేయడం మరియు ఉంచాలోన్-హుడ్ కోసం టెంబ్లా ప్రతిజ్ఞ తీసుకున్నందుకు బీష్మా అని పిలుస్తారు. శంతను యొక్క మరొక భార్య సత్యన్వతి మరియు ఆమె అతనికి ఇద్దరు విదేయిటెన్వర్లు మరియు చిత్రగ్రాఫియా, ధృతరాష్ట్రుడు మరియు పాండులు విచిత్రవోక్రియా నుండి వచ్చినవారు. ధృతరాష్ట్రుడికి గంధర్ అనే అతని భార్య నుండి 100 మంది కాన్స్ ఉన్నాయి, పాండుకి అతని ఇద్దరు భార్యలు కిట్స్ మరియు మేడ్ నుండి ఐదుగురు కుమారులు ఉన్నారు. పాండవుల తల్లి కుంతి కినిష్ఠ తండ్రి పాండవుల నామ్‌మెన్ భార్య వాన్ ద్రౌపది మరియు వారిలో ప్రతి ఒక్కరికి ఐదుగురు ఉన్నారు. ఆమె వచ్చిన పేరు ప్రత్వింధ్యన్, సుతోసోమ్, శ్రుతకోర్తి, శతోంక మరియు శ్రుతకర్మ.

ఆ ఐదుగురితో పాటు పాండు యొక్క పాండవుల మగ్గాలకు వారి ఇతర భార్యల నుండి ఇతర కుమారులు కూడా ఉన్నారు. వుధిష్టర్ వుధేజను వివాహం చేసుకున్నాడు మరియు దేవోకే భీమ్ అనే అపవాది హిదంబను వివాహం చేసుకున్నాడు మరియు వారి కుమారుడి పేరు ఘటోతచ్చ భీమ్‌కు

కాశీ అనే మరొక భార్య ఉంది, అతనికి ప్రసిద్ధ విలుకాడు సర్వత్రాగ అర్జునుడు అనే కొడుకు జన్మించాడు. సుభద్ర నుండి అతనికి అభిమన్యు అనే సోముడు, చిత్రాంగద నుండి బలమువాహనుడు మరియు ఉఘపి నుండి త్రోవణుడు వసుదేవుడు మరియు దేవకి జన్మించాడు. శూరేన్ కుమారుడు వాసుదేవుడు ద్మ్మంకా కుమార్తె దేవికిని వివాహం చేసుకున్నాడు. దేవకి యొక్క ఎన్ కసెన్ మాథుర్న్ పాలకుడు ఉగ్రమ్ కుమారుడు. దేవకి వివాహం జరిగిన సమయంలో కసెన్ కొత్త జంట యొక్క రథాన్ని నడిపాడు. ఆ సమయంలో నుండి ఒక దివినో వాయిస్ ఉరుములాడుతూ ఉంది: "స్టుపిడ్ కొరియా! మీరు ఎవరి చార్టెట్‌ని చూస్తున్నారో మీకు తెలుసా? ఈ జంట యొక్క ఎనిమిదవ సంతానం మీకు చెబుతుంది!" వార్నింగ్ విన్న కన్న బెదిరింపు నుండి బయటపడటానికి ఈ స్త్రీ దేవకిని వెంటనే చంపడమే మార్గం అనుకున్నాడు. అందుకే కత్తి పట్టుకుని దేవకిని చంపాలనుకున్నాడు. కానీ వాసుదేవుడు అతనిని అభ్యర్థనతో తనిఖీ చేసాడు: "ఓ వీర యోధుడా! మీ సోదరిని చంపవద్దు పశ్చిమాన ఆమె పుట్టే ప్రతి బిడ్డను నేను మీకు అప్పగిస్తాను".

పాపుల బరువుతో ప్రిత్ ఎర్త్ కూడా తీవ్రంగా కృంగిపోయిందని కోనన్ ఆ కాలపు ఇన్‌కి అంగీకరించాడు. కాబట్టి ఆమె సహ రూపాన్ని ధరించి సుమరు పర్వతం మీద ఉన్న దేవతల వద్దకు వెళ్లి ఫిర్యాదు చేసింది. ఆమె తన బాధల కథను వివరించింది, భూమిపై చెడు తలుపులు వచ్చాయని మరియు వారు అన్ని గొప్ప పెరెన్నే ధరించి తింటున్నారని చెప్పారు. కాలినేమి అని పిలువబడే అనేక మంది యువకులు విచ్ ద్వారా నాశనం చేయబడ్డారు, ఈ కాలినేని ఇప్పుడు ఖురాన్ రూపంలో జన్మించారు. అతను ఇప్పుడు థో ఓవిల్‌గా నటిస్తున్న పైల్ పర్సన్‌లందరినీ అరిష్ట, ధేనుక, కొచ్చి, ప్రలంబో, నమలో, సుంద మరియు వోరాన్ వంటి శక్తివంతమైన రాజులు కలిసి వచ్చేలా చేశాడు.

వీరంతా కలిసి ఒక ప్రబలమైన దుష్టశక్తిగా అవతరించారు మరియు ఇప్పుడు భూమిని తీవ్రంగా బాధపెడుతున్నారు బ్రోలే భూమి చెప్పినదంతా చూసి, "మీకు ఉపశమనాన్ని అందించమని విచ్నుని ప్రార్థించడానికి లెఫ్ మహాసముద్రం యొక్క ఉత్తర పనులకు వెళ్లాలని సూచించాడు. విష్ణువు ప్రతిసారీ మోర్మాటోస్ మీరు ఈ రకమైన ఇబ్బందులను అనుభవిస్తున్నారు, ధర్మ పునరుద్ధరణకు మరియు అధోర్మ నిర్మూలనకు సహాయం చేయడానికి ఇది సమయం ఆసన్నమైంది, ఆవు రూపంలో భూమి, బ్రహ్మ మరియు ఇతర దేవుడు వారి ప్రార్థనలకు, విష్ణువు ద్వారా గొప్ప కొబ్బరికాయను రోచ్ చేశారు థామ్ ముందు కనిపించాడు. అతను తన బోర్డు "రెండు." అసురులను నాశనం చేయడానికి నా వారసులు భూమిపై పుడతారు". ఆ తర్వాత అతను ఒక విరామంతో చెప్పాడు." "అనురాలతో పోరాడటానికి ఈ దేవుళ్ళందరూ కూడా భూమిపై పుడతారు" ఆమె అలాన్ చెదరగొట్టే ముందు ఇలా చెప్పింది: "నేను డెవెల్ యొక్క ఎనిమిది బిడ్డగా భూమిపైకి వస్తాను" ఇంతలో నారదుడు కానన్‌కు అన్ని దివ్యజ్ఞానాలను తెలియజేశాడు.

దైవిక కుట్ర. వెంటనే ఈ దంపతులుకా ఏ బిడ్డ పుడుతుందో చెప్పమని కాపలాదారులకు సూచించి దేవకి, వసుదేవులిద్దరినీ చెరసాలలో బంధించాడు. డీకిన్ కేన్‌కు ఒక్కొక్కరుగా ఆరుగురు కుమారులు

జన్మించారు. వాసుదేవుడికి గోకులంలో ఉండే రోహిణి అనే మరో భార్య ఉంది. దేవకి ఏడవసారి గర్భవతిగా ఉన్నప్పుడు దైవిక పథకం ద్వారా పిండాన్ని రోహిణి గర్భంలోకి మార్చారు. ఫలితంగా కామస్ మెవర్‌కు ఏడవ సన్నాయిని వధించే అవకాశం లభించింది, తరువాత అతను బలదేవ్ అని పిలువబడ్డాడు, ఎల్‌ఎల్‌ఎల్ సమరహణ బెరుసే అతను విష్ణువు ప్రవేశం కారణంగా దేవకి ఎనిమిదవ సారి గర్భవతి అయినప్పుడు వర్మమ్స్‌లోని క్యూరెన్‌ను మార్చాడు. ఆమె గర్భంలోకి అహో చాలా ప్రకాశవంతంగా కనిపించింది, ఆమె వైపు ఎవరూ చూడలేరు.

విష్ణువు కృష్ణుడిగా చివరకు భాద్రపద మాసంలో 8వ రోజు అర్ధరాత్రి జన్మించాడు. సూచనను పొంది అన్ని కోణాలు విష్ణువు యొక్క ఈ అవతారానికి సంతోషించాయి. గోథర్వన్ పాట మరియు అప్నామాన్ డోసెండ్. కృష్ణుడు జన్మించిన జైలు గోపురంపై దేవతలు వర్షం కురిపించారు. అయినప్పటికీ, కాంజో ఈ బిడ్డను చంపే ప్రమాదం చాలా పెద్దది. ప్రమాదం నుండి తప్పించుకోవడానికి వాసుదేవుడు పసికందును కొంత సే తీయాలని ప్రతిపాదించాడు. ప్రొవిడెన్స్ కోరుకున్నట్లుగా, పార్టెమ్ యొక్క కాపలాదారులు కాన్దీప్‌గా ఉండిపోయారు మరియు జైలు ఆలన్ యొక్క గేట్లు తెరుచుకున్నాయి ఉన్నదేయిన్ మరియు దేవకి భిక్షను బంధించిన గొలుసులు విచ్చుడి దయతో పడిపోయాయి, ఆ రాత్రి చాలా భారీ వర్షం కురుస్తోంది. వాసుదేవుడు పసిపాపను ఎకరాల కొద్దీ యమునానదిని కాలినడకన తీసుకువెళ్లడానికి వెడల్పాటి బుట్టలో వేయగా, నది చాలా ఉప్పొంగింది. బహుశా అది ముందు పాదాలను తాకాలని కోరుకుంది.

ఆపై, ఇన్‌ఫాంట్ పాదాన్ని తాకిన క్షణంలో అది ఉలిక్కిపడింది. అది ఇప్పటికీ ఉన్నప్పటికీ వర్షం పడుతోంది, అయితే గ్రేట్ కార్పోర్ట్, పీ వాగ్, బిడ్డను రక్షించడానికి తన 1,000 హుడ్‌లను విస్తరించింది. ఈ ఇబ్బందులను అధిగమించి, వాసుదేవుడు చివరికి శిశువును యమునా నది ఒడ్డున తీసుకురాగలిగాడు మరియు అతని స్నేహితుని భార్య మరియు ఆ సమయంలోనే ఆడపిల్లను ప్రసవించిన వశోదో మంచం వద్ద జమ చేశాడు. ఉండినన్ ఇన్‌ఫాంట్‌లను మార్చుకున్నాడు మరియు నందా యొక్క కొత్తగా జన్మించిన కుమార్తెను తన వెంట తీసుకొని తిరిగి తన జైలుకు చేరుకున్నాడు. అప్పుడు మాయాజాలం పిల్లల పుట్టుకకు ముందులాగా అంతా ఓ నార్మల్‌గా మారుతుంది. నందా కుమార్తె థీన్, కేప్డ్ వోగమాయ ఏడ్వడం ప్రారంభించింది, జైలు కాపలాదారులు నిద్రలేవడంతో భయపడి, వారు తమ మోస్టర్ కరీన్‌కు రెండవ బిడ్డకు జన్మనిచ్చిన విషయాన్ని విధిగా తెలియజేసారు, ఈ వార్త విన్న కన్న జైలుకు పరుగెత్తాడు. శిశువును ఎత్తుకొని చంపడానికి రాయిపై పడేశాడు.

కానీ వోగ్మోయో నిజంగా వైస్ ద్వారా పంపబడిన దేవత, కొంకో దానిని విసిరేందుకు ప్రయత్నించినప్పుడు, శిశువు గాలిలోకి లేచి, దేవత యొక్క ఎనిమిది చేతుల రూపాన్ని స్వీకరించింది. “స్టుపిడ్ కోమాన్”, ఆమె చెప్పింది, “నిన్ను చంపడానికి ఉద్దేశించిన వ్యక్తి అప్పటికే పుట్టాడు. నీ గత జన్మలో నిన్ను చంపింది కూడా అతనే” అని ప్రకటించి, కారాను విడిచిపెట్టి, వోగ్మయ విభ్రాంతి చెంది ఆకాశంలోకి అదృశ్యమైంది. ఇప్పుడు కంసుడు తన దుష్ట స్నేహితులందరినీ పిలిచి ఇలా అన్నాడు:

'నా మిత్రులారా! మేము ధైర్యవంతులమే కాబట్టి దుర్మార్గులైన దేవతలు నన్ను విడిచిపెట్టి బలహీనపరచడానికి మళ్లీ కుట్ర పన్నారు. కానీ వారి సమ్మోహనానికి నేను కనీసం ధైర్యంగా ఉన్నాను. ఒకప్పుడు ఇంద్రుడిని కూడా నా హీన్ బాణాల ముందు పిరికివాడిలా పారిపోయేలా చేసిన నా పరాక్రమాలు నీకు బాగా తెలుసు. నా గురుపైన జరాసంధియాను కాల్చివేసి, నేను ఎవరికీ పవిత్రుడిని కాను. అప్పుడు దేవతల చిలిపి మాటలు నన్ను ఎగతాళిగా నవ్విస్తాయి. అయినప్పటికీ, ఒక వ్యక్తి తన శత్రువులను ప్రత్యక్షంగా చూడకుండా జాగ్రత్తగా ఉండాలి

. దేవకి యొక్క ఈ ఆంపెడ్ ఎనిమిదవ బిడ్డ m చంపేస్తుందని నేను తెలుసుకున్నాను కాబట్టి మనం దోవలా యొక్క ఆ బిడ్డతో ఏదైనా గొణుగుడుగా ఉన్న అలాంటి బిడ్డను తొలగించాలి. ఏదైనా బలమైన శిశువు కోసం వెతకండి మరియు వెంటనే మట్టిని వేయండి, ఆపై అతను వారి పిల్లలు పడిపోయినందుకు పశ్చాత్తాపపడుతున్నట్లు వసుదేవుడు మరియు దేవకిని విడుదల చేశాడు. "నేను మీ పిల్లలను అనాలోచితంగా చంపలేదు. వారి గతి ఇదే

బాల్యంలో కృష్ణుడి పరాక్రమ

1. పూతోన వధ మరియు ఇతర సంఘటనలు కోన సలహా మేరకు అతని స్నేహితులు మరియు శ్రేయోభిలాషులందరూ అసాధారణమైన బలం ఉన్న గొడ్డు బిడ్డ కోసం వెతకడానికి మొత్తం ప్రాంతమంతా వ్యాపించారు. ఇంతలో, నంద మరియు ఇతర గోరక్షక అధిపతి రావడం ఆచారం. మధురకు రాజుకు టాక్సేస్ వేయడానికి, నోండో తన ఇటీవల విడుదలైన తన స్నేహితుడు వాసుదేవను కూడా మోట్ చేయాలనుకుంటున్నాడు. వనదేవ ఇనెవ్ ఇంకా తన కొడుకు నిజంగా పూర్వపు కుమారుడని నోండోకు చెప్పినప్పటికీ, అతను నందను గోకులానికి తిరిగి వెళ్లి హేయ్ కామ్‌తో పాటు వాసుదేవ యొక్క మరొక కొడుకు (నందతో కలిసి ఉంటున్న బలదేవల్‌ని కూడా చూసుకోమని చెప్పాడు.

గోకులానికి వెళ్ళే మార్గం గురించి విన్నందున గోకులం కూడా తిరిగి రావడానికి ఉత్సాహం చూపారు! గోకుల పూతనా అనే రాక్షసుడు మరియు కనీయాకు నమ్మకంగా ఉన్నాడు, ఈ ప్రాంతంలోని ఈ మరం పిల్లవాడి గురించి విన్నట్లుగా, అందమైన రూపంలో, చిన్న కృష్ణుడికి ఆహారం ఇవ్వడానికి వచ్చింది. పుఫోనాకు ఆమె శ్వాసలో విషం ఉంది మరియు ఆమె ద్వారా ఏదైనా పిల్లల ఆహారం చనిపోవడం ఖాయం. .ఆమె అదే ఉద్దేశ్యంతో కృష్ణుడికి బ్రూస్ట్ తినిపించడం ప్రారంభించింది.కానీ కృష్ణుడు పూతనను గట్టిగా పట్టుకుని ఆమె నుండి ప్రాణం తాగడం ప్రారంభించాడు.వెంటనే పూతనా సెల్లోపాంట్ చేసి చనిపోయాడు.మరో సందర్భంలో కృష్ణబిడ్డ బండి కింద పడుకుని ఉన్నాడు.అతనికి ఆకలిగా అనిపించింది.

మరియు అతను ఏడుస్తున్నాడు మరియు తెల్లవారుజామున తన చిహ్నాన్ని తన్నాడు. అతను తన్నడం వల్ల బండి బోల్తా పడింది మరియు బండిపై ఉన్న పోటా, పేట్ అన్నీ విరిగిపోయాయి. అందరూ పరుగు పరుగున వచ్చారు ఏమి జరిగిందో అని. ఇంత చిన్న పాప భారీ కాంట్‌ను బోల్తా కొట్టడం చూసి

ఆశ్చర్యపోయారు. నిజానికి ఆ బండి ఓ డెమోన్ కొల్లాడ్ షోకటోస్ యొక్క మారిన రూపం, ఆమె పసివాడు కృష్ణ యశోదా చేత గుర్తించబడి చంపబడ్డాడు, ఆమె బిడ్డను ప్రేమగా కౌగిలించుకుంది మరియు తన కుమారుడి ప్రాణాన్ని కాపాడినందుకు దేవతలను ఆరాధించింది. కృష్ణన్ మరియు బల్దేవ్‌ని సాపేక్షంగా కేఫ్‌గా మారినప్పుడు, నంద ద్వారా గంగో ఋషిని గోకులానికి ఆహ్వానించారు.

రోహిణి కుమారుడికి గంగానది మహర్షి అని పేరు పెట్టారు రోమా లోన్ బలరామల్ మరియు యశోదాలు కృష్ణుడి పాత్రలో త్వరలో పిల్లలు క్రాల్ చేయడం నేర్చుకున్నారు మరియు ఆవు పేడతో పూసుకున్నారు, వారు తమ ఇంటి చుట్టూ ఇమన్నిలీగా ఉండేవారు, వారు ఇద్దరు చూడటానికి ఉత్సాహపరిచారు మరియు అందుకే ఆకర్షణకు కేంద్రంగా పేరు తెచ్చుకున్నారు.

కొన్ని సమయాల్లో బన్ పసికందు సోదరుడు ఆవుల కొట్టంలోకి పాకుతూ దూడల కథను సరదాగా లాగాడు. ఒకరోజు యశోద, తన పసికందుల కుమారుడైన కృష్ణుని ప్రక్కన చిరాకుపడి, అతనిని నూర్పిడి యంత్రానికి కట్టివేసింది. ఆ తర్వాత ఆమె ఇంటి పనుల్లో బిజీగా ఉండిపోయింది. కృష్ణ, అదే సమయంలో, నూర్పిడి యంత్రం వద్ద లాగి ట్యాగ్ చేశాడు. ఒథాన్‌ను క్యాచ్ చేయడానికి చాలా పెద్ద రెక్కలు మాత్రమే ఉన్నాయి, కృష్ణ క్రాల్ చేస్తూ వెళ్లి, వాటి గుండా వెళ్ళడానికి ప్రయత్నిస్తున్నప్పుడు ఆ రెండు చెట్లలో థ్రెచర్‌ను లాగాడు. కానీ నూర్పిడి రెండు చెట్ల మధ్య చెంచాలో ఇరుక్కుపోయి చిన్నపిల్ల కేశమ్మ లాగి ఫగ్ చేయడంతో భారీ వృక్షాలు నేలకూలాయి.

పడిపోతున్న ఫ్రెస్ యొక్క పెద్ద చప్పుడు అందరినీ అక్కడికి తీసుకువచ్చింది. రెండు దృఢమైన దళాలు ఒక మేనో పిల్లవాడు త్రాచర్‌ను లాగడం వల్ల ఎలా పడిపోయాయో, ఆటంకానికి భయపడకుండా, శిథిలాల మధ్య ఉల్లాసంగా ఉల్లాసంగా కూర్చున్నట్లు వారు ఆశ్చర్యపోయారు. యశోడో తన కసికి కట్టిన తాడు ఇంకా అలాగే ఉంది. అతని నడుము చుట్టూ తాడు కట్టుకోవడం కృష్ణ దామోదర్‌కి మరొక సారాంశాన్ని కలిగి ఉంది, అంటే అతని ఉదర కడుపు చుట్టూ దామ ట్రోపెల్ ఉన్నవాడు అని అర్థం, అయినప్పటికీ, క్రిస్మో ఈ అడ్డంకులను సురక్షితంగా తప్పించుకున్నప్పటికీ, ఈ ప్రాంత ప్రజలు అడ్డంకులను చెడు శకునలుగా పరిగణించారు. వారు తమ ప్రియమైన కన్హాను సురక్షితంగా ఉంచడానికి అనేక దేవతలను పూజించారు, బాల కృష్ణను ప్రేమతో సంబోధించారు

. మొత్తం సృష్టి కష్టాలను అంతం చేయడానికి జన్మించిన వ్యక్తి ఎటువంటి ప్రాణాంతకమైన ఇబ్బందులను ఎదుర్కోలేడని వారికి తెలియదు, అయినప్పటికీ తమ ప్రియమైన కర్హ కోసం ఇతర ఇబ్బందులను రూపొందించారు, వారు తమ బ్యాగ్ మరియు సామానుతో బృందావనానికి వెళ్లాలని నిర్ణయించుకున్నారు. బహమా మరియు కినా అక్కడ పెరిగారు. వారు తమ తలపై నెమలి పాదాలను ధరించి పవిత్రమైన యమున సమీపంలోని బహిరంగ మైదానంలో ఆడుకునే కౌన్ను చూసుకున్నారు. క్రిష్మో ముఖ్యంగా డాఫ్ట్ ఫ్లూట్ ప్లేయర్‌గా మారింది. అతని వేణువు యొక్క ధ్వని ఎంత ఆకర్షణీయంగా ఉంది అంటే అది గోపికలు అనే గోవు కన్యలను అతని చుట్టూ అంచనా వేయడానికి మరియు నృత్యం చేయడానికి బలవంతం చేస్తుంది. అతని ఫ్లూట్ ట్యూన్‌లకు వారిలో ప్రముఖులు ఇద్దరు గోపియా షాఖో

మరియు యమునా నది ఒడ్డుకు సమీపంలో ఉన్న కాలియా హంబుల్డ్ పార్ట్ కాలియా అనే భారీ తయారీతో కలుషితమైంది. అతను తన కుటుంబంతో అక్కడ నివసించాడు. పాము అక్కడ నివసించినందున ఒడ్డున ఉన్న చెట్లన్నీ విషపూరితమైన వేపన్ను తయారు చేయడం వల్ల కాలిపోయాయి. చాలా పెద్ద జీవి మరియు సమానంగా భయంకరమైనది. ఆండ్కే కళ్యాణ ప్రాసెస్కు చెందిన వాముమో ఒడ్డుకు ప్రజలు దూరంగా ఉన్నారు.

మరియు ఏదైనా పక్షి ఆర్కో మీదుగా ప్రవహిస్తే, పాము ఉచ్ఛ్వాసాల ద్వారా నీటి మోడ్ కూడా వారిని తాకింది, ఈ పొగ సముద్రంలో తన పర్వతం గరుడ ఎ విచ్ చేత ఓడిపోయిన పొగ తప్ప మరొకటి కాదని క్రిషింగ్ గ్రహించాడు. సముద్రం నుండి పారిపోయిన తరువాత, కహ్-దహ్ అని పిలువబడే యమునా గుంటలో నగ్న నివాసం ఏర్పరచుకుంది. ఆ పాము ఉనికి నది ఒడ్డున అందరినీ ఆకర్షిస్తున్నందున, కృష్ణుడు ఆ మోలన్తో చెప్పాలని నిర్ణయించుకున్నాడు, ఒకసారి అతను తన స్నేహితులతో బంతితో ఆడుతున్నప్పుడు, అతను ఉద్దేశపూర్వకంగా బంతిని నదిలోని ఆ భాగంలోకి విసిరాడు. బంతి అతని స్నేహితుడిది కాబట్టి, అతని స్నేహితుడు కృష్ణను బెదిరించాడు. కృష్ణుడు, శరీరం చుట్టూ గట్టిగా హాయ్ బట్టలు కట్టుకుని తనఖా కదంబ చెట్టు నుండి నదిలోకి దూకాడు.

నీళ్లలో ఉన్న అతని ఆప్లాక్ దళానికి నీటి బిందువులను తాకింది, అది కృష్ణా నది నీటి యొక్క విష ప్రభావం కారణంగా కాలిపోవడం ప్రారంభించింది, అదే సమయంలో, సంతోషంగా నది లోతులోకి దూకి, ఆపై వాటిని తిరిగి పొందడానికి దిగువన ఈదడం ప్రారంభించింది. బంతి. ఆ శబ్దం విన్న కైల్యో అక్కడికి త్వరగా చేరుకున్నాడు. అతని కళ్ళు కోపంతో ఎర్రగా ఉన్నాయి మరియు అతని నోటి నుండి మంటలు వచ్చాయి. అతను అన్ని వైపులా మల్లోర్ పాములు మరియు అతని కుటుంబం యొక్క ఆడ మేల్కొలుపుతో చుట్టుముట్టారు. కృష్ణుడిపై గొంగళ్లు వేయడం ప్రారంభించినప్పుడు, కృష్ణుడు చాలా ఉత్సుకతతో నృత్యం చేయడం ప్రారంభించాడు, ఇంతలో అతని స్నేహితులు కృష్ణుడు త్వరగా ఒడ్డుకు చేరుకోకపోవడంతో వారు విసుగు చెంది పెద్దలకు విషయాన్ని నివేదించారు.

కృష్ణా జైళ్ల నీళ్లలోకి దూకడం గురించి కలకలం రేపుతున్న కొత్త వార్త వినబడుతోంది.నంద, వశోద మరియు బాలనోమాతో సహా అందరూ r యొక్క బెరడు వద్దకు పరుగెత్తారు. "నా ప్రియమైన కన్హా ఎక్కడ?" భయంతో అరిచింది యశోద. ఎనకాన్ మధ్య కృష్ణుడు నృత్యం చేస్తున్న దృశ్యాన్ని వారు చూశారు. వ్యా మోడ్ ఉరిందావన్ ఆర్గ్ మరియు పురుషులు నేము యొక్క మహిళలు కానీ బలరాముడు వారిని శాంతింపజేసాడు మరియు కాళియ కృష్ణుడిని అంతం చేయమని కృష్ణుడికి సంకేతాలు ఇచ్చాడు, చల్లబరుస్తుంది మహూ మరియు దూకింది.

అక్కడ అతను ఉన్మాదంతో నృత్యం చేయడం ప్రారంభించాడు, చివరికి నొప్పిని కలిగించాడు, అతని ఆహారం రక్తస్రావం ప్రారంభమైంది. ఎనకే తన హుడ్ పైకి ఎత్తడానికి ప్రయత్నించినప్పుడల్లా, కృష్ణుడు దానిని తన పాదాలతో కిందకు వేశాడు. చివరకు పురుషుడు రక్తాన్ని వాంతి చేసుకోవడం ప్రారంభించాడు మరియు అపస్మారక స్థితికి చేరుకున్నాడు. ప్రభువు దయనీయ పరిస్థితిని చూసి, శో

అనకోస్ బోగన్ అందరూ కృష్ణుడిని ప్రార్థించారు, దయ కోసం తహతహలాడారు. కాళీయుడి జీవితాన్ని పారద్రోలాలని కోరారు. కలిగ కూడా స్పృహలోకి వచ్చాడు మరియు అతను కూడా తన భార్యలతో కలిసి తమ ప్రాణాలను కాపాడమని కృష్ణను అభ్యర్థించాడు.

వారందరూ తిరిగి సముద్రంలోకి వెళ్లిపోతారని, ఏ నదికి తిరిగి రాకూడదనే షరతుపై వారిని వెళ్లనివ్వడానికి కృష్ణ అంగీకరించాడు. ఇప్పటి వరకు కృష్ణుని పాదాలను తమ గూళ్లపై ముద్రించుకున్నారని పేర్కొన్నారు. స్టాంపు చూసిన తర్వాత మాత్రమే గముడు వాటిని పీటర్ చేయడు. చివరగా, కృష్ణుడు యమునా నుండి ఉద్భవించాడు, కోలియాను అణచివేసి, నది నీటి స్వచ్ఛతను నిర్ధారించాడు. ధేనుకనూరు బస చేశారు నూర్ బృందావనం అప్పుడు చెట్ల నుండి వేలాడుతున్న వెంట్రుకలు మరియు రుచికరమైన పండ్లతో నిండిన అందమైన తోట. ఒకరోజు, అడవిలో తిరుగుతూ, బలరాముడు మరియు కృష్ణుడు ఆ తోట దగ్గరకు చేరుకున్నారు, చెట్లకు వేలాడుతున్న పండ్లను చూస్తూ, వాటిని తినాలని కోరుకున్నారు. కానీ వారి స్నేహితులు వారికి సలహా ఇచ్చారు, "మీరు చాలా రిస్క్‌తో దీన్ని చేయాలి. జింక మాంసంతో బతికిన డోర్కింగ్ రూపంలో ఒక రాక్షసుడు నివసిస్తున్నాడు. పండ్ల తోట కూడా అతని ఆధీనంలో ఉంది."

అప్పుడు బలోరన్ "ఆ గాడిద కోసం చింతించకండి మరియు జ్యుసి మరియు వెండ్ ఫ్రూట్స్‌తో మీ లమ్‌కు సహాయం చేయండి" అని చెప్పాడు, కానీ ఇప్పటికీ పచ్చిక, బెన్ కృష్ణ మరియు బలరాములను తమ కోసం కొన్ని పండ్లను తెప్పించమని అభ్యర్థించాడు. అవి రెండూ చెట్లను కుదుపుకు గురిచేశాయి. కానీ ఈ గొడవ కోపంతో ఉన్న ధేనుకాసుని తన తోటి గాడిదను ఆకర్షించింది కాళ్లు కట్టి, గాడిద బలరాముని ఛాతీపై తన్నాడు. కానీ బలరాముడు ఆ రెండు కాళ్లను పట్టుకుని గాడిదను గుండ్రంగా తిప్పడం ప్రారంభించాడు. అప్పుడు అతను గాడిద తక్షణ ఓటమిని ఉపయోగించి దానిని ఆటపట్టించాడు. దెయ్యం యొక్క అనేక మంది గూడుదారులు నోరు విని అక్కడికి చేరుకున్నారు, కానీ క్రిస్మా వారిని ఒంటరిగా చంపింది. ఇది ఆ సుందరమైన పండ్ల తోటను సురక్షితంగా చేసింది మరియు కౌబాయ్‌లు తమ పశువులను మేపుతూ పండ్లను ఆస్వాదించడం ప్రారంభించారు. పువ్వులు మరియు దండలు తయారు చేయడం. థీమ్ ప్లేఫుల్ మింత్‌లో వారు తమ పశువుల భుజాల చుట్టూ తాళ్లు కూడా కట్టేవారు. వారు తమ ఆటలు సాగిస్తుండగా, ప్రలంబ్ అనే రాక్షసుడు ఆవుల కాపరిగా వారి స్నేహితులను చేరదీశాడు (గోపాలం.

కృష్ణుడు పూర్తిగా బలవంతుడు కావచ్చని భావించాడు, అందువల్ల అతను బలరాముడి దుష్ట డిజైన్లను మరచిపోయాడు, ఆ సమయంలో అబ్బాయిలు ఆడుతున్నారు. నిర్దిష్ట పాయింట్‌కి రేసులో పాల్గొనే ప్రత్యేక రకమైన గేమ్. తర్వాత నలుగురూ అతని భుజంపై విజేతను సంపాదించుకోవడం. గేమ్‌లో పోటీ పడిన మొదటి జంట కృష్ణుడు మరియు సుదామ, ఇందులో కృష్ణుడు ఓంగోడ్ విజేతగా నిలిచాడు. తర్వాత బలరామో మలుపు తిరిగింది. మరియు ఇతర గీపో (ప్రలంబి బలరామ్ ప్రోలోంట్‌ను మాత్రమే ఓడించాడు, ఇప్పుడు, రేసు యొక్క షరతు ప్రకారం కాదు, బలరామ్‌ను తన భుజంపై మోయడానికి

ప్రలంబ్ గెలిచాడు. ఇది అతను నిర్ణయించుకున్న దిశలో పరుగెత్తడం ద్వారా ప్రలంబ్ బలరాముడితో పాటు ఎదురుగా పరిగెత్తాడు. అతని భుజం.కొంతసేపటి తర్వాత మాత్రమే బలరాముడు తన జీవిత భాగస్వామి యొక్క అసలు ఉద్దేశాలను గ్రహించాడు. అలా చేస్తున్నప్పుడు ప్రలంబ్ కూడా ఒక పెద్ద పర్వతాన్ని మరియు బండి చక్రాలపై ఉన్న పెద్ద బలరాముడు భయాందోళనకు గురవుతున్నప్పుడు అతని నామాన్ని స్వీకరించాడు. అతను ఇలా అరిచాడు: "కృష్ణా! నన్ను హైడ్నాప్ చేస్తున్నారు! నేనేం చేస్తాను?" "నన్ను ఎందుకు అక్కున చేర్చుకున్నావు", కృష్ణుడు ప్రశాంతంగా సమాధానమిచ్చాడు. "నువ్వు ఈ రాక్షసుడిని చంపేంత బలవంతుడివి! అతన్ని కొట్టి చంపండి" బలరాముడికి ఒక్కసారిగా కోపం వచ్చింది. అతని కళ్ళు కోపంతో ఎర్రబడ్డాయి. అతను తన బలమైన పిడికిలితో రాక్షసుడిని కొట్టాడు, ఆ దెబ్బలు రాక్షసుడు భరించలేనంత బలంగా ఉన్నాయి మరియు అతను నోటి నుండి రక్తం కారుతూ మరణించాడు.

ఇంద్రుడు వినయపూర్వకంగా వినాజ్ ప్రాంతంలో వాంగ్ నియోసన్ చివరిలో రామే ప్రభువు ఇంద్రుడిని పూజించడం ఆచారం. నైన్ ముగిసిన తర్వాత, లూల్ జనాభా మోర్ ఇంద్రునికి ప్రత్యేక వాగ్యాన్ని పాటించాలని నిర్ణయించుకుంది. వర్షంతో నిండిన మేఘాలను నియంత్రిస్తుంది ఈ ఫోర్డ్ అని వారు నమ్మారు, వర్షాలు లేకుండా గింజలు ఉండవని వారికి తెలుసు.

కాబట్టి వారు ఇంద్రుని ఆరాధనను కృతజ్ఞతా వేడుకగా జరుపుకున్నారు, అయితే, ఇంద్రుని ఆరాధనను కృష్ణుడు వ్యతిరేకించాడు. అతను ఇప్పుడు ఒక పెద్ద కుర్రాడు మరియు అతను తన పెంపుడు తండ్రి నారదతో ఇలా చెప్పాడు: "నాన్న! మేము మాథన్ ఫామోరా వ్యాపారేతరులం. మేము వనస్ గుంగ్లేల్‌లో నివసిస్తున్నాము మరియు పశుపోషణ ద్వారా జీవిస్తున్నాము, మా దేవుడు పశువులు మరియు పర్వతాలు కావాలి. ఇది , కాబట్టి, ఇంద్రుని ఆరాధించే బదులు మన పశువులకు మేత మరియు నీటిని అందించే మన పర్వతాన్ని పూజించడం ప్రారంభించడం తర్కం. ఈ విషయంలో మన గోవర్ధన్ పర్వతం అంకితమైన వోర్చిప్‌ను కలిగి ఉంది.

ఇంద్రుని స్థానంలో మనం దానిని పూజించాలి" గోపులందరూ (ఆవు- మెర్) మరియు వారి చీఫ్ కృష్ణ విక్రయించిన దానిలో చాలా సెనెస్ చూశాడు. కాబట్టి, వారు ఇండెన్‌ను ఆరాధించే బదులు గోవర్ధన్ పర్వతాన్ని ఆరాధించే ప్రత్యేక వేడుకను నిర్వహించాలని నిర్ణయించుకున్నారు. వారు తమ పశువులకు వివిధ రకాలైన ఆహారాన్ని అందించారు మరియు పవిత్ర జలం, నెయ్యి మరియు పెరుగులతో నోటిని అభిషేకించారు. దీనిని అనుసరించి వారు ఒక పెద్ద విందును ఏర్పాటు చేసారు, దీనిలో బ్రహ్మ మరియు అతిథులకు విలాసవంతమైన ఆహారం అందించారు, ఇంతలో, ఇంద్రో, అంకితమైన ఆరాధనను ఆశించి, కేవలం గోవర్ధర పర్వతానికి వ్యతిరేకంగా తనను నిర్లక్ష్యం చేస్తున్నందుకు ఆశ్చర్యపోయాడు. అతను చాలా కోపంగా ఉన్నాడు మరియు బ్రజ్ ప్రాంతంలోని ప్రజలకు చేదు గుణపాఠం చెప్పాలని నిర్ణయించుకున్నాడు." దేవతలకు మరియు వర్షానికి సంబంధించిన విషయాలను వారు నన్ను ఎంత ధైర్యంగా విస్మరించారు."

పిడుగుపడింది. వెంటనే అతను నీళ్లతో నిండిన చీకటి మేఘాలను పిలిచి ఇలా అన్నాడు: "నేను చెప్పేది వినండి." అతను కొంటెగా వారికి "వాన మరియు గాలితో ఓటిల్‌ను నాశనం చేయండి. నేను నా ఐరావత్ (ఏనుగు) మీద కూడా దట్టమైన వర్షం కురిపించడానికి వస్తాను."

వెంటనే బ్రాల్ ప్రాంతంలో వర్షాలు కురవడం ప్రారంభించాయి. ప్రతిచోటా చీకటి మరియు క్రూరమైన మేఘాలు ఉన్నాయి. వర్షపు నీరు ప్రజలు మరియు కాటీస్ స్నానాల జీవన ప్రదేశంలోకి ప్రవేశించడం ప్రారంభించింది. కాటోయే భర్తతో అందరూ తీవ్ర మనోవేదనకు గురయ్యారు. తుఫాను వర్షాలు. ఆవులు మరియు కాఫీలు చనిపోవడం ప్రారంభించాయి. కృష్ణుడు ఇంద్రుని చెడు ఉద్దేశాలను గ్రహించాడు. ఇప్పుడు అతను తన ప్రజలను మరియు తినుబండారాలను రక్షించడానికి ఏదైనా చేయవలసి వచ్చింది. అతను వెంటనే గోవర్ధన్ పర్వతం వద్దకు వెళ్లి దానిని కూల్చాడు.

అప్పుడు అతను దానిని తన ఉంగరాల వేలుపై సమతుల్యంగా ఉంచాడు, తద్వారా భారీ రక్షణను అందించాడు. కురుస్తున్న వర్షాల నుంచి రక్షణ కోసం ప్రజలు ఈ భారీ గొడుగు కిందికి రావాలని ఆయన కోరారు. వారు దాని కిందకు వచ్చి, ఇంద్రుడు తన పిచ్చి కోపంతో ఆ ప్రాంతాన్ని కురిపించే క్రూరమైన వర్షాల నుండి ఉపశమనం పొందాడు, కానీ అతను ఏమి చేసినా అతను ఉరాజ్ ప్రాంతంలోని ప్రజలను లేదా పశువులను ఇబ్బంది పెట్టలేడు. ఆ తర్వాత ఇంద్రుడు విడిచిపెట్టాడు మరియు కీష్మా పర్వతాన్ని అసలు ప్రదేశానికి తిరిగి ఇచ్చాడు. వెంటనే ఇంద్రుడు కృష్ణుని ముందు క్షమాపణ చెప్పడానికి వచ్చాడు: ఓ ప్రభూ! నా వెర్రి కోపంలో, చెడు నుండి విముక్తి పొంది, ధర్మబద్ధమైన పాలనను స్థాపించడానికి కంట్లో దిగిన పరమేశ్వరుడని నేను మరచిపోయాను. మీరు అన్ని కాప్టిలను మరియు ప్రజలను రక్షించారు. ఇకనుండి నిన్ను గోవుల యజమాని గోవిందా అని పిలుస్తావు. అప్పుడు ఇంద్రుడు ఐరావత్ మెడలో వేలాడుతున్న గంటను తీసివేసి, దానిని పవిత్ర జలంతో నింపి, ఆచారబద్ధంగా కృష్ణుడికి అభిషేకం చేశాడు. అప్పుడు ఇంద్ర అలన్ కృష్ణుడిని తన మానసిక కుమారుడైన మూడవ పాండవుడైన అర్జునుని చూసుకోమని అభ్యర్థించాడు.

అప్పుడు ఇంద్రుడు రవణంగా నమస్కరించి తిరిగి తన రాజ్యానికి వెళ్లిపోయాడు. కృష్ణుని స్తుతులు పాడటం చిన్నతనంలో సాధించిన ఇతర పాదాలు గోవర్ధన పూజ తర్వాత స్థానిక గోరక్షకుడు తమ కన్హో సాధారణ వ్యక్తి కాదని గ్రహించగలిగారు. ఈ గ్రహణం వారిని కొంత భయపెట్టినప్పటికీ, కృష్ణుడు తన నిజమైన స్నేహితుడు మరియు శ్రేయోభిలాషి అని వెంటనే అతనికి హామీ ఇచ్చాడు, ఒక రోజు తన వేషధారణలో ఒక రాక్షసుడు ఎద్దు రూపంలో అక్కడికి చేరుకున్నాడు. అతని పేరు అరిష్ఠ. ఎద్దు ఒక డోర్క్ రోనుతో నిండిన మేఘాలు. కొమ్ములు పదునైనవి మరియు సూటిగా ఉంటాయి మరియు అతని సేన్ సూర్యునిపై ప్రకాశవంతంగా ఉన్నాయి. అతను తన గిట్టలతో నేలను పైకి లేపాడు.

అతను చాలా పడిపోయాడు, అతనిపైకి ఎక్కడం అసాధ్యం. అతను ఎద్దులా అదృష్టవంతులైన ఆవులు మరియు దూడల శాపంగా మారాడు. ఎద్దు చాలా క్రూరంగా కనిపించింది, అరిష్ఠ అనే రాక్షసుడి ప్రత్యర్థిని చూసి అందరూ భయపడ్డారు. కానీ, నిస్సంకోచంగా, కృష్ణ అతనిని తీసుకోవాలని నిర్ణయించుకున్నాడు.

అతను చేతులు చప్పట్లు కొట్టాడు, ద్వంద్వ ఛాలెంజ్ చేశాడు, చప్పట్లు వినగానే, అరిష్ఠ కృష్ణుడిపై గౌరవం తగ్గించాడు. కానీ కృష్ణుడు కొమ్ములను పట్టుకుని ఎద్దును ఆపాడు. తర్వాత అరిష్ఠను తొడలతో కొట్టాడు. చివరకు ఒక కొమ్మును చింపి, దానితో అరిష్ఠపై దాడి చేసి, విసిరేశాడు. ఆ దుర్మార్గుడు రక్తస్రావమై వెంటనే మరణించాడు. ఇంతలో, నారదుడు క్రిష్మ యొక్క అన్ని దోపిడీలను కంసుడికి వివరించాడు మరియు అతను కోపంతో ఉన్నాడు.

తన సంభావ్య స్లేయర్ ఎవరో ఇప్పుడు అతను గ్రహించాడు. కాబట్టి బలరాముడు మరియు కృష్ణుడు మరింత శక్తివంతంగా మరియు దృఢంగా మారకముందే వారిని చంపాలని నిర్ణయించుకున్నాడు. వారి కొండెక్కి ఉండేలా ఏర్పాట్లు చేశాడు. అతను చానూర్ అని పిలువబడే ఇద్దరు హంతక మల్లయోధులను కలిగి ఉన్నాడు మరియు ముష్టికే హో ఒక కుస్తీ పోటీలో కృష్ణ మరియు బలోన్మలను చంపాలని పథకం వేశాడు మరియు భారీ కుస్తీ పోటీని నిర్వహిస్తామని ప్రకటించాడు మరియు దీని కోసం మల్లయోధులందరినీ ఆహ్వానించాడు. అతను తన స్నేహితుడైన అకోరోరోను ప్రత్యేకంగా కృష్ణుడిని మరియు బలరాముడిని తీసుకురావడానికి పంపాడు. కువల్యపద టా అనే తన ప్రాణాంతక ఏనుగును ఇద్దరు సోదరులను చితకబాది చంపడానికి సిద్ధంగా ఉండమని అతను తన ఏనుగు-బుద్ధిని కోరాడు. ఇంతలో, అతను ఎటువంటి అవకాశం తీసుకోని కోష్ అనే రాక్షసుడిని ఉనిందావనానికి వెళ్లి ఇద్దరు సోదరులను చంపమని కోరాడు, మథుర కర్కి రాకముందే గుర్రపు రూపాన్ని స్వీకరించి ఉరిందావనానికి వెళ్ళాడు.

అతను తన గిట్టలతో భూమిని చీల్చివేసి, మేఘాలను తన మేడలతో కదిలించేంత పెద్దవాడు అయ్యాడు మరియు ఊరిందావనానికి వెళ్లే మార్గంలో సూర్యచంద్రులపై దాడి చేశాడు. గోరక్షకులు సహజంగానే భయపడిపోయారు. కానీ క్రిష్ కాశీని క్రమం తప్పకుండా ఎదుర్కొన్నాడు. అతను గుర్రం నోటిలోకి తన చేతులను చొప్పించాడు మరియు హోర్స్ పంటిని విరిచాడు. తెల్లటి మేఘాల లైకో కాటుకు నా దంతాలు నేలమీద పడ్డాయి. అప్పుడు కృష్ణుడు రాక్షసుడి పెదవిని చింపి, కాశీ రక్తాన్ని వాంతులు చేయడం ప్రారంభించాడు. అతని కళ్ళు కూడా పడిపోయాయి. కృష్ణుడు తన ఒట్టి చేతులతో కాశీని రెండు భాగాలుగా చేశాడు. చంపుట

కాస్కి అనే రాక్షసుడు కృష్ణుడికి మరో పేరు పెట్టాడు: కేశవ అంటే కచ్చి కల్లేర్ అని అర్థం, అదే సమయంలో, అక్రూరులు కూడా అక్కడికి చేరుకుని కృష్ణుడు మరియు బలరాముడికి రాజ ఆహ్వానం గురించి చెప్పారు. ఇద్దరు సోదరులు కంసుని ఉద్దేశాలను పసిగట్టారు మరియు బృందావనం మరియు గోకులం మొత్తం వారు మధురకు వెళ్లడాన్ని వ్యతిరేకించినప్పటికీ, క్రిద్మ మధురకు వెళ్లవలసిన అవసరం గురించి వారిని ఒప్పించారు. తర్వాత అక్రూరునితో రథంలో కూర్చొని కృష్ణుడు, బలరాముడు ఇద్దరూ మధురకు బయలుదేరారు. కంక చంపబడ్డాడు మరియు సోదరులిద్దరూ సాయంత్రం అలర్కోనతో మధుర చేరుకున్నారు. అల్రోరా నేరుగా పలాన్‌కు వెళ్లగా, సరైన సమయంలో కుస్తీ పోటీ జరిగే ప్రదేశానికి చేరుకుంటామని అన్నదమ్ములిద్దరూ నగరంలోకి దిగారు. నగరంలో కాలినడకన

వెళుతుండగా, వారు ఒక చాకలి మనిషిని కలిశారు. కొత్త బట్టలు ఇవ్వమని ఆ వ్యక్తిని అడిగారు. కానీ చాకలివాడు కంసుడికి సేవకుడు. వారికి బట్టలు నిరాకరించడమే కాకుండా ఇద్దరు సోదరులను దుర్భాషలాడాడు. కాలట్టి కృష్ణుడు దుష్టుడైన వాచోర్‌ను తన అరచేతితో కొట్టాడు మరియు బంధువుల తలను రెండుగా చీల్చాడు.

అప్పుడు సోదరులు తమకు నచ్చిన దుస్తులను ఎంపిక చేసుకున్నారు. తెల్లటి బలరాముడు నీలిరంగు కృష్ణుని వేషధారణలో పసుపు రంగు దుస్తులను ఎంచుకున్నాడు. అప్పుడు వారు తమ ఆరాధనను పూర్తి చేయడానికి దండలు కావాలని కోరుకున్నారు మరియు ఒక దండ-విక్రయదారుని చేరుకున్నారు. దండల వ్యాపారి ఈ ఇద్దరూ దేవుళ్లలా అనుకున్నాడు. మరియు ఇద్దరు సోదరులు పువ్వులు కోరినప్పుడు, అతను వారికి పువ్వులు ఇవ్వడమే కాకుండా వాటిని పూజించాడు. దండలు అమ్మేవాడికి శుద్ధి చేస్తూ ముందుకు సాగారు. వీధిలో కదులుతున్నప్పుడు, అనూహ్యంగా అందంగా ఉన్న ఒక యువతిని మోట్ చేశారు, కానీ ఆమె వెనుక భాగంలో మూపురం ఉంది.

ఆమె పేరు కుబ్జా ఉంది. ఆమె చేతుల్లో గంధపు చెక్క పేస్ట్ సల్వార్ పట్టుకుంది. మీరు ఎవరి కోసం ఈ పోస్ట్ మోస్తున్నారు? అడిగాడు కృష్ణ ఇది కోమెన్ కోసం అతను బదులిస్తూ "దీనిని వర్తింపజేయడానికి నేను బాధ్యత వహిస్తాను లాంగ్ కు సువాసన పేస్ట్ కానీ వారు తమ శరీరంపై రుద్దిన పేస్ట్‌ను ఇవ్వమని బలవంతం చేశారు, దీనికి బదులుగా కృష్ణుడు ఆమె పాదాలను నొక్కడం ద్వారా ఆమె శరీరాన్ని నిటారుగా నడిపించాడు మరియు ఆమె దవడలపై తన చేతులతో పైకి ఒత్తిడి చేయడంతో ఆ హోర్ హంప్ అదృశ్యమైంది. కుబ్యా శరీరం నిటారుగా మరియు మూపురంతో ఆమె మచ్చలేని అందమైన మహిళ అయింది. కృతజ్ఞతలు తెలుపుతూ కృష్ణ చో వెళ్ళాడు, వారు కుస్తీ పోటీ కోసం వేదిక యొక్క ప్రధాన ద్వారం వద్దకు చేరుకోగా, వారు ఒక క్రూరమైన ఏనుగును గుర్తించారు (కువ్లీనువల్ వారిపైకి దూసుకు వస్తోంది. ఇద్దరు సోదరులు చాలా చురుకుదనంతో పిచ్చి ఏనుగును ఎదుర్కొని, దానిని దూరంగా విసిరివేయడంలో సఫలమయ్యారు. వారు రంగ ప్రవేశం చేయగా, పూజించవలసిన ఒక బలిపీఠం మీద ఉన్న ఒక పెద్ద విల్లును వారు మొదట గుర్తించారు, కృష్ణుడు తన స్పర్శతో చప్పుడుతో విరిగిన విల్లుకు తీగను తగిలించాడు. రాజభవనం అంతటా విల్లు చప్పుడు వినిపించింది. కాపలాదారులు వచ్చి ఇద్దరు సోదరులపై దాడి చేశారు, కాని ఇద్దరు గార్డులందరినీ చంపగలిగారు.

స్మోన్ ఇద్దరూ చాలా గొడవతో రంగంలోకి దిగారు, కాన్స చాలా దిగ్భ్రాంతితో వేదిక వద్దకు రావడం గురించి తెలుసుకున్నాడు, అయినప్పటికీ, అతను వెంటనే చెమూరు మరియు ముష్టిక్‌లను కోరాడు. వెళ్లి ఇద్దరు సోదరులతో కుస్తీ పట్టి వారిని చంపండి.పోటీ ప్రారంభమైనప్పుడు అంతకుముందు మైనర్ వీటీన్‌లందరూ ఇద్దరు సోదరులచే ఎటువంటి ఇబ్బంది లేకుండా ఓడిపోయారు. తర్వాత ప్రధాన మైదానంలో ఫైనల్ బౌట్ ప్రారంభమైంది. వేదిక మొత్తం చాలా అందంగా అలంకరించారు. సాధారణ పౌరులకు సాధారణ సీట్లు మరియు రాజు మరియు అతని క్వీఫ్ కోసం ప్రత్యేకమైనవి ఉన్నాయి. కంసుడు అందరికంటే ఎత్తైన ఆసనంలో భోజనం చేస్తాడు. స్త్రీ విభజన వెనుక కూర్చుంది. మార్షల్

మ్యూజిక్ యొక్క నోయింగ్‌తో బౌట్ మెప్పిస్తుంది. చానూర్ మరియు ముష్టిక్ రింగ్ మధ్యలో నిలబడి తమ శక్తివంతమైన కండరాలను ప్రదర్శించారు. చానూరు మరియు బలరామ ఎన్ ముష్టలపై కృష్ణుడు నకిలీగా ఉంటాడని షెడ్యూల్ కృష్ణ మరియు ఛాన్సర్ల మధ్య మొదటి కుస్తీ పోటీ ప్రారంభమైంది. ఇది భయంకరమైన పోరు. ఇద్దరూ బలమైన మరియు తెలివిగల రెజ్లర్లను ధరించారు. కానీ క్రమంగా కృష్ణుడు చోనూర శరీరాన్ని పైకి లేపి చుట్టూ తిప్పాడు చనోరాను నేలపైకి విసిరే ముందు వందసార్లు. చానూరా తన తక్షణ మరణాన్ని ఎదుర్కొన్నాడు. అప్పుడు బలరాముడు ముష్టికుని మీద పడ్డాడు. అతను తన పిడికిలి మరియు శక్తివంతమైన పంచ్‌లతో ముష్టిక్ హుడ్‌ని కొట్టాడు.

ఆపై ఒక ఉపాయంలో అతను ముష్టిక్‌ను చాలా గట్టిగా పట్టుకున్నాడు, కాన్సా యొక్క బహుమతి పొందిన మల్లయోధుడు గొంతు కోసి చంపబడ్డాడు. ఇంతలో, కంసుడు మరొక మల్లయోధుడు తోధలహను పంపాడు, అతను కొద్దికాలంలోనే కృష్ణుడిచే చంపబడ్డాడు. తన బహుమతి పొందిన యోధులను చూసి ఓడిపోవడమే కాకుండా మరక కూడా కంసుడికి కోపం వచ్చింది. ఇద్దరు అన్నదమ్ములను బంధించమని గార్డులకు మరియు వారితో చైన్స్‌లో అరిచాడు.

కానీ అప్పుడు కృష్ణుడు భయంకరమైన నవ్వు విచ్చాడు. అతను కాన్సే కూర్చున్న వేదికపైకి దూకి, రాజు జుట్టుతో పట్టుకున్నాడు. అతను కంసుడిని నేలపై పడవేసాడు, అతను అక్కడికక్కడే మరణించాడు. అప్పుడు లోతైన గొయ్యి ఏర్పడిందని కృష్ణ మృతదేహాన్ని నేలపై భారీగా లాగాడు. చివరికి మృతదేహాన్ని యమునా నదిలో విసిరివేయబడింది కోనా తన సోదరుడి మరణానికి ప్రతీకారం తీర్చుకోవడానికి ముందుకు వచ్చిన సుమత్ అనే సోదరుడు కూడా ఉన్నాడు.

కానీ బలరాముడు అతన్ని సులభంగా చంపాడు. అప్పుడు క్రిష్ణుడు మరియు బలరాముడు ఆనందోత్సాహాలతో భుజాల మీద పట్టుకొని, వారి తల్లిదండ్రులు వాసుదేవ మరియు దేవకిని కలవడానికి వెళ్ళారు, వారు తమ నీచమైన కాంతను కలుసుకున్నందుకు సంతోషించారు, వారు నిజమైన రాజు, అతని తండ్రి ఉగ్రసేన్‌ను జైలులో పెట్టారు. అతను విడుదల చేయబడ్డాడు మరియు సింహాసనానికి ఆచారబద్ధంగా పునరుద్ధరించబడ్డాడు, దేవతల అధిపతి ఇంద్రుడు కంస పతనంతో సంతోషించాడు. అతను కృష్ణుడికి సుధర్మ అని పిలిచే ఒక అందమైన అంబ్లీ హాల్‌ను బహూకరించాడు, అతను దానిని ఉగ్రసం రాజుకు ఇచ్చాడు, పెనా అక్కడ కూలిపోయాడు మరియు ప్రజలు తమ నిరంకుశ పాలకుడు కంస మరణంతో ఊపిరి పీల్చుకున్నారు.

కనియా ఇప్పుడు మరణించినందున, ఇద్దరు సోదరులు, క్రిష్ మరియు సలోరమో అధికారిక విద్యను అభ్యసించే సమయం వచ్చింది. కాబట్టి వారిని ఉజ్జయినిలోని వారి సంప్రదాయ గురువు, సాందీపనా గృహాలకు పంపారు. అన్ని విద్యలు అందుకోవడానికి వారికి కేవలం 6 రోజులు పట్టింది. ఇప్పుడు, గురువుకు గురు-డోల్చిన్' అని పిలవబడే అతని సాంప్రదాయ రుసుమును ఇచ్చే సమయం వచ్చింది. సన్నని రుసుము గురువు ఏ రూపంలోనైనా డిమాండ్ చేయవచ్చు. గురు సాందీపనికి ఒకే ఒక్క

కుమారుడు ఉన్నాడు, అతను మరణించాడు, గురు-దక్షిణ హో తన కొడుకును తిరిగి లిఫాకు తీసుకురావాలని సందీపంత్ కోరుకున్నాడు.
కృష్ణుడు మరియు బలరాముడు గురువు యొక్క కుమారుడు మరణానంతరం మహా సముద్రానికి తీసుకువెళ్ళబడ్డాడు. కాబట్టి వారు తమ ఆయుధాలను పట్టుకుని, తమ గురువు కుమారుడి మృతదేహాన్ని కోరడానికి సముద్రానికి వెళ్లారు.
సాక్షాత్తూ ఆ కొడుకు శంఖం ఆకారంలో ఉన్న పంచజనులు అనే అమామతో ఉన్నాడని సముద్రుడు వారికి చెప్పాడు. కృష్ణుడు వెంటనే సముద్రం యొక్క మృత్యువులోకి ప్రవేశించాడు మరియు ప్రకాశం నుండి పారిపోయాడు మేము రోజువారీ స్లీలత నుండి శంఖం-పాంచజన్యాన్ని తయారు చేసాము, అది కృష్ణుడి గర్వంగా మారింది. ముఖ్యమైన ఎకోషన్ యొక్క ఆగమనాన్ని తెలియజేసేటప్పుడు అతను దానిని ఎల్లప్పుడూ ఊదాడు.
ఆ తర్వాత ఇద్దరు సోదరులు వామ (మృత్యుదేవత లోకం) వద్దకు వెళ్లి, తమ గురువు మరణించిన తర్వాత జీవితాన్ని పునరుద్ధరించడానికి దేవతను ఓడించారు. ఆ తర్వాత గురుదక్షిణ రూపంలో సంతోషించిన తుపాకీకి సజీవంగా ఉన్న ఆ బాలుడిని సమర్పించి, వారు తిరిగి మధురకు వెళ్లారు.

జరాసంధ మరియు క్రిష్మ

జరాసంధ శక్తివంతంగా కలిశారు కానీ ఒక క్రూరమైన పాలకుడు మగధ రాజు మరియు కంసుడు అతని కొడుకు-ఎం-తక్కువ. అతని ఇద్దరు కూతుళ్లకు యాక్ట్ అని పేరు పెట్టారు! మరియు ప్రొప్తి కామెన్‌ను వివాహం చేసుకుంది. కీమ్డ్ తన అల్లుడికి నాయకత్వం వహించాడని విన్న జొర్నాడ భారీ సైన్యాన్ని పెంచి, వడోవాల స్థానమైన మధురను అటాచ్ చేశాడు. జరాసంధ యొక్క భారీ సైన్యంతో పోల్చితే కల్మా, బలదేవ బలరామల్ మరియు ఇతర వోడోవెన్‌లకు కొద్దిమంది సైనికులు మాత్రమే ఉన్నందున, జరిన్హా వారి ముందు ఒక పెద్ద సమస్యను చెల్లించాడు. అయినప్పటికీ, వారు ఇప్పటికీ మగధ రాజుకు వ్యతిరేకంగా పోరాడాలని నిర్ణయించుకున్నారు, ఆ రోజు నుండి, షాంగో అనే విల్లు, రెండు టీ, ఇప్పుడు కూడా, పురుషులు మెడ్ క్రెమ్లీ కృష్ణ చేతిలో పడ్డారు. బలరాముడికి ఆయుధాలు నాగలి మరియు సౌనంద అనే పేరుగల గద్ద.
ఈ ఆయుధాలతో వడవ ఎలోన్‌కు నాయకత్వం వహించే ఇద్దరు సోదరులు జరానందను మట్టుబెట్టగలిగారు మరియు అతను పారిపోయాడు. కానీ కేవలం తర్వాత క్రూరమైన మగధ రాజు మళ్లీ తన క్రూరమైన దాడిని ప్రారంభించాడు కానీ మళ్లీ ఓడిపోయాడు. జరాసంధులు వాటిని చాలాసార్లు అటాచ్ చేసినప్పటికీ, అతను వడోవ్నని ఓడించలేకపోయాడు. అయితే తర్వాత కృష్ణుడి సలహాలపై, జమెంద్ కలియానా మరియు కృష్ణుడిని వదిలించుకోవడానికి పశ్చిమ తీరంలోని ద్వారికకు వలస వచ్చారు, వడోవాల సభలో కార్పిన్ అనే పవిత్రమైన తేశ్వరుడు ఉన్నాడు. ఒకసారి ఆయనను 'కొందరు యాదవులు అసమర్థుడని' అంటారు. ఈ రీమార్ బ్రాహ్మణుడిని చాలా బాధపెట్టాడు, అతను శివుడిని

పెయోపిటిస్ట్ చేయడానికి మరియు నమస్కరించే విజృంభణను పొందడానికి నాకు తపస్సు చేయమని కూతమ్ కూన్ కోసం ఎత్తుకెళ్లాడు. వాడవ వంశం మొత్తానికి శాపంగా మారే కొడుకు కావాలి. అతను చాలా భక్తితో పూజలు చేసాడు మరియు 12 సంవత్సరాల పాటు ఆహారం కోసం ఇనుప ధూళిని మాత్రమే తిన్నాడు. చివరగా, దులు ప్రాయశ్చిత్తం చేసాడు, శివుడు అతని ముం

దు ప్రత్యక్షమై అతనికి కావలసిన వరం ఇచ్చాడు, ఈ వవన్ (విదేశీయుడు) రాజు గర్గన్‌తో పరిచయం ఏర్పడిన తరువాత, బ్రాహ్మణుడిని సంతోషపెట్టి, అతని భార్యతో కాపులేట్ చేయడానికి అనుమతించాడు. చివరికి అతని భార్యతో ఆ వౌనో రాజు టెంట్‌తో అతనికి బోమ్‌తో ఒక కాం. ఇది హన్ యొక్క నలుపు రంగులో, వవాన్ల రాజు మరియు అతని బ్లాక్ ఛాయతో నల్లజాతి విదేశీయుడికి కెల్లీవోర్ అని పేరు వచ్చింది, అతను శక్తివంతంగా పెరిగేకొద్దీ మెత్‌లోని ఫ్రున్‌ఫాల్ లాంగే గురించి నారదు నుండి తెలుసుకోవాలనుకున్నాడు, అతనికి డోనట్ ది పవర్‌ఫుల్ అని చెప్పబడింది.

వడోవా వంశం కాబట్టి అతను యోడోవాలను అటాచ్ చేయాలని నిర్ణయించుకున్నాడు. ఇందుకోసం వేల సంఖ్యలో రథాలు, గుర్రాలు, ఏనుగులు మరియు పదాతిదళాలతో కూడిన భారీ సైన్యాన్ని సేకరించాడు. అప్పుడు అతను యాదవ్‌ను పట్టుకోవడానికి మధుర వైపు భారీ సైన్యాన్ని మార్చాడు, కృష్ణుడు మధుర వైపు వోవన సైన్యం యొక్క కవాతు గురించి విన్నప్పుడు అతను చాలా ఆందోళన చెందాడు. జాన్సంధో గొంతు ఇంకా చాలా సజీవంగా ఉంది. అతను నిజం మరియు వోడోవ్న కాలిన్‌తో వారి యుద్ధం నుండి బలహీనపడతాడు మరియు జరాధా యొక్క దాడి ఆ తర్వాత వచ్చినట్లయితే, వోడోవోన లోరాండో చేతిలో కూడా ఓడిపోవచ్చు. ఆఫర్ వైపు, జరాసందిన్‌తో విజయం సాధించడం వల్ల వడవులు బలహీనంగా మారతారు, కాళీయవాన్‌కు వ్యతిరేకంగా స్నానం చేస్తారు.

అందుకే సెపెక్ట్ చాలా భయంకరంగా ఉంది. అందువల్ల, వాడవాలు సుదీర్ఘ యుద్ధం చేయగలిగిన చోట నుండి బలమైన ఫాంట్‌ను నిర్మించడానికి చాలా మంది ఉన్నారు. ఈ ఆలోచనతో కృష్ణుడు ఓకాన్ యొక్క పశ్చిమ తీరానికి వెళ్లి, బలమైన కోటను నిర్మించడానికి తనకు 13 వెజోనా భూమిని ఇవ్వమని సముద్రాన్ని అభ్యర్థించాడు. సెరోన్, స్నేహపూర్వక తే కృష్ణ తన గురువు సొందిపో కొడుకును విడిచిపెట్టడానికి ప్రయత్నించిన తరువాత అతనికి ద్వారిక నగరాన్ని నిర్మించడానికి భూమిని ఇచ్చాడు. ద్వారికలో అనేక తోటలు మరియు సరస్సులు ఉండేవి. ఇది చుట్టూ గోడలతో మరియు అన్ని వైపులా ఉంది మరియు CI లోపల అనేక కోటలు ఉన్నాయి, కృష్ణుడి వద్ద ఉన్న మధురలోని ద్వారికకు తీసుకువచ్చారు, ఇది తన ప్రజలను సురక్షితంగా ఉంచిన తరువాత, కృష్ణుడు కల్యాణాన్ని ఒంటరిగా చేపట్టాలని నిర్ణయించుకున్నాడు.

కలిగోవనతో ప్రమాదకరమైన దాగుడు మూతలు ఆడటం మొదలుపెట్టాడు. కలిగవన యుద్ధం చేయాలనే కోరికతో అతనిని వెంబడించడం ప్రారంభించాడు. క్రిష్మా తన బాగా ఆలోచించిన ప్లాన్ ప్రకారం చేసాడు. ఆవులో నిద్రిస్తున్న ముచ్చులండో అనే శక్తివంతమైన వొడవాటి గురించి అతనికి తెలుసు. ఆ రాజు చాలా కాలం క్రితం దేవుడి నుండి ఒక వరాన్ని పొందాడు, అతను రాక్షసులతో వారి పోరాటానికి

వ్యతిరేకంగా వారికి చేసిన గొప్ప సహాయంతో, చివరికి వారు గెలిచారు, మచ్చుకుండో నిద్రను భంగపరచడానికి ప్రయత్నించిన వారు నేల్స్‌కు భస్మమైపోతారు. కాళీయవానుని వెంబడిస్తూ అతనితో కలిసి ఆవిడలోకి ప్రవేశించాడు. మస్తిష్కంలో చాలా చీకటిగా ఉంది, కోవ్ లోపల ఎవరు నిద్రిస్తున్నారో గుర్తించడంలో కాలిగ్నన్స్ విఫలమయ్యారు. నిద్రపోతున్న వ్యక్తి కృష్ణుడిగా భావించాడు. దూకుడుగా నిద్రపోతున్న మూర్తిని బలవంతంగా నిద్ర లేపాడు. కోపోద్రిక్తుడైన హింగ్ ముచుకుందుడు కళ్యవనుల వైపు చూడగా, తరువాతి కాలవను తక్షణమే భగ్నం చేసింది. కృష్ణుడు ఆ కోవెలలో దాక్కుని తిరుగుతున్నప్పుడు కళ్యాణ్ రాజు ముచ్చుకొండో గుహ నుండి బయటకు వచ్చాడు మరియు ప్రజలు ఒకప్పటి కంటే చాలా పొట్టిగా ఉన్నారని, కెల్లీ వచ్చి ఉండవచ్చని భావించి, అతను గోంధండ్ పర్వతం వద్ద తన పూజలు చేయడానికి బయలుదేరాడు. .

తదనంతరం, కృష్ణుడు కొలిగోవన సైన్యంలోని సైనికులందరినీ ఓడించగలిగాడు, ఎందుకంటే వారికి మార్గనిర్దేశం చేసేవారు ఎవరూ లేరు, ఈ విధంగా కృష్ణుడు తన షీన్ ఇంటెలిజెన్స్ ద్వారా వడలను వదిలించుకున్నాడు, విదేశీ రాజు కళ్యాణ్ బలరాముడు యమునో నది మార్గాన్ని తిప్పాడు.

శాంతి మరియు ప్రశాంతత ఉన్నందున, బఫార్మ్స్ గోకులాన్ని సందర్శించాలని మరియు తన పాత స్నేహితులను కలవాలని అనుకున్నాడు. అతను అక్కడ ఉన్న సమయంలో అతను తన స్నేహితుల సంగీతాన్ని పూర్తిగా ఆస్వాదించాడు, ఒక రోజు అతను తన స్నేహితులతో కలిసి ఆ ప్రదేశంలో తిరుగుతున్నప్పుడు, కదంబ్ ట్రిస్ నుండి వైన్ స్రవిస్తున్నట్లు అతను కనుగొన్నాడు.

బైనామా ఒక ఫోటు వైన్ తాగి మత్తులో పడ్డాడు, ఆ ద్రవాల మత్తు ప్రభావం వల్ల హై బాడీ బాగా వేడెక్కింది. అతను తన వీర్యంపై నియంత్రణ కోల్పోయాడు కాబట్టి, అతను చల్లగా స్నానం చేయాలనుకోవడంతో నదిని తన దగ్గరికి తీసుకువెళ్లాడు, "మీ మురే మార్చుకోండి మరియు మీ ఎన్నెల్ నీటిలో నేను స్నానం చేస్తున్నాను అని అర్థం, అతను గర్వంగా చెప్పాడు.

.కానీ వాముని సూచనలను పట్టించుకోలేదు.ఈ ధిక్కారానికి బలరాముడు తాగిన దశలో ఆవేశంతో ఊగిపోయాడు.అతను తన నాగలిని తీసుకున్నాడు.తన నాగలితో అతను నది ప్రవాహాన్ని గ్రహించి, అది కూమెన్‌ని మార్చుకుని క్లీన్‌కి రావాల్సి వచ్చింది. బలరాముడు. నది చివరికి మారిపోయింది. వామనుడు బలరాముని ముందు మానవ రూపంలో కనిపించాడు మరియు క్షమించమని వేడుకున్నాడు, దీనిని మంజూరు చేస్తూ, మహా సర్పమైన శేష్ నాగో యొక్క అవతారమైన బలరాముడు ఇలా అన్నాడు: "ఇకనుండి మీరు ఈ మార్గాన్ని ఎప్పటికీ అనుసరించండి, ఇప్పుడు ! బలరాముని స్నానం ముగియగా, లాలేహిమ్, అతని ముందు ఐశ్వర్య దేవత ప్రత్యక్షమై, అతనికి వాడిపోని తామరపువ్వును అందించింది, ఆమె అతనికి రెండు నీలిరంగు దుస్తులు, బాలనోమాను కూడా ఇచ్చింది, తరువాత ఖర్చు చేసి ద్వారకకు తిరగి వచ్చింది. గోలుయిలాలో రెండు నెలలు.అక్కడ రైవతే అనే రాజు కుమార్తె రేవతికి నిక్కాథో మరియు ఉముక బలరాముడు అనే పేరు వచ్చింది.

శంకరేహర్ యమునా కృష్ణ నదిని రుక్మిణితో వివాహం చేసుకున్న తర్వాత కుర్దింపర్ రాజ్యానికి పాలకుడు భీమక రాజు. రాజుకు రూక్ మరియు రుక్మిణి అనే కుమార్తె ఉన్నారు రూబిన్ కృష్ణుడి అందం గురించి చాలా విన్నారు ఆమె అతనిని వివాహం చేసుకోవాలనుకున్న విజయాలు. కృష్ణుడు గురించి విన్నప్పుడు అతను రుక్మిణికి మార్నింగ్ యొక్క అధికారిక ప్రతిపాదనను పంపాడు. అప్పుడు. కానీ రూల్స్ సోదరుడు రుడెమ్ యాదవ భాగాన్ని మాత్రమే అగట్నెట్ చేశాడు క్రిచెస్.

కాబట్టి అతను తన తండ్రిని పెపోనల్‌ను తిరస్కరించేలా చేశాడు. అయితే భీష్మకో జరాసంధుడితో సత్సంబంధాలుండేవి. అతని సలహా మేరకు నేను అతని కుమార్తెను శిశుపాల్‌కు వివాహం చేయాలని నిశ్చయించుకున్నాను, జరాసంధ యొక్క మరొక మిత్రుడు, జంధా యొక్క మిత్రులందరూ కుండిన్‌పూర్‌కి వెళ్ళినప్పుడు, రన్ యొక్క స్వేనర్ శిశుపాల్‌ని చాలని భావించారు. ఈ వేడుకకు హాజరయ్యేందుకు కృష్ణతో పాటు వాడవాలు తరలివచ్చారు. కానీ వివాహానికి ఒకరోజు ముందు, కృష్ణుడు తన ఓలన్ ప్రజల సహకారంతో, రుక్మిణిని తన వద్దకు లాక్కోవాలని తహతహలాడాడు.

ఏదీ కోరుకోలేదు, వీరిలో చాలా మంది రాజులు జరాసంధుని మిత్రులు- పౌడర్క దంతవక్ర విదురథుడు, శిశుపాలుడు, జరాసంధుడు మరియు శాల్వుడు కృష్ణుని బంధించడానికి వడోవాస్ ఓయూను జోడించారు, కానీ బలరాముడు మరియు ఇతర వోడోవా వారి దాడిని తనిఖీ చేయగలిగారు మరియు కృష్ణుడిని అపహరించటానికి అనుమతించారు. వధువు, అయితే, రుక్మి ఆ జంటను వెంబడించడం కొనసాగించింది. గౌరవనీయుడు క్రినో మాత్రమే అని రూలరిన్ ప్రకటించినప్పటికీ, రులాంలు వారి ప్రాధాన్యతను కొనసాగించారు. అప్పుడు కృష్ణుడు తన భారీ సైన్యంతో కలిసి అతనిని విపరీతంగా తిప్పికొట్టాడు, కృష్ణుడు రూడే రమ్‌ను కొండపైకి తీసుకురాబోతున్నప్పుడు "నాకు ఒక్కడే సోదరుడు ఉన్నాడు.

దయచేసి అతని ప్రాణాన్ని విడిచిపెట్టండి" అని చెప్పాడు, కృష్ణుడు రూల్‌ను విడిచిపెట్టినప్పటికీ, ఆ దళారీ యువరాజు తన రాజ్యానికి తిరిగి రాలేదు. అతను రూలేమిని లేకుండా మరియు క్రిష్మను ఎత్తకుండా కుందీపూర్‌కు తిరిగి రాలేడని వారికి తెలియజేసాడు కాబట్టి అతను వేశ్య మధ్యలో ఉండి భోజలతగా ఓడిపోయిన కొత్త నగరాన్ని నిర్మించాడు. ఆ తర్వాత అక్కడే స్థిరపడ్డాడు. కృష్ణుడు, తదనంతరం రుక్మిణిని రాకాహూ పద్ధతి ప్రకారం వివాహం చేసుకున్నాడు. వారికి ప్రోడున్ అనే కొడుకు ఉన్నాడు, అతను పుట్టినప్పుడు శంబరతురా ఓం కిడ్నాప్ చేయబడ్డాడు.

అయితే, తరువాత ప్రద్యుమ్నుడు స్వయంగా శంబరరావును మట్టికరిపించాడు. శంబరమురా మరియు ప్రద్యుమ్నుడు ఈ కథను మునుపటి కథనంలో తీవ్రంగా అసహ్యించుకున్నప్పటికీ, మైత్రే పట్టుబట్టడంతో అతను దానిని పూర్తిగా సన్నగా చెప్పాడు. ప్రద్యుమ్నుడు తనను చంపాలని నిర్ణయించుకున్నాడని శంబరుసురే. కాబట్టి నిక్స్ ప్రద్యుమ్నుడు పుట్టిన కొన్ని రోజుల తరువాత, అతను క్రిచ్-ప్రోదుమో యొక్క కొత్తగా జన్మించిన కుమారుడిని అపహరించి సముద్రంలో పడేశాడు. సముద్రం ప్రమాదకరమైన ఆక్వాటిన్ లానింగ్‌లతో నిండి ఉంది. మృతదేహం చనిపోయి ఉండవచ్చు,

కానీ పెద్ద ఫిక్స్ మింగడంతో, కొంతమంది మత్స్యకారులు ఫిక్‌ని పట్టుకుని శంబు వంటగదికి తీసుకువచ్చారు, శంబరాసురుడికి మాగ్వతి అనే ఇంటి ఫెంపర్ ఉంది. చేప రూట్ ఉన్నప్పుడు. మాగ్వతి బేబీ రైడ్‌ని కనుగొంది. ఆమె గెలిచింది మరియు సన్నగా ఉన్న అబ్బాయిలో ఎలా వచ్చాడు మరియు అతను ఇక్కడకు ఎలా వచ్చాడు?" ఆమె ఆశ్చర్యంగా ఉంది.

అప్పుడు ఆమె ఈ బాలుడి మూలం గురించి తెలుసుకోవడానికి నారదుని దివ్య పేజీని కోరింది. అప్పుడు కరదుడు ప్రద్యుమ గురించి ఆమెకు జ్ఞానోదయం చేశాడు. అబ్బాయిని పెంచడానికి అతను ఆమెను చాలాసార్లు పెంచాడు. మగోవాల్ చేసేది సరిగ్గా ఇదే.ఆమెకు మోగ్లో స్పెల్ ఖర్చు చేసే టెక్నిక్‌లో బాగా ప్రావీణ్యం ఉంది. , ప్రద్గున్న కొంచెం పెద్దవాడైనందున, అతను శంబమురేను ద్వంద్వ యుద్ధానికి సవాలు చేశాడు. శంబరావు చాలా 'మగా' టెక్నిక్‌లను ఉపయోగించినప్పటికీ, మాయావత్ నుండి ప్రద్యుమ్మకు లభించిన జ్ఞానం కారణంగా, అతను తన ఎలాంగ్ మ్యాజిక్ ట్రిక్‌ను ఎదుర్కోగలిగాడు. శంబరౌన వా కిఫెడ్ అని గట్టిగా చెప్పాడు, దీని తర్వాత ప్రద్యుమ్నుడు మరియు మాయావత్ కెచ్నో మరియు రుక్మింట్‌కు తిరిగి వచ్చారు

.అందరూ సంతోషంగా ఉన్నారు మరియు చివరికి ప్రద్యుమ్నుడు మేవాను వివాహం చేసుకున్నాడు, ప్రొదిగుణతో పాటు కృష్ణ మరియు బులోమిన్‌లకు ఇప్పుడు మరో ఎనిమిది మంది ఉన్నారు మరియు ఒక కుమార్తె మరియు కృష్ణుడికి రుదిమిని కాకుండా మరో ఏడుగురు ప్రధాన భార్యలు ఉన్నారు. వారు కాళింది, మిత్ర విండ. సత్య, జాంబవేషన్ రోహిణి, స్వాహిలో. సత్యభామ మరియు లోకమాన్లు కృష్ణ చాలా మంది మహిళలను ఆశ్రయించారని తేలింది. అతను వారందరినీ అలరించాడు. కాబట్టి, అతనికి 16108 w ప్రొడ్యూస్ తదనంతరం రాజు రులానీ కుమార్తెను మాన్‌లాడ్ చేశాడు మరియు రూమీ మనవడిని తరలించిన అనిరుద్ధో అనే వ్యక్తిని కలిగి ఉన్నాడు.

ఈ వివాహానికి సంబంధించి కృష్ణుడు మరియు బలరాముడు సహా యాదౌన్ అధిపతులందరూ రోని రాజధాని భోజహటను ఆహ్వానించారు, వివాహం తర్వాత, రూమీకి వోడోవా పట్ల ఉన్న శత్రుత్వాన్ని గురించి ఆలోచించిన కొందరు రాజులు రులానీకి సలహా ఇచ్చారు: "బలరామ్‌కి డియోన్ వాయించే అలవాటు ఉంది.

మీరు హోమిలీని ఓడించగలిగేలా డైన్ ఇగాంబ్లింగ్ మ్యాచ్‌ను ఎందుకు ఏర్పాటు చేయకూడదు? రూల్ వెంటనే ఈ ప్రతిపాదనకు అంగీకరించారు మరియు త్వరలో రూలోన్స్ మరియు బలరాముల మధ్య జూదం సెషన్ ప్రారంభమైంది. మొదటి రౌండ్‌లో, రామ్ సలోరమ్‌ల నుండి 4000 బంగారు పిన్‌లను గెలుచుకున్నాడు. ఇది రెండుసార్లు జరిగింది. మళ్ళీ అలాగే, బలరాముడు నిరంతరం కళింగ కాలాన్ని పోగొట్టుకోవడం మరియు రులిమి బలరాముడిని చూసి నవ్వడం మొదలుపెట్టాడు.బలరాముడు ఆగ్రహానికి లోనయ్యాడు మరియు కోపోద్రిక్తుడైన బొచ్చు కోట్ల బంగారు పింఛను ప్లాన్ చేసి అరంగేట్రం చేసిన టిమ్ బలరామ మహిళ 1 గెలిచింది, అని బలరాం గట్టిగా అరిచాడు. రూమీ కొంటెగా బదులిస్తూ "లేదు, నువ్వు పందెం వేసావు కానీ నేను దానిని అంగీకరించలేదు. కాబట్టి మీరు నిజంగా రూడెన్స్‌ను

గెలిపించారని చెప్పలేరు, అయితే, dy నుండి ఒక దైవిక స్వరం బలరాముడు విజేత అని తీర్పునిచ్చింది. రూమీ మాటలతో పందెం అంగీకరించనప్పటికీ, బలరాముడు పందెం వేసిన తర్వాత అతను విసిరిన పాచికలు అతను పందెం వేసినట్లు రుజువు చేసింది, అయితే రూమీ ఈ వాదనను అంగీకరించలేదు, అయితే అతను దైవిక తీర్పును ధిక్కరించలేడు, కానీ అతను బలరాముడి కోపంపై అభ్యంతరకరమైన వ్యాఖ్య చేశాడు. , బలరాముడు కైవసం చేసుకున్నాడు మరియు ఆ తర్వాత లాటర్ చనిపోయాడని రూల్స్‌లో బలవంతంగా ప్రకటించాడు, బోలారోమ్ కూడా కలింగ్స్ రాజును పట్టుకున్నాడు మరియు బలరాముడిని చూసి నవ్వుతూ రాజు పళ్ళు విరిచాడు. బలరాముడు చాలా మందిని కొండెక్కించాడని కోపం పెంచుకున్నాడు రహ్మీతో స్నేహపూర్వకంగా ఉండే ఇతర రాజులను కూడా గెలుచుకున్నాడు

నరకాసురుని వధ

ఒకసారి దేవతల అధిపతి ఇంద్రుడు, దానం చేయడానికి ద్వారికను సందర్శించాడుమర్త్య రాజునేరాకోసురేపై తన మనోవేదనలను బయటపెట్టాడు. ఈ డెమోనియోడునికి పృథ్వీ కుమారుడుమరియు ప్రాగ్జ్యోతిష్పుర రాజుప్రజలను ఇబ్బంది పెట్టడాన్ని ఇష్టపడే అణచివేత పాలకుడు. అతనమరియు నిరంతరం ఇవాన్ దేవతలు మరియు రాక్షసుల బలహీనమైన రాజుల కుమార్తెను అపహరించేవాడు. కిడ్నాప్ చేసి ఆనందించిన తర్వాత వారిని తన కోటలో బంధించేవాడు. నరకాసురుడు వరుణుడి గొడుగును కూడా దొంగిలించాడు, దాని నుండి వర్షాలు వస్తాయి.

మందర పర్వతం యొక్క కొలను కూడా అతను దొంగిలించాడు. ఎంతగా అంటే ఆ దివ్యమాత అయిన అదితి చెవిపోగులు దొంగిలించాడన్న అపవాదు అతనికి ఉంది. ఇప్పుడు ఇంద్రుని యొక్క ప్రసిద్ధ పర్వతం, ఏనుగు అమరావతిని దొంగిలిస్తానని బెదిరిస్తూ ఇంద్రుడి నుండి అభ్యర్థనను స్వీకరించి, కృష్ణుడు నరకాసురుడిని సరిగ్గా సెట్ చేయాలని నిర్ణయించుకున్నాడు. అతను తన ప్రసిద్ధ పర్వతాన్ని విచ్చు, గరుడ అని భావించాడు మరియు పక్షి వెంటనే అతని ముందు కనిపించింది.

అప్పుడు కృష్ణుడు మరియు సత్యభామ గరుడునిపై ఎక్కి ప్రాగ్జ్యోతిషం వైపు ప్రవహించారు. నూర్ ప్రోగియోతిష్పురో, నేరాకోసుర మను అనే రాక్షస రక్షకుడిని నియమించాడు, అతను నగరం చొచ్చుకుపోకుండా ఉండటానికి నగరం చుట్టూ అనేక కోతలను అమర్చాడు. కానీ కృష్ణుడు తన ప్రసిద్ధి చెందిన సుదర్శనంతో అన్ని వాటాలను త్వరగా తొలగించాడు

మునులు అతనిపై కుటుంబంతో దాడికి పాల్పడ్డాడు. కృష్ణుడు తన 7000 మంది దుష్ప్రవర్తనను మట్టికరిపించగలిగాడు మరియు వారిలో హయగ్రీవ మరియు పంచజన అనే మరో ఇద్దరిని చంపాడు, వారికి నరకాసురుడు మరియు కృష్ణుడి మధ్య భయంకరమైన యుద్ధం వచ్చింది, చివరికి కృష్ణుడు వేలాది మంది రాక్షస సైనికులను మట్టుబెట్టాడు మరియు చివరకు నరకాసురుడిని రెండు ముక్కలుగా నరికివేశాడు. తన శక్తివంతమైన చల్మాతో నౌకాశ్రయాలు అతను నరకాసురుని 'తానేం'లోకి ప్రవేశించినప్పుడు, అతను 16100 నిస్సహాయ, ఆశ్రయం లేని స్త్రీని కనుగొన్నాడు, నరకాసురుడు తన

శరీర సంబంధమైన కోరికను తీర్చడానికి బంధించబడ్డాడు. విడుదలైనప్పుడు, వారి తండ్రులు, భర్తలు మరియు ఇతర బంధువులు తమను అపవిత్రం చేస్తారనే ఉద్దేశ్యంతో తిరస్కరిస్తారనే భయంతో వారందరూ తమ తమ ప్రాంతాలకు వెళ్లడానికి నిరాకరించారు. కాబట్టి, కృష్ణుడు గౌరవప్రదమైన స్థానం కల్పించడానికి వారందరినీ వివాహం చేసుకున్నాడు జీవితంలో. అనేక తేనెలు, నాలుగు ట్రంక్లతో ఏనుగులు మరియు ఉన్నాయి

ఇతర విలువైన హోమ్ కృష్ణ వారందరినీ ద్వారికకు పంపాడు. కృష్ణ పెట్టాడు ఇతర దివ్య విషయాలు, నరకాసురుడు గరుడుడిపై మరియు ఆ తర్వాత అటాలోన్ కలిగి ఉన్నాడు వాటిని వారి నిజమైన యజమానులకు తిరిగి ఇవ్వడానికి స్వర్గం వైపు వెళ్ళింది. కృష్ణుడు మరియు సత్యభామ వారి గార్డా పర్వతం మీదుగా స్వర్గం తిరుగుతుండగా, కృష్ణుడు తన రాకను ప్రకటించడానికి తన శంఖం పర్చజంగాను ఊదాడు. స్వర్గంలో సత్యభామ సమేతుడైన కృష్ణుడిని స్వాగతించడానికి దేవతలందరూ ఉత్సాహంగా బయటకు వచ్చారు.

నరకాసురుడు దొంగిలించిన ఆమె ఉంగరాలను తిరిగి ఇవ్వడానికి కృష్ణుడు మొదట అదితి వద్దకు వెళ్లాడు. మునిగిన తల్లి అయిన అదితి సంతోషించి, సత్యభామ అలాగే ఉండాలని దీవించాడు. శాశ్వతంగా యవ్వనం: ఆమె ఎప్పటికీ వృద్ధాప్యం మరియు అగ్లీగా ఎదగదు.

సత్యభామ కృతజ్ఞతతో వరాన్ని అంగీకరించింది, అదితి ఇంద్రుడిని కృష్ణుడిని మరియు అతని జీవిత భాగస్వామి సత్యభామను పూజించమని ఆదేశించింది. అయితే ఇంద్రుని భార్య అయిన శచి, కృష్ణుని భార్యను కేవలం మర్త్య స్త్రీగా భావించి, పరిజంతు పుష్పాలతో కాకుండా సాధారణ పుష్పాలతో సత్యభామను పూజించింది. కృష్ణుడు మరియు సత్యభామ దివినో గార్డెన్స్‌లో షికారు చేయడానికి వెళ్ళినప్పుడు, వారికి పారిజాత చెట్టు కనిపించింది. అతని ఆకులు రాగి రంగులో ఉన్నాయి మరియు బెరడు బంగారంతో ఉంది. సత్యభామ ఆ వృక్షాన్ని చూసి ఆకర్షితుడై ఆ చెట్టును ద్వారికకు తీసుకెళ్లమని కృష్ణుడిని కోరింది. ఆమె ఆ చెట్టు పట్ల ఎంతగా ఆకర్షితురాలైంది అంటే: "నీకు నన్ను నిజంగా ప్రేమిస్తుంటే దయచేసి ద్వానికాలోని మా పోలీసులో ఈ చెట్టును నాటండి. శచి దోస్ కృష్ణుడు నవ్వుతూ సత్యభామ అభ్యర్థనను నెరవేర్చినందున నేను ఈ చెట్టు పువ్వును నా జుట్టుపై ధరిస్తాను. హో ఆఫ్ ఓంకో చెట్టును పెకిలించి, గరుడ యొక్క వెనుక పువ్వుపై ఉంచాడు, స్వర్గం యొక్క కాపలాదారులు అభ్యంతరం చెప్పారు: "దయచేసి ఈ విలువైన చెట్టును తీసుకోకండి. ఇది షాక్‌కు చెందినది.

ఈ చెట్టును ఈ విధంగా తీసుకోవడం దేవతలకు, ముఖ్యంగా శచికి ఆగ్రహాన్ని కలిగించవచ్చని వారు చెప్పారు. షాక్‌పై పగతో ఉన్న సత్యభామ ఇలా పేల్చివేసింది: "ఈ చెట్టును తీసుకోవడానికి శచి మరియు ఇంద్రుడు ఎవరు. ఇది కొడుకు మథనం నుండి ఉద్భవించింది కాదా? కాబట్టి దానిని పొస్కోస్ చేసే హక్కు ప్రతి ఒక్కరికీ ఉంది. దీనిని శచీగా ఎందుకు పరిగణించాలి. లేదా ఇంద్రుని వ్యక్తిగత ఆస్తినా? మీరు వెళ్లవచ్చు," ఆమె గార్డ్‌లతో చెప్పింది," "నా భర్త ఈ చెట్టును డున్నిన్‌కు తీసుకువెళ్లినట్లు షాక్‌కి చెప్పండి. ఆమె నన్ను కేవలం మర్త్య స్త్రీ అని అనుకున్నాను, కాదా? ఇప్పుడు మర్త్య మైదానాలకు

దాని బదిలీని అరికట్టడానికి తన దివ్య శక్తులన్నింటినీ ఉంచమని చెప్పు." కాపలాదారుడు శచికి దాని గురించి చెప్పినప్పుడు ఆమె కోపంగా ఉంది. కోడి ప్రేరేపించడంతో, ఇంద్రుడు దేవతలందరితో వారి ఆయుధంతో దాడి చేశాడు.

ఇంద్రుడు అతని వద్ద ఉన్నాడు. 'వజ్ర (పిడుగు) మరియు వరుణుడు, అగ్ని ఎటో వంటి వారి పేరు మార్చబడిన గద్దలు, గద్దలు, గద్దలు మరియు ఖడ్గాలు కూడా ఉన్నాయి. ఇంద్రుడు దూకుడు ఉద్దేశ్యంతో రావడాన్ని చూసిన కృష్ణుడు అతని పాంచజన్యంపై ఊది, దివ్య సైన్యంపై లెక్కలేనన్ని బాణాలను కురిపించాడు. అతని వద్ద అనేక ఆయుధాలు ఉన్నాయి, కానీ కృష్ణుడు వాటి ప్రభావాలను పూర్తిగా రద్దు చేశాడు. గరుడుడు తన యజమాని దేవతలను ఎదుర్కోవడానికి కూడా సహాయం చేసాడు. కృష్ణుడు గదతో యమ యొక్క ప్రసిద్ధ దండను నాశనం చేశాడు, తన చక్రంతో వరుణుడి ముక్కుతో పాటు దేవుడు కూర్చున్న పల్లకీని పగలగొట్టాడు. కృష్ణుడు సూర్యుని ప్రకాశాన్ని దోచుకున్నాడు.అగ్ని బాణాలు కూడా పనికిరాకుండా పోయాయి.గోడేతో పాటు వచ్చిన వాక్కులు, రుద్రులు మారుటో మరియు గంధర్వోన్లు అందరూ ముందు భయాందోళనలతో పారిపోవాల్సి వచ్చింది.కృష్ణుని సాటిలేని యుద్ధ పరాక్రమం..

కనీసం కృష్ణుడు మరియు భారతదేశం లాక్ చేయబడ్డాయి ఒక ద్వంద్వ పోరాటంలో వారి మౌంట్‌లు ఒకదానితో ఒకటి భీకర పోరాటంలో పోరాడాయి. చివరగా ఇంద్రుడు తన వజ్రాన్ని సిద్ధం చేసాడు మరియు కృష్ణుడు తన చలాన్ని తీసుకున్నాడు. ఈ ఆయుధాల తాకిడి సమస్త లోకాలను సర్వనాశనం చేస్తుందేమోనని మూడు లోకాలలో అందరూ భయపడ్డారు. కానీ ఇంద్రుడు తన వజ్రాన్ని విసిరినప్పుడు, కృష్ణుడు అతని చేతిలో ఆయుధాన్ని పట్టుకున్నాడు.

అతను ప్రతీకారంగా తన చక్రాన్ని ఎగరలేదు. ఇప్పుడు ఇంద్రుడు భయాందోళనతో పరిగెత్తడం ప్రారంభించాడు, సత్యభామ వెక్కిరిస్తూ పారిపోవడం చూసి. "D మైటీ ఆఫ్ ది గోడ్, మీరు ఎందుకు భయపడి పరుగెత్తాలి? మీరు శచీ భర్త, స్వర్గానికి అహంకారి కాదా? పిరికివాడిలా ఈ విధంగా పారిపోవడం మీకు సరిపోదు. ఈ పారిజోత్‌ను వెనక్కి తీసుకోండి. దేవతల మనస్సులను తెలపండి. విశ్రాంతిగా ఉండు". అప్పుడు ఇంద్రుడు జరిగినదంతా క్షమించమని వేడుకున్నాడు.

కృష్ణుడు సర్వోన్నతుడైన విచ్ యొక్క నిరాకార స్వరూపుడు కాబట్టి కృష్ణుడి చేతిలో ఓడిపోయినందుకు తాను సిగ్గుపడలేదని కూడా చెప్పాడు. కృష్ణుడు నవ్వి పారిజాత వృక్షాన్ని అలాగే ఇంద్రుని వజ్రాన్ని తిరిగి ఇచ్చాడు. కానీ ఇంద్రుడు తన వజ్రాన్ని తిరిగి తీసుకునేటప్పుడు చెట్టు పుస్తకాన్ని తీసుకోవడానికి నిరాకరించాడు. దీనిని ఉచితంగా ద్వారిక వద్దకు తీసుకెళ్లి సత్యభామ కోరికను తీర్చమని క్రిస్మాను అభ్యర్థించాడు. కృష్ణుడు మర్త్య ప్రపంచం నుండి నిష్క్రమించిన తర్వాత ఈ చెట్టు స్వర్గానికి స్వర్గానికి తిరిగి వస్తుంది. కాబట్టి, దివ్యమైన కృష్ణుడిని మరియు సత్యభామను వెంట తీసుకొని ద్వారికకు తిరిగి వచ్చారు.

కృష్ణుని భవనంలో చెట్టును నాటారు. యాదవులందరూ దాపరికంలేని గర్వంతో దాన్ని చూసేందుకు వచ్చారు. ఇంతలో నేరకాకురా రాజభవనం నుండి తిరిగి పొందిన సంపద అంతా డారిల్స్‌లో నిల్వ చేయబడింది, ఇది నిష్ణాతులుగా ఉన్న రాజ్యం యొక్క మాంసంగా మారింది.

దివిడ ద్వివిదను వధించడం అనేది నరకాసురుడికి వేగవంతమైన స్నేహితుడు మరియు దేవతలకు అనామకుడు అయిన కోతి. నానకౌరా మరణం గురించి ఇప్పుడే పొందడం, ఈ ఉల్లాసంగా ప్రతీకారం తీర్చుకోవడం కోసం మరింత యుద్ధానికి పాల్పడ్డాడు, తన స్నేహితుడిని కోల్పోయిన కోపంతో ఋషులచే నిర్వహించబడే అన్ని యోగ్యతలను నాశనం చేయడం ప్రారంభించాడు మరియు హత్యాయత్నం ఉన్మాదంలో నోజ్‌ని విచారించాడు.

అతను నగరాలు, గ్రామాలు మరియు అడవిని నాశనం చేశాడు మరియు ధర్మబద్ధమైన క్రమంలో గందరగోళాన్ని సృష్టించడం ప్రారంభించాడు.

అతను పర్వతాన్ని ఎత్తివేసి వాటిని మహాసముద్రాలలోకి విసిరాడు, మహాసముద్రాలు ఎక్కువగా ప్రవహించడం వల్ల వరదలు వచ్చాయి. అతను ఏర్పాటు చేసిన మొత్తం వ్యవస్థకు భయంకరమైన ముప్పు కలిగించాడు, అతను ఒక రోజు మద్యపానంలో ఉన్న బలరాముడి ముందు చేరుకున్నాడు. ఓవివిడ అక్కడ చాలా కలకలం రేపింది. అతను బలరాముడి నాగలిని మరియు గదను బండరాయితో తీసుకున్నాడు. ఈ రీతి బలరాముడు కోపోద్రిక్తుడైన కోతిపై కోపంతో ఊదాడు.

బలరాముడు అతని గదను కైవసం చేసుకున్నాడు మరియు వానరు కూడా అతనిని ఎదుర్కొనేందుకు ఒక పెద్ద బండరాయిని ఎత్తుకున్నాడు. బలరాముడు బండరాయిని ముక్కలుగా విరిచాడు కానీ కోతి అతని చీట్‌పై తన ఫిట్స్‌తో కొట్టడం ప్రారంభించింది. చివరికి బఫరోమా కోతి తలపై బిగించిన రెక్కతో ఘోరమైన దెబ్బ వేసింది మరియు కోతి తక్షణమే మరణించింది.

ఓపె యొక్క మరణానికి దేవతలు సంతోషించారు మరియు ఆ అడవి కోతిని వదిలించుకున్నందుకు కృతజ్ఞతతో బలరామునిపై పూల వర్షం కురిపించారు. వోనాసుర కథ కృష్ణకు 16108 మంది భార్యలు ఉన్నారు, వారు అతనికి ఎనబై మందికి పైగా జన్మనిచ్చింది. వెయ్యి ప్రతికూలతలు. తోమ్‌లో బోస్ట్ ప్రద్యుమ్మ అతని కొడుకు వానాసురుడు వాలి కొడుకు మరియు అతనికి ఉన్వాస్ అనే కుమార్తె ఉంది. ఆమె శంకర్ మరియు పార్వతికి భక్తురాలు. ఒకసారి ఆమె ఆరాధన ద్వారా శాంతింపబడిన దివ్య దంపతులు ఆమె ముందు ప్రత్యక్షమయ్యారు.

అప్పుడు ఉష తన భర్త ఎవరు అని పార్వతీ దేవిని అడిగింది. పార్వతి ఇలా జవాబిచ్చింది: “పైశాఖ మాసంలో (ఏప్రిల్ మధ్య నుండి మార్గ్ల మధ్య వరకు మీ (ఉష'ల కలలో) ఒక వ్యక్తి కనిపిస్తాడు. అది చివరికి మీ భర్త అవుతుంది.” మరియు ఈ అంచనా పైశాఖ ఉస్కా రాబోయే నెలల్లో నిరూపించబడింది. ఆమె కలలో ఒక అందమైన యువకుడు, కానీ ఆ వ్యక్తి యొక్క గుర్తింపు గురించి ఆమెకు తెలియదు, ఆమె తన స్నేహితురాలు చిత్రలేఖతో తన కల గురించి చెప్పింది, రహస్యమైన యువకుడిని గుర్తించడం

కోసం, చిత్రలేకదా ఆ అందమైన యువకుడి యొక్క వివిధ చిత్రాలను ఉచ్ఛాకు చూపించడం ప్రారంభించింది.

అన్ని వర్గాల దేవుళ్లు, గంధర్వన్ మరియు కిన్మరే నుండి వచ్చిన పేరున్న కుటుంబాలు.కానీ అవసరమైన వ్యక్తి వారిలో కనిపించలేదు.అప్పుడు చిత్రలేఖ ఆమెకు మానవజాతిలో ఉన్న అందమైన మగ యువకుల కందకాన్ని చూపించింది మరియు ఉష అనిరుద్ధుడిని సులభంగా గుర్తించలేకపోయింది చాలా సంవత్సరాల క్రితం వనసున తపస్సు చేసింది. లార్డ్ శంకర్‌ని ప్రోపిటియేట్ చేయడానికి మరియు సరిపోలే యోధులతో పోరాడే సందర్భాన్ని తనకు కల్పించమని దేవుడిని కోరాడు."నాకు పదివేల చేతులు ఉన్నాయి, ప్రభూ.

నేను వాటిని పోరాటాలలో ఉపయోగించకపోతే నేను ఏమి చేస్తాను?" వాననురా ప్లోడు చేశాడు. "ఓపిక పట్టండి" అని మహాదేవుడు అతనికి సలహా ఇచ్చాడు. "ఒకరోజు నీ జెండా విరిగిపోయి పడి ఉంటుంది. అది జరిగినప్పుడు, నీ 10,000 ఆయుధాలతో పోరాడే అవకాశాలు నీకు త్వరలో లభిస్తాయి" అని వానోసస్ శంకన్ భగవానుడి నుండి ఈ వరం పొందాడని సంతోషిస్తున్నాడు, ఉచోను గుర్తించిన తర్వాత చిత్రలధ భర్త గుర్తింపు పొందింది. ఆ వ్యక్తిని తన స్నేహితురాలు ఉష దగ్గరకు చేర్చడానికి ఆమె ఏమి చేయాలో ఆలోచించింది. అప్పుడు ఆమె ప్రణాళిక వేసుకుని ద్వారిక దగ్గరకు వెళ్లి తన మాయా శక్తుల సహాయంతో అమిరుద్ధుడితో కలిసి పారిపోయింది.

అప్పుడు ఆమె అనిరుద్ధను ఉష్ని పలోన్‌కి తీసుకొచ్చింది. ఉంగ్‌సంగ్ తన జెండా విరిగి పడి ఉన్నట్లు గుర్తించిన రోజు కూడా అదే

. అతను ఇలా జరుగుతోందని ఆలోచిస్తుండగా, కాపలాదారు వచ్చి, అనిరుద్ధుడు షా రాజభవనంలో ఉన్నాడని అతనికి తెలియజేశాడు. వెంటనే వరాసురుడు అనిరుద్ధునితో యుద్ధానికి తన సైనికులను పంపాడు. కానీ అనిరుద్ధో వాళ్లందరినీ గద్దతో చంపేశాడు. దీని గురించి తెలుసుకుంటే వోర్స్ స్వయంగా పోటీలోకి ప్రవేశించాడు. మొదట్లో అతను అనిరుద్ధ చేతిలో ఓడిపోయినప్పటికీ, త్వరలోనే అతను అమిరుద్ధ అపోప్టివిటీని కట్టిపడేసేందుకు చేతబడిని కొనసాగించాడు, ఈలోగా విశ్వం అంతటా తనకు అపరిమితమైన ప్రవేశం ఉన్న దివ్యమైన నారదుడు వనటూర్ రాజభవనానికి చేరుకుని, అన్ని వివరాలను కృష్ణుడు, బలరాముడికి చెప్పడానికి వెళ్ళాడు.

మరియు వారి సౌమ్ మినుద్ధ విధి గురించి అందరూ వాడవా. ఈ సమాచార విధానం కృష్ణుడు, బలరాముడు మరియు ప్రేగ్స్‌తో పాటు ఇతర వాడవా యానిమత్‌ను రక్షించడానికి పరుగెత్తారు. కృష్ణుడి నేతృత్వంలోని యన్దవ ఘోరం ఒక్కొక్కటిగా లేదా దూకుడుగా వచ్చి వనోసురా యొక్క ఫోడల్‌లోకి ప్రవేశించక ముందే అనేక శత్రు రూపాలను చంపింది.

వన్మురా ఆలియోకు జ్వానో అనే రాక్షసుడు ఉన్నాడు, అతను భారీ శరీరం, మూడు భుజాలు మరియు ఈ లెగ్ కలిగి ఉన్నాడు. మహాదేవుడి శరీరం నుండి రాక్షసుడు బయటపడ్డాడు, జ్వానా శక్తిమంతురాలు కాదు, అతను బలరాముడికి కూడా అసౌకర్యం కలిగించాడు. కానీ కృష్ణుడు మధ్యవర్తిగా తన శరీరం

నుండి ఒక రాక్షసుడిని సృష్టించాడు, అతను జ్వర అనే రాక్షసుడిని పారిపోయాడు. అప్పుడు చాలా మంది రాక్షస సైనికులను చంపాడు. ఈ మోడ్ వనసున్ హెనిఫ్ పి ది ఫ్రె. వనతుర మహాదేవుని భక్తుడు కాబట్టి, మహాదేవుడు మరియు కార్తికేయ అలన్ వానాసురుని పక్షాన పోరాడారు. చాలా.

మహాదేవుని పర్వతం, నంది, వానోర్స్ రథం యొక్క డాట్యున్. కృష్ణుడికి మరియు మహాదేవునికి మధ్య భయంకరమైన యుద్ధం జరిగింది మరియు యుద్ధం యొక్క బెదిరింపు కారణంగా ప్రపంచాన్ని అందరూ పట్టుకున్నారు, కానీ కృష్ణుడు మహాదేవుడిని కాలరాయగలిగాడు, అయితే ప్రద్యుమో కార్తికేయులపై స్కోర్ చేశాడు మరియు బలరాముడు వేలాది మంది వరాకునుల చలిని చంపాడు, అప్పుడు వనోసురుడు కృష్ణుడిని ఎదుర్కొన్నాడు. మరియు కిన్స్మ యొక్క అనేక బాణాలను విసిరాడు. ఈ దాడి కృష్ణుడు తన ప్రసిద్ధ సుదర్శన చూర్ణాన్ని గాయపరిచేంత కోపం తెప్పించింది, అది ఉన్నాసురుని అన్ని చేతులను ముక్కలు చేసింది. కానీ క్రిచో వానోసుర మహాదేవ జోక్యం చేసుకుని వోనౌరా ప్రాణం కోసం వేడుకున్నాడు. కృష్ణుడు మహదోవ అభ్యర్థనకు అంగీకరించాడు.

అప్పుడు ఉచా మరియు అమిరుద్ధ వివాహం లాంఛనప్రాయంగా జరిగింది మరియు వారి అత్యంత ప్రముఖమైన అయాన్ ది స్లేయింగ్ ఆఫ్ పౌండ్రక కోసం కొత్త వధువుతో డాన్స్ ద్వారికకు తిరిగి వచ్చాయి, ఇది లండన్ యొక్క పౌనుడా అవతారం) పౌండ్రక అనే రాజు భూమిపై ఉన్న భగవంతుని యొక్క నిజమైన అవతారమని భ్రమపడ్డాడు. అతను "వాసుదేవ" అనే పేరును కూడా స్వీకరించాడు మరియు ఒకసారి కృష్ణుడి వద్దకు దూతగా వెళ్లాడు, "విష్ణువును ఆజ్ఞాపించినట్లు నటించడం మానేయండి.

ఆ పరమాత్ముని మానవరూపం నేనే. మీరు ఆనందంగా మరియు సంతోషంగా ఉండాలంటే, మీరు నా దగ్గరకు వచ్చి, ఆ వేషధారణకు క్షమాపణలు చెప్పాలి" కృష్ణుడు ఈ మోకాగోను గ్రహించి, పౌండ్రక కొచ్చి రాజు స్నేహితుడని కూడా తెలుసుకున్నాడు, కృష్ణుడు తాను త్వరలో వెళతానని దూతతో చెప్పాడు. కాశీకి మరియు పౌండ్రక అతని థీమ్‌ను కలుసుకోవచ్చు.

సందేశాన్ని పొందడం. పౌర్త్రక తన సైన్యంతో సిద్ధంగా ఉండు. కాశీలో కృష్ణవేడు తన గముడ పర్వతంపై, పౌండ్రాల్స్ తన సైన్యం పేరుతో అతనిపై అభియోగాలు మోపారు. కానీ అతని ప్రఖ్యాత వాపెన్‌లను గొప్ప నైపుణ్యంతో ఉపయోగించి, కెవిన్‌హోమ్స్ మోట్ మాత్రమే పౌండేక్ యొక్క అనేక మంది సైనికులను చంపాడు మరియు అతని సుదేరెఫానో చక్రంతో పెడ్ ఉనుత్ర, కిమెల్ఫ్‌ను కూడా చంపాడు.అతను కౌముది అనే తన జాపత్రితో ప్రాణాంతకమైన దెబ్బను తట్టుకోలేకపోయాడు, ఘర్షణలో, పౌండ్రకుడి స్నేహితుడు, కాశీ పాలకుడు కృష్ణుడు కూడా చంపబడ్డాడు, కాశీ పాలకుడి తలని కోయడమే కాదు. అతని చోకియాతో కానీ దానిని కాతి ప్రధాన ద్వారం మీద ఉంచారు, తర్వాత కీచెన్ D కి తిరిగి వచ్చాడు, కాశీ ప్రజలు ప్రధాన ద్వారం వద్ద రాజు యొక్క తలని కనుగొన్నప్పుడు, వారు దానిని సవరించారు, కాశీ రాజు కృష్ణుడు దీనికి బాధ్యుడని కనుగొన్నాడు.

. అందుకే తన ముందు ప్రత్యక్షమైన మహాదేవుడిని భక్తితో ప్రార్థించాడు. అప్పుడు చంపబడిన కాశీ పాలకుడి కుమారుడు, తండ్రిని చంపిన కృష్ణుడిని చంపగల అటువంటి రాక్షసుడిని సృష్టించమని దేవుడిని అభ్యర్థించాడు. భగవంతుడు మారిన మంత్రంతో ఒక కీర్త్య లా డెమెన్‌ని ఏర్పరిచాడు మరియు కోషి రూఫర్ యొక్క కాన్ ఓల్డ్ కోసం ఏదైనా చేయమని కోరాడు, రాక్షసుడు మిషన్ కోసం ప్రారంభించాడు మరియు ద్వారకలోకి ప్రవేశించాడు, కృష్ణుడు హంతక ఉద్దేశ్యంతో తన వద్దకు వస్తున్నాడని గుర్తించినప్పుడు, అతను తన సుదర్శన చక్రాన్ని విసిరాడు. ఆ రాక్షసుడు భయాందోళనకు గురై తిరిగి కచ్‌కు పారిపోయాడు.

కానీ రాక్షసుడిని వెంబడించి, చాలియా కాడే పాలకుడి కోర్ అయిన జింకను మాత్రమే కాకుండా, కాశీ యొక్క మొత్తం సైన్యాన్ని మరియు నగరం మొత్తాన్ని నాశనం చేసింది. అది త్వరగా తన యజమాని వద్దకు తిరిగి వచ్చింది. సాంబుని వివాహం, కృష్ణుని కుమారుడు దుర్యోధముని కుమార్తెను వివాహం చేసుకోవాలనుకున్నాడు. ఒకసారి ఆమె ఒంటరిగా వెళుతుండగా, ఆమెను కిడ్నాప్ చేశాడు.

అయితే, కామ దుర్యోధనుడు, డ్రోన్ మరియు కౌరవ ఇతర యోధులు సాంబను సవాలు చేశారు మరియు చివరికి హోమాన్ని ఖైదు చేయగలిగారు. సాంబ ఖైదు గురించి తెలుసుకున్న వాడవులు తమ బలగాలను సిద్ధం చేసుకున్నారు. మరియు హస్టిన్‌ను వదిలి వెళ్ళాడు కానీ బోకోరోమో “ఈ సమస్యను నాకు వదిలేయండి. నేను ఒంటరిగా వెళ్లి నా శిష్యుడైన దుర్యోధనుడితో మాట్లాడతాను. అతను నా మాట విని సాంబను వదలిపేస్తాడని నేను ఆశిస్తున్నాను” అని వదవలను అడ్డుకున్నాడు బలరాముడు. లౌట్ నగరంలోకి ప్రవేశించలేదు.

బలరాముడికి గౌరవం ఇవ్వడానికి దుర్యోధనుడు మరియు అన్ని ఇతర పేర్లను విన్న అతను తన రాక సందేశాన్ని మాత్రమే పంపాడు.

అప్పుడు బలరాముడు తన రాక యొక్క ఉద్దేశ్యాన్ని చెప్పాడు, “నా రాజు ఉగ్నా హోస్ నన్ను ఈ సందేశాన్ని తెలియజేయమని అడిగాడు. దయచేసి సోంబోను క్షమించి అతనిని విడుదల చేయమని కోరాడు, అయినప్పటికీ, మేము ఒక పని చేయడానికి ఇష్టపడని క్నురువాన్ బోలనోమ్‌ను ప్రశ్నించాడు “మీ రాజు ఆజ్ఞాపించడానికి ఎంత ధైర్యం? సాంబో తీవ్రమైన నేరానికి పాల్పడ్డాడు, అతను కౌరవ వంశం యొక్క కీర్తిపై దాడి చేయడానికి ప్రయత్నించాడు. ఈ పొడపైన నీ ఉగ్రీన్ కోసం మేము అతని లొంగిలేము అని బాధపడాలి” ఈ నిరాడంబరమైన తిరస్కరణతో, హస్తినపుం బలరామునితో కౌరవులు కోపంగా ఉన్నారు “వారు (కౌరవులు) నేను కోరుతున్నప్పుడు వారు ప్రవర్తిస్తున్నారని చాలా వేడిగా మారారు. ఈ దురహంకారంతో,” ఆపై కోపోద్రిక్తుడైన బలరాముడు తన నాగలితో హస్తినాపూర్ నగరంలోని పునాదులను పట్టుకుని, మొత్తం నగరాన్ని గంగలో కలిపేయడానికి సిద్ధమయ్యాడు. హస్తినాపురం పునాది కౌరవులను కదిలించడం ప్రారంభించినప్పుడు, వారు క్షమాపణలు చెప్పారు. వారు బలరాముడిని క్షమించమని వేడుకున్నారు.

సోంబో మరియు అతని భార్యను తన వద్దకు తీసుకురమ్మని వారిని కోరాడు.సాంబాను తన కొత్త మనసులోని భార్యతో చేర్చుకుని, బాలమ్మ కురోప్నేని క్షమించి ద్వారికకు తిరిగి వచ్చింది.ఆ రోజు నుండి హస్తినాపురం ఒకవైపు తిరుగుబాటు వైపు మొగ్గు చూపుతుందని నమ్ముతారు. యాదవ వంశం ముగింపు మహాభారతం యొక్క రక్తపాత యుద్ధం తరువాత, వోడున్ వంశం విభజించబడిందని హెచ్చరించింది. కెర్టోవర్మో ఒక సమూహానికి ఆహారం ఇచ్చాడు మరియు ఆమె సమూహానికి సత్యకో నాయకత్వం వహించినందున కొందరు ఇప్పటికీ కౌరవునికి అనుకూలంగా ఉన్నారు, మరికొందరు పాండవులకు మద్దతు ఇచ్చారు. దీంతో వీరి బంధుత్వాలు రోజురోజుకూ ముదిరిపోయాయి.

క్రిష్మో వారిని శాంతింపజేయడానికి ప్రయత్నించినప్పటికీ, అతను పెద్దగా విజయం సాధించలేదు, ఒకరోజు వడోవులు ద్వారిక సమీపంలోని పిండో అనే తీర్థయాత్రలో సమావేశమయ్యారు. కొంతమంది నేరస్థులైన వోడోవా యువకులు మొప్పలకు తాగారు మరియు వారి సిబ్జ్ స్థితిలో వారు ఋషి కున్ విశ్వామిత్ర మరియు నోర్డలను మోసం చేయడానికి ప్రయత్నించారు. సాంబ న్ గర్భిణీ స్త్రీ అయినప్పటికీ వారు దుస్తులు ధరించారు. అప్పుడు వారు ఆ స్త్రీని ఒంగోలు ముందుకి తీసుకొచ్చి ఇలా అడిగారు: "ఓ గొప్ప ఋషి! ఈ స్త్రీ ఒక కుమార్తెకు అపచారం చేస్తుందో లేదో మాకు చెప్పండి."

కామున్ ఋషి వారి అల్లరిని చూశాడు. ఈ అవమానానికి కోపోద్రిక్తుడైన పంజరం ఇలా చెప్పింది: "ఈ వ్యక్తి ఫ్రోన్ క్లబ్‌లో జన్మనిస్తుంది", పంజరాలు ఇంకా ఇలా అన్నాయి "మరియు ఇది మీ అంతటిని నాశనం చేస్తుంది, నిర్ణీత సమయంలో సోంబ శరీరం నుండి క్లబ్ బయటకు వస్తుంది.

రాజు గ్రసేనా విన్నప్పుడు శాపం గురించి, అతను క్లబ్ పూర్తిగా పల్వరైజ్ మరియు సమీపంలోని సముద్రం మీద చెల్లాచెదురుగా ఉన్న ఎంగా శాపం యొక్క వాస్తవికతను గ్రహించాడు, అయినప్పటికీ, ధూళి యొక్క రేణువులు సముద్రం ఒడ్డున పెరిగే పదునైన రెండేగా మారాయి. పల్వరెండ్‌లో అది నానాన్‌లో మునిగిపోయింది, కానీ ఒక చేప దానిని మింగగలిగింది.

తరువాత ఫిచ్‌ను ఒక మత్స్యకారుడు పట్టుకున్నప్పుడు, ఫిడ్ యొక్క కడుపు తెరిచినప్పుడు అది బయటకు వచ్చింది.

జరా అనే వేటగాడు చివరికి సేకరించిన మైదానం, అతను మోన్ ముక్కను తన ఓమ్రోవ్‌లో ఒకదాని యొక్క కోణాల బ్లేడ్‌గా రూపొందించాడు, ఇంతలో, ఒక పవిత్రమైన సందర్భంగా వాడోవాస్ అందరూ ప్రభన్ కెహోట్‌లోని పవిత్ర పర్వతం మీద ఉన్న తీర్థయాత్ర స్థలం చుట్టూ గుమిగూడారు.

వడొవన్, ఉద్ధవ్న్ పఖోన్ కోహెటెన్ యొక్క సాధారణ కార్యక్రమానికి హాజరుకావడానికి వెళ్ళలేదు మరియు అతను గంధమాదన్ పర్వతం మీద తన అంకిత పూర్వకమైన పశ్చాత్తాపాన్ని ప్రభాస్‌లో చేసినందుకు విడిచిపెట్టాడు, ఆచారానికి విరుద్ధంగా, వోడొనా మద్యం సేవించడం మరియు అశ్లీలమైన ప్రాణాలను తీసుకోవడం ప్రారంభించాడు. వెంటనే స్పృహ కోల్పోయిన వారు తమలో తాము పోట్లాడుకోవడం ప్రారంభించారు మరియు ఒడ్డున పెరుగుతున్న రెల్లును ఆయుధాలుగా తీసుకున్నారు.

కృష్ణుడు బోరెర్క్ వాడవన్ను నియంత్రించడానికి ప్రయత్నించినప్పటికీ, వారు కృష్ణుని సలహాను తలచుకోలేదు. వడోవన్ యొక్క అంతరించిపోవడాన్ని విధి యొక్క సంకల్పంగా భావించి, కృష్ణుడు తన రథసారథి దారుకతో ఒడ్డున ఉన్న ఒక కొండచిలువకు ఉపసంహరించుకున్నాడు. ఇంతలో, వడోవాలు ఒకరితో ఒకరు పోరాడారు, వారి అలన్ బఫార్మా అంతరించిపోవడంతో అలన్ పోరాట ప్రాంతాన్ని విడిచిపెట్టి రన్యన్‌లో నిలుపుకున్నారు, చోర్న్ కృష్ణ మరియు దార్ల ఫ్రండ్ బలరామ చుట్టూ తిరుగుతూ, షాక్-నాగా యొక్క దవాఖానలో ఉన్నారు.

చెట్టుకింద కూర్చున్న భూమిని బలరాముని నోటి నుండి ఎనక ప్రవేశించిన ఒక పెద్ద తెల్లని రంగు బయటకు వచ్చి సముద్రంలోకి అదృశ్యమవుతుంది. బలరాముడు తన మోర్టల్ కాయిల్‌ను విడిచిపెట్టడాన్ని ఇది సూచిస్తుంది. ఇది చూసిన క్రిడ్ డొరుకేతో ఇలా అన్నాడు: “ఇప్పుడు నువ్వు వెళ్లి, ఉగ్రసేనుడు రాజుకి ఈ విషయాలన్నీ చెప్పు, నేను కూడా నా ప్రాణాపాయ స్థితిని విడిచిపెడతాను, అప్పుడు నా నివాసం తప్ప ద్వారకా నగరాన్ని అరె మింగేస్తుంది.

ఆ స్థలం చెక్కుచెదరకుండా ఉంటుంది. నేను వెళ్ళిపోయాక నా భక్తులకు నా ఆశీర్వాదం అందించడానికి సహాయం చెయ్యండి.కాబట్టి అర్జునుడు వచ్చిన తర్వాత ద్వారిలేలో వదిలి వెళ్ళిన ప్రతి ఒక్కరినీ వెళ్ళిపొమ్మని నువ్వు చెప్పు.అప్పుడు నువ్వు అర్జునుడికి ఇక్కడ జరిగినదంతా తెలియజేసి ద్వారికుల నుండి స్త్రీలందరినీ సురక్షితమైన విమానంలోకి తీసుకువెళ్ళమని అభ్యర్థించండి నా ముత్తాత వాజ్ఞ ఈ దారుహుడు కృష్ణునికి తన చివరి నివాళులర్పించిన తర్వాత రాజుగా నియమించబడాలి మరియు కృష్ణుడు తనకు ఆజ్ఞాపించిన వ్యక్తులకు తెలియజేయడానికి బయలుదేరాడు.అప్పుడు కృష్ణుడు ధ్యానంలో ప్రతిబింబించడానికి మరొకరి బలం మీద కాలినడకన పడుకున్నాడు.

తన ఎర కోసం వెతుకుతున్నాడు, దూరం నుండి జింక దూరంగా నిలబడి ఉన్నట్లు అతను అనుకున్నాడు, అయితే అతను ఎర్రబడినది కృష్ణుడి మరియు పాదంలో ఎర్రబడిన నాన్, వేటగాడు జార్ వాటిని తీసివేసాడు. పాయింటెడ్ బ్లేడ్‌పై మరియు లక్ష్యాన్ని లక్ష్యంగా చేసుకుని బాణాన్ని కాల్చాడు. ఇది కృష్ణుని అరికాలిని దెబ్బతీసింది మరియు గ్రేట్ లార్డ్ తన మృత్యువును విడిచిపెట్టాడు. అతను దుస్తులు ధరించినప్పుడు కృష్ణుడు స్పృహలో ఉన్నాడు. కృష్ణుడిని అనుకోకుండా బాధపెట్టినందుకు వేటగాడు క్షమించమని వేడుకున్నాడు.

లిన్నాల్ స్వర్గానికి వెళ్తానని కృష్ణుడు అతనికి హామీ ఇచ్చాడు. ఒక కృష్ణుడు బోధ్‌కి బయలుదేరాడు. జానాను స్వర్గానికి తీసుకెళ్లడానికి ఒక రథం వెంటనే వచ్చింది, అతను తన శరీరాన్ని విడిచిపెట్టినప్పుడు క్రిష్మా వయస్సు 125 సంవత్సరాలు. కృష్ణుడి చివరి సందేశం అర్జునుడికి అందగానే అతను ఆశ్చర్యపోయాడు, చివరికి కృష్ణుడి సలహాతో అతను ద్వారకకు వచ్చాడు మరియు కృష్ణుడు మరియు బలరామ కృష్ణుడి యొక్క ఎనిమిది మంది ప్రధాన భార్యలు మరియు బలరాముడి రేవతితో సహా అన్ని వడోవాల అంత్యక్రియలను నిర్వహించాడు మరియు బలరాముడి రేవతి మండుతున్న అగ్నిగుండంపై కూర్చున్నాడు. వారి భర్త మృతదేహాలు మరియు వారి జీవితాన్ని ముగించాయి.

ఉగ్రసేనుడు. దేవకి మరియు వసుదేవ కూడా ఉగ్రమైన అగ్నిలోకి ప్రవేశించి వారి జీవితాన్ని ముగించారు. ద్వార్థలోని మిగిలిన స్త్రీలు వెళ్ళిపోయారు.

హస్తినపు వైపు అంజునుడు కానీ ఆశ్చర్యకరంగా, ప్రఖ్యాతి గాంచిన ఆజ్ఞ, బలవంతుడైన అర్జునుడు వారి కారవాన్‌ను త్ంబోల్ (భూలాల్ డానోయిట్, తన వద్ద ఇంకా గాండీవ విల్లు ఉన్నప్పటికీ అతను పూర్తిగా శక్తిహీనుడని గుర్తించాడు. కృష్ణుడు ఈ లోకం నుండి నిష్క్రమించడంతో అన్ని బలాలు మరియు జ్ఞానాన్ని కోల్పోయారు. వాడవ స్త్రీలు చాలా కష్టంతో దాయోనిత దాడులను తట్టుకుని మధురకు చేరుకోగలిగారు. అప్పటి నుండి మధుర నిస్సహాయ వితంతువుల నివాసంగా మారింది.

కృష్ణుడు బైకుంఠానికి బయలుదేరాడు, పార్ట్‌జస్ట్ చెట్టు మరియు సుధర్మ అనే సభా మందిరం స్వర్గానికి తిరిగి వచ్చాయి, కృష్ణుడు నిష్క్రమించడం వల్ల కలియుగుడు అప్పటికే మంచం పట్టాడు. హస్తినాపూర్‌లో బెంచింగ్ చేసిన రాజభవనం మినహా ద్వానియా వీని ఈన్‌కి మింగేసింది. , ఆశ్చర్యపోయిన అర్జునుడు ఋషి వెర్వాజ్‌ని అడిగాడు. “ నోగ్నా? ఆదివాసీల దొంతరలలో ఎలా ఇన్‌సెట్ చేయడం పవర్‌ఫెన్? వడిగాన్ పనిమనిషి: “నీ శక్తి యొక్క మూలం కృష్ణుడు మాత్రమే, అతను పోయాడు కాబట్టి మీరు మీ శక్తినంతా కోల్పోయారు! ఇది విని నిరాశ చెందిన పాండవులు పరీక్షిత్‌ని హస్తినపు పాలకుడిగా నియమించి హిమాలయాలకు వెళ్లిపోయారు, కలియుగ ఆగమనం గురించి మర్త్యనాయ ఋషి పరాశన్ కోరినప్పుడు అతనితో చెప్పాడు.

కలియుగ్నేతం జరిగినప్పుడు వచ్చే మార్పులు కలియుగంలో, వేదాలలో నిర్దేశించిన విధంగా వర్ణ మరియు ఆశ్రమ నియమాలు పాటించబడవు. దేవతలను ఎవరూ ప్రార్థించరు.

'గురువు మరియు శిష్యుల' మధ్య సత్సంబంధాలు చల్లబడతాయి. 'బహుశా సరైనదే! అనేది ఆమోదించబడిన సూచకంగా ఉంటుంది. స్త్రీలు తమ బాహ్య సౌందర్యం పట్ల ఎక్కువ శ్రద్ధ వహిస్తారు. మానవులందరిలో సంపదకు అత్యంత ప్రాధాన్యత ఇవ్వబడుతుంది. ప్రయత్నాలు. ప్రజలు ధర్మాన్ని పట్టించుకోరు మరియు భౌతిక ఆస్తులను సంపాదించడానికి అంకితభావంతో ఉంటారు. అత్యాశతో వారు తమ ఆనందాల కోసం డబ్బు ఖర్చు చేస్తారు మరియు అతిథులను చూసుకోవడం కోసం కాదు.

డబ్బు సంపాదన అందరి ప్రధాన లక్ష్యం అవుతుంది మరియు అది సరసమైన లేదా అసభ్య పేర్లతో సంపాదించినా శ్రద్ధ చూపబడదు. పురుషులు, స్వభావంతో మురికిగా ఉంటారు మరియు వారు భోజనం చేసే ముందు స్నానం చేయరు. శారీరకంగా మనిషి స్థాయి క్రమంగా తగ్గిపోతుంది. స్త్రీలు తమ భర్తల మాట వినరు.

రాజులు నిరంకుశంగా ఉంటారు మరియు వారు వ్యక్తిగత ప్రయోజనాల కోసం ప్రజలను అణచివేస్తారు. నిర్లక్ష్యంగా పన్నులు విధిస్తారు. ప్రజలు చాలా త్వరగా వృద్ధాప్యం పొందుతారు మరియు వారి జీవిత కాలం గణనీయంగా తగ్గించబడుతుంద. విష్ణువును ఎవ్వరూ పూజించనందున చెడు వృద్ధి చెందుతుంది. అన్ని తరగతుల వారు శూద్రుల వలె ప్రవర్తిస్తారు.

అయితే, కలియుగంలో ఒక ప్రయోజనం ఉంటుంది. సత్యయుగంలో కొంచం పుణ్యం (పుణ్యం) సంపాదించాలంటే చాలా తపస్సు చేయాల్సి వచ్చింది కానీ కలియుగంలో కొంచెం తపయా వల్ల విపరీతమైన పుణ్యం వస్తుంది. సమానమైన ప్రమాణం ఇలా ఉంటుంది: సత్య-యుగంలో పది సంవత్సరాల తపస్సు త్రేషా యుగంలో ఒక సంవత్సరం తపస్సు, ద్వాపర యుగంలో ఒక నెల తప్సయ మరియు ఒక రోజుతో సమానం. కలి యుగంలో తపస్య. శూద్రుడు మరియు స్త్రీలు సులభంగా పుణ్యాన్ని పొందగలరని వ్యాసదేవుడు చెప్పాడు

. కలియుగంలో గొప్ప పుణ్యాన్ని పొందాలంటే బ్రాహ్మణులు మరియు ఇతర తరగతుల వారు వరుసగా ఇతర తరగతులకు మరియు వారి మగవారికి మాత్రమే సేవ చేయాలి. కొంచెం సంపాదించడానికి వారి ధర్మాలను మతపరంగా అనుసరించాలి మరింత ప్రళయ లేదా రద్దు రకాలు ప్రళయ వివరాలు మునుపటి పేజీలలో ఇప్పటికే వివరించబడినప్పటికీ వాటి వివిధ వర్గాలు ఇప్పుడు వివరించబడుతున్నాయి. ప్రళయ మూడు రకాలు. మొట్టమొదట 'బ్రహ్మ' లేదా 'నైమిత్తిక' అనేది కల్ప లే చివరిలో, ఒక బ్రహ్మ రోజుల తర్వాత మరియు 14 మంది మనువులు పరిపాలించినప్పుడు జరుగుతుంది. దీనికి ముందు ప్రళయ భూమి.

చాలా బలహీనంగా మారుతుంది మరియు వంద సంవత్సరాల వరకు వర్షాలు లేవు. విష్ణువు రుద్రరూపంలో నదులు, మహాసముద్రాలు మరియు ఇతర వనరులలోని నీటినంతటినీ తాగుతాడు. అప్పుడు సూర్యుని యొక్క ఏడు కిరణాలు ఏడుగురు పేర్వేరు కుమారులుగా కనిపిస్తాయి. ఈ మండుతున్న ఎండలు అన్ని రాజ్యాలను కాల్చేస్తున్నాయి.

అప్పుడు వర్షం యొక్క దట్టమైన చీకటి మేఘాలు భూమి మొత్తం మునిగిపోయేంత నీటిని నిరంతరం కురిపించాయి. ప్రతిచోటా చీకటిగా మారుతుంది. వంద సంవత్సరాలుగా గాలులు భీకరంగా వీస్తాయి. ఈ లోకాలు కొత్తగా సృష్టించబడే వరకు విష్ణువు నీటిపై నిద్రపోతాడు. రెండవ రకం ప్రళయాన్ని ప్రకృతి ప్రళయ అంటారు. ప్రకృతి అని పిలువబడే మూడు ప్రాథమిక గుణాల (సాత్విక్, రాజసిక్ మరియు తమనిక్) యొక్క సంపూర్ణ సమతుల్యత. ప్రళయ సమయంలో ప్రకృతి పరమాత్మలో కలిసిపోయినప్పుడు' (సుప్రీమ్ బీయింగ్) దీనిని ప్రకృతి అంటారు.

ప్రళయలో మూడు గుణాలు పూర్తిగా విడివిడిగా మారతాయి మరియు ప్రపంచం దాని మూలక రూపానికి తగ్గించబడుతుంది. మూడవ రకం ప్రళయాన్ని 'అత్యాలిక ప్రళయ' అంటారు. ఇది సూచిస్తుంది

మూడు రకాల బాధలు: ఆధ్యాత్మిక (లేదా ఆధ్యాత్మిక), ఆదిదై(దైవ మరియు అధిభాంతికకు మించి (మౌళిక క్రమానికి మించి) దిమొదటి బాధలో శారీరక మరియు మానసిక అసౌకర్యాలు కూడా ఉంటాయిజ్యోతిష్య; రెండవది మూలకాల అసమతుల్యత కారణంగా మరియు మూడవదిపాములు లేదా దెయ్యాలు వంటి జీవుల మధ్య ప్రతికూల పరస్పర చర్య.వద్దఅత్యంతిక ప్రళయ ఈ బాధలన్నీ కూడా మాయమవుతాయి లేదా వాటిని కోల్పోతాయిక్రమం ఆదేశించింది.

యాదవ స్త్రీలు దోపిడీదారుల చేతుల్లో ఎందుకు బాధపడ్డారు, భిలా డాకోయిట్‌ల చేతిలో యాదవ స్త్రీలు బాధపడటం వెనుక గల కారణాన్ని అర్జునుడు వ్యాస ఋషిని అడిగినప్పుడు, ఇది వారి విధి అని వ్యాసుడు చెప్పాడు. నిజానికి యాదవ స్త్రీలందరూ పూర్వ జన్మలో అప్సరసలు. ఒకసారి వారు దేవతలతో ఉల్లాసంగా ఉన్నారు. దేవతలు రాక్షసులపై విజయం సాధించిన తర్వాత. అష్టావక్ర ఋషి మోకాళ్ల లోతు నీటిలో ఉంచి పూజలు చేయడం వారికి కనిపించింది. చూస్తున్నాను అతని భక్తితో అప్సరసలు తమకు కోరుకున్న భర్తలను పొందే వరం ఇచ్చిన మహర్షికి నమస్కరించారు.

కానీ ఋషి నీటి నుండి బయటకు వచ్చినప్పుడు, అతని వికృతమైన శరీరాన్ని చూసి అప్సరసలు తమ చిరునవ్వును దాచుకోలేకపోయారు. ఫలితంగా, ఋషి కోపించి, వచ్చే జన్మలో వారు తమ దుష్ప్రవర్తనకు అవమానానికి గురవుతారని చెప్పాడు.

అయితే, తరువాత, అభ్యర్థించినప్పుడు, ఋషి అవమానాలు అనుభవించిన తర్వాత కూడా వారు ఎంచుకున్న నివాసానికి వెళతారని చెప్పి తన శాపాన్ని సవరించాడు. ముగిస్తూ వ్యాసుడు ఇలా అన్నాడు: “అర్జునా! ఇలా జరగడం గురించి కలత చెందకండి.

జ్ఞానులు పూర్ణ గౌరవంతో ప్రొవిడెన్స్ పాలనను అంగీకరిస్తారు. ఇప్పుడు భూమిపై మీ కాలం ముగిసింది, కాబట్టి పరీక్షితను రాజుగా చేయడం ద్వారా, మీరు కూడా వెళ్లాలి. హిమాలయాలు.”

కేశిధ్వజ మరియు ఖాండిక్య కథ ఇది ఇద్దరు సోదరుల కథ, వారిలో ఒకరు ఆధ్యాత్మిక జ్ఞానాన్ని మరియు మరొకరు కర్మ (చర్య) ద్వారా జ్ఞానాన్ని పొందాలనుకున్నారు.

ఈ కథలోని నైతికత ఏమిటంటే, కర్మ ద్వారా లభించే లోకజ్ఞానం కంటే ఆధ్యాత్మిక జ్ఞానం గొప్పది. కేశిధవజ చివరికి ఖాండిక్యకు నిజమైన జ్ఞానం గురించి చెప్పాడు, అంటే కేవలం భౌతిక శరీరానికి భిన్నమైన “ఆత్మ” గురించిన జ్ఞానం. నిజమైన జ్ఞానం అంటే ‘ఆత్మ’ పరమాత్మలో భాగమని బోధించాడు మరియు అందువల్ల ఒకడు అంటిపెట్టుకోకూడదని బోధించాడు. పదార్థం లేదా మర్త్య స్వాధీనం. మనిషి శరీరం కంటే ఎక్కువ అనే ఈ అవగాహన కేవలం యోగా ద్వారా వస్తుంది అంటే ‘ఆత్మ’ని ‘పరమాత్మ’తో ఏకం చేయడం.

13.పురాణాల ఆవిర్భావం నుండి మనకు మరియు

కొన్ని సంవత్సరాల క్రితం సృష్టికర్త అయిన బ్రహ్మ స్వయంగా ఋభువుకి పురాణాల కథను చెప్పాడు. ఋభువు నుండి జ్ఞానము ప్రియవర్తకు అందింది, అతడు దానిని భగవంతునికి అందించాడు. దానిని ఇచ్చిన స్తారమిత్రకు భగుని ప్రసాదించాడు

దధీచి. దధీచి నుండి అది భృగువుకు ఇచ్చిన సరస్వతుడికి చేరింది. భృగు దానిని నర్మదకు ఇచ్చిన పురుపుత్సునికి అందించాడు. నర్మద దానిని ధృతరాష్ట్రునికి మరియు పూరణకు ఇచ్చింది, అతను దానిని వాసుకికి అందించాడు, అతని నుండి అది వత్సకు వెళ్ళింది. కంబలకు ఈ కథలు చెప్పిన అశ్వతారకు వత్స, ఐరావతకు కంబళుడు ఈ జ్ఞానాన్ని ఇచ్చాడు. అతని నుండి ఈ పురాణాలు (పురాతన రికార్డులు) పాతాళ-లోకానికి (నెదర్ వరల్డ్) చేరుకున్నాయి.

అక్కడ నుండి వేదశిరి జ్ఞానాన్ని వెలికితీసి జాస్తుకర్ణునికి ఇచ్చిన పరమతికి అందించాడు. జతుకర్ణుడు ఈ కథలను గొప్ప వ్యక్తులకు, పవిత్ర ఋషులకు మరియు ఇతర అర్హులైన వ్యక్తులకు పఠించాడు. నేను (పరాశర ఋషి) నా పూర్వ జన్మలో సరస్వత ముని (చూడు) నుండి విన్నాను. పులస్త్య మహర్షి నుండి నేను పొందిన వరం కారణంగా, నేను ఈ పురాణాలను మీ వద్ద శమక ఋషికి పఠిస్తున్నానని మరియు ఇప్పుడు నేను మీకు చెప్పినట్లు నాకు గుర్తు వచ్చింది. కలియుగం ముగింపు" అని పరాశర ఋషి ముగించాడు. వారి పౌరాణిక కథలను విపరీతమైన శ్రద్ధతో వినే వారు విష్ణువును సులభంగా ప్రాయశ్చిత్తం చేస్తారని కనుగొంటారు. ఫలితంగా, విష్ణువు అనుగ్రహంతో వారి కోరికలన్నీ నెరవేరుతాయి. అంతే కాదు వారి మర్త్య విధులను నిర్వర్తించడంలో కూడా ప్రభువు వారికి సహాయం చేస్తాడు. ఈ పురాణాలను వినడం వల్ల కలిగే ఫలితం ఏమిటంటే, అలా చేసిన వారు మూడు లోకాలలోనూ కొన్ని అరుదైన విజయాలు సాధిస్తారు. అది ఈ మర్త్య ప్రపంచంలో మరే ఇతర ప్రయత్నాల ద్వారా సాధించలేనిది. ఎందుకంటే ఈ సమస్త సృష్టికి ఆధారం శ్రీమహావిష్ణువు. అందువల్ల వారి శ్రవణం అన్ని ఆశయాలను, ఆకాంక్షలను నెరవేరుస్తూనే ఈ క్షణికావేశం యొక్క అన్ని బంధాలను తొలగిస్తుంది మరియు వినేవారికి అపారమైన ఆనందాన్ని అందిస్తుంది.

14.విష్ణువు యొక్క వేయి పేర్లు

విష్ణువు యొక్క వేయి నామాలు లేదా విష్ణుసహస్రనామం ఒక భక్తునికి గొప్ప ప్రాముఖ్యతను కలిగి ఉంటుంది. మహావిష్ణువు యొక్క వేయి నామాలను జపించడం అత్యంత ప్రభావవంతమైన మంత్రం అని 'మహాభారతం'లో చెప్పబడింది.

శ్రీమహావిష్ణువు అనుగ్రహంతో జపించేవారికి ఇహలోకంలోనే కాదు, పరలోకంలో కూడా అన్ని రకాల సంతోషాలు, ఆనందం మరియు ఆనందాన్ని అందించే మంత్రం. ఆసక్తిగల పాఠకుల ప్రయోజనం కోసం, ఈ పేర్లకు సంక్షిప్త అర్థం కూడా ఇవ్వబడింది..

ఇది మహాభారతంలోని శాంతి పర్వంలో గ్రాండ్‌సైర్ భీష్ముడు మరియు యుధిష్ఠిర మధ్య సంభాషణగా కనిపిస్తుంది. సంభాషణ యొక్క సందర్భం క్రింది విధంగా ఉంది: రాజు యుధిష్ఠిరుడు భూమిపై బస చేసిన చివరి రోజులు గడుపుతున్న మనవడైన భీష్ముని వద్దకు వచ్చాడు, అతని నుండి ధర్మ రహస్యాలను తెలుసుకోవాలనే ఉద్దేశ్యంతో భీష్ముడు నిజమైన 8 మంది వ్యక్తులలో ఒకడు. ధర్మం తెలిసినవారు.

అనే ఇతర విషయాలను ప్రశ్నించి తెలుసుకున్న తరువాత, యుధిష్ఠిర
భీష్ముని ఇలా ప్రశ్నిస్తాడు: "ఏ ధర్మం అన్నింటికంటే శ్రేష్ఠమైనది
ధర్మాలు, మీ అభిప్రాయం? ఎవరిని ఆరాధించడం వల్ల జీవుడు పొందతాడు
జనన మరణ సంసారం నుండి విముక్తి పొందారా?"

దీనికి సమాధానంగా భీష్ముడు ఇలా అంటాడు, "మహావిష్ణువును నిరంతరం పూజించడం మరియు భక్తిశ్రద్ధలు చేయడం నా అభిప్రాయంలో గొప్ప ధర్మం". ఆ తర్వాత భగవంతుని సర్వశక్తిని వివరించి ఆయన వేయి నామాలను పఠిస్తాడు.

NO. సంస్కృత నామము పేరు మంత్రం తెలుగు పేరు అర్థం

1. విశ్వం ఓంవిశ్వస్మై నమః । విశ్వం విశ్వఅయిన భగవంతుడు

2. విష్ణు ఓం విష్ణువే నమః । విష్ణువు అన్ని చోట్లా వ్యాపించి ఉన్న భగవంతుడు

3. వషత్కర ఓం వష్టాకరయ నమః । వషత్కర నైవేద్యాలకు ప్రార్థించబడే ప్రభువు

4. భూతభవ్యభవత్ప్రభు ఓం భూతభవ్యభవత్ప్రభవ నమః । భూతభవ్య-భావత్-ప్రభు భూత, వర్తమాన, భవిష్యత్తులకు ప్రభువు

5. భూతకృత ఓం భూతకృత నమః । భూతంకృత్ సకల ప్రాణుల సృష్టికర్త

6. భూతభృత్ ఓం భూతభ్రుతే నమః । భూత-భృత్ సమస్త ప్రాణులను పోషించే భగవంతుడు

7. భావ ఓం భవాయై నమః । భావ పరమ అస్తిత్వం[మార్చు]

8. భూతాత్మ ఓం భూత్మానే నమః । భూతాత్మ విశ్వంలోని ప్రతి ప్రాణికి ఆత్మ అయిన భగవంతుడు

9. భూతాభవన ఓం భూతాభవనయ నమః । భూతాభవన విశ్వంలోని ప్రతి ప్రాణిని పోషించే భగవంతుడు

10. పూతాత్మ ఓం పుతాత్మనే నమః । పూతాత్మ అత్యంత స్వచ్ఛమైన సారం కలిగిన భగవంతుడు

11. పరమాత్మ ఓం పరమాత్మనే నమః । పరమాత్మ సర్వోన్నత ఆత్మ

12. ముక్తానాం పరమాగతిః ఓం ముక్తానాం పరమాగతిః నమః । ముక్తానాం పరమాగతి విముక్తుల అంతిమ శ్రేణి

13. ఆయ్వ్యయ ఓం ఆయ్వ్యయ నమః । ఆయ్వ్యయ ఎల్లప్పుడూ ఒకేలా ఉండే భగవంతుడు

14. పురుషా ఓం పురుషాయై నమః । పురుషా ప్రతి శరీరం లోపల ఉన్న భగవంతుడు

15. సాక్షి ఓం అక్షానే నమః । సాక్షి జరిగే ప్రతిదానికి సాక్షి అయిన భగవంతుడు

16. క్షేత్రజ్ఞాహ్ ఓం క్షేత్రజ్ఞాహ్యా నమః । క్షేత్రజ్ఞాహ్ ఫీల్డ్ పరిజ్ఞానం[మార్చు]

17. అక్షర ఓం అక్షాయ నమః । అక్షర తిరుగులేని వారు[మార్చు]

18. యోగః ఓం యోగాయ నమః । యోగః యోగము ద్వారా సాక్షాత్కారము పొందిన భగవంతుడు

19. యోగ-విదమ్ నేత ఓం యోగవిదమ్ నే త్రే నమః । యోగ-విదమ్ నేత యోగం తెలిసిన వారందరికీ అధిపతి అయిన భగవంతుడు

20. ప్రధాన-పురుషేశ్వర ఓం ప్రధాన-పురుషేశ్వర నమః । ప్రధాన-పురుషేశ్వరుడు ప్రకృతికి, జీవులకు అధిపతి అయినవాడు

21. నరసింహ వాఘ్పూహ్ ఓం నరసింహ వాఫ షె నమః । నరసింహ వాఘూహ్ మనిషి-సింహం రూపం కలిగిన భగవంతుడు

22. శ్రీమాన్ ఓం శ్రీమతే నమః । శ్రీమాన్ ఎల్లప్పుడూ శ్రీ (లక్ష్మి)తో ఉండే భగవంతుడు

23. కేశవ ఓం కేశవాయ నమః । కేశవ అందమైన వెంట్రుకలు ఉన్న భగవంతుడు

24. పురుషోత్తమ ఓం పురుషోత్తమయాయ నమః । పురుషోత్తమ సుప్రీం కంట్రోలర్[మార్చు]

25. సర్వా ఓం సర్వస్మై నమః । సర్వా సర్వస్వం ఉన్న భగవంతుడు

26. శర్వా ఓం శర్వాయై నమః । శర్వా జలప్రళయం వచ్చినప్పుడు సర్వం నాశనం చేసే ప్రభువు

27. శివ ఓం శివాయ నమః । శివ శాశ్వతమైన పరిశుద్ధుడైన భగవంతుడు

28. స్థాణు ఓం స్థాణువే నమః । స్థాణు స్థిరాస్తులు[మార్చు]

29. భూతాడి ఓం భూతయై నమః । భూతాడి సమస్త జీవరాశులు ఉద్భవించిన భగవంతుడు

30. నిధిరావ్య ఓం నిధయే అవ్యయ నమః । నిధిరావ్య చెక్కు చెదరని నిధి

31. సంభవ ఓం సాంబాయ నమః । సంభవ జరిగేదంతా ఎవరెవరు?

32. భావనా ఓం భావనాయ నమః । భావనా తన భక్తులకు సర్వస్వం ప్రసాదించే భగవంతుడు

33. భరతా ఓం భరతాయ నమః । భరతా సమస్త జీవలోకాన్ని పరిపాలించే ప్రభువు

34. ప్రభావ ఓం ప్రభావాయ నమః । ప్రభావ సమస్తం జన్మించిన ప్రభువు

35. ప్రభు ఓం ప్రభవే నమః । ప్రభు సర్వశక్తిమంతుడైన ప్రభువు

36. ఈశ్వర ఓం ఈశ్వరాయ నమః । ఈశ్వరుడు సమస్త జీవరాశులను నియంత్రించి పరిపాలించే భగవంతుడు

37. స్వయంభూ ఓం స్వయంపే నమః । స్వయంభూ తన నుండి అవతరించిన ప్రభువు

38. శంభు ఓం శంభవే నమః । శంభు సంతోషాన్ని ప్రసాదించేవాడు

39. ఆదిత్య ఓం ఆదిత్యాయ నమః । ఆదిత్య సూర్యుడు లేదా అదితి కొడుకు

40. పుష్కరాక్ష.. ఓం పుష్కరాక్షయ నమః । పుష్కరాక్ష.. కమలం లాంటి కళ్లు ఉన్న భగవంతుడు

41. మహాస్వాన్ ఓం మహాశవనాయై నమః । మహాస్వాన ఉరుములతో కూడిన స్వరం కలిగిన ప్రభువు

42. అనాదిధన ఓం అనాదిధనయ నమః । అనాదిధాన పుట్టుక, అంతం లేని ప్రభువు

43. ధత ఓం ధత్రే నమః । ధత అన్ని రంగాలలో ఆదరించే భగవంతుడు

44. విధాత ఓం విద్యాత్రే నమః । విధాత సమస్త కర్మలను, వాటి ఫలితాలను సృష్టించే భగవంతుడు

45. ధతురాతం ఓం ధతురాతయమ నమః । ధతురాతం సృష్టికర్త (బ్రహ్మ) కంటే గొప్పవాడు

46. అప్రమెయ ఓం అప్రమెయయ నమః । వాదన నియమాలు, నిబంధనలు మరియు నిర్వచనాలకు అతీతమైన ప్రభువు

47. హృషికేశ ఓం హృషికేశయ నమః । హృషికేశ ఇంద్రియాల ప్రభువు[మార్చు]

48. పద్మనాభ ఓం పద్మనాభయ నమః । పద్మనాభ ఒక కమలం ఉన్న ప్రభువు (దాని నుండి ప్రపంచం ఉద్భవించింది) తన బొడ్డుపై ఎదుగుతాడు

49. అమర ప్రభు ఓం అమరప్రభయ నమః । అమర ప్రభు అమరుల ప్రభువు[మార్చు]

50. విశ్వ-కర్మ ఓం విశ్వకర్మణ నమః । విశ్వ-కర్మ విశ్వ సృష్టికర్త..

51. మను ఓం మన్వే నమః । మను ప్రతిదాని గురించి ఆలోచించే (చింతించే) భగవంతుడు

52. త్వష్ట ఓం త్వష్ట ష్టే నమః । త్వష్ట భారీ వస్తువులను చిన్నవిగా చేసే ప్రభువు

53. స్తవిష్ఠ ఓం స్తవిష్ఠ నమః । స్తవిష్ఠ సర్వోన్నత స్థూలం

54. స్టావిరో-ధృవ ఓం స్టావిరోధృవ యై నమః । స్టావిరో-ధృవ ప్రాచీనమైన, శాశ్వతమైన భగవంతుడు

55. అగ్రహేయ ఓం అగ్రహేయై నమః । అగ్రహ్ ఇంద్రియపరంగా గ్రహించబడని ప్రభువు

56. శాశ్వత ఓం శాశ్వతాయై నమః । శాశ్వత ఎల్లప్పుడూ ఒకేలా ఉండే భగవంతుడు

57. కృష్ణా ఓం కృష్ణాయై నమః । కృష్ణా ముదురు రంగులో ఉన్న భగవంతుడు

58. లోహితాక్ష ఓం లోహితాక్షయ నమః । లోహితాక్ష ఎర్రని కళ్లు ఉన్న భగవంతుడు

59. ప్రతర్ధన ఓం ప్రతర్ధనన్నై నమః । ప్రతర్ధన ప్రళయంలో విధ్వంసక నౌక

60. ప్రభూతా ఓం ప్రభుతాయై నమః । ప్రభూతా సంపద, జ్ఞానం నిండిన భగవంతుడు

61. త్రికుద్ధామా ఓం త్రికుద్ధామా య నమః । త్రికుద్ధామా అన్ని దిక్కుల ప్రభువు

62. పవిత్రం ఓం పవిత్రంయ నమః । పవిత్రం హృదయానికి శుద్ధిని ప్రసాదించే భగవంతుడు

63. మంగళం-పరమ ఓం మంగళంపరమ యై నమః । మంగళం-పరమ మహోన్నతమైన పవిత్రత[మార్చు]

64. ఇషానా ఓం ఈశానాయై నమః । ఇషానా అన్నింటినీ శాసించే ప్రభువు

65. ప్రాణదా ఓం ప్రణదాయై నమః । ప్రాణదా ప్రాణాధారమైన శ్వాసలను ప్రసాదించేవాడు

66. ప్రాణ ఓం ప్రణయై నమః । ప్రాణము ఆత్మ అయిన భగవంతుడు

67 జ్యేష్ఠ ఓం జ్యేష్ఠాయ నమః జ్యేష్ఠ అందరికి పెద్దవాడు ప్రభువు

68 శ్రేష్ఠ ఓం శ్రేష్ఠాయ నమః । శ్రేష్ఠ అందరికంటే శ్రేష్ఠమైన ప్రభువు

69 ప్రజాపతి ఓం ప్రజాపతయే నమః । ప్రజాపతి మానవులందరికి అధిపతి అయినవాడు

70 హిరణ్యగర్భ ఓం హిరణ్యగర్భాయ నమః । హిరణ్యగర్భ ప్రపంచ గర్భంలో నివసించే ప్రభువు

71 భూగర్భ ఓం భూగ్రాభాయ నమః। భూగర్భ భూమిని తనలోనికి మోసుకెళ్లే ప్రభువు

72 మాధవ ఓం మాధవాయ నమః। మాధవ లక్ష్మి యొక్క భార్య అయిన భగవంతుడు

73 మధుసూదన ఓం మధుసూదనాయ నమః। మధుసూదన మధు రాక్షస విధ్వంసకుడు

74 ఈశ్వరా ఓం ఈశ్వరాయ నమః । ఈశ్వరా కంట్రోలర్

75 విక్రమీ ఓం విక్రమే నమః । విక్రమీ శౌర్యం ఉన్న ప్రభువు

76 ధన్వి ఓం ధన్వినే నమః । ధన్వి పరమ విలుకాడు భగవంతుడు

77 మేధావి ఓం మేధావినే నమః । మేధావి ప్రజ్ఞ అయిన భగవంతుడు

78 విక్రమ్ ఓం విక్రమాయ నమః।విక్రమ్ లోకములను కొలిచిన ప్రభువు

79 క్రమా ఓం క్రమాయ నమః। క్రమా సర్వత్ర వ్యాపించిన ప్రభువు

80 అనుత్తమ ఓం అనుత్తమ నమః। అనుత్తమ తన కంటే గొప్పవారు ఎవరూ లేని ప్రభువు

81 దురాధర్ష ఓం దురాధర్షాయ నమః। దురాధర్ష విజయవంతంగా దాడి చేయలేని ప్రభువు

82 కృతజ్ఞ ఓం కృతజ్ఞయే నమః । కృతజ్ఞ సమస్త జీవుల మంచి చెడ్డలు ప్రభువు

83 కృతి ఓం కృతయే నమః। కృతి మన చర్యలన్నిటికీ ప్రతిఫలమిచ్చే ప్రభువు

84 ఆత్మవన ఓం ఆత్మవతే నమః ఆత్మవన అన్ని జీవులలో నేనే

85 సురేష్ ఓం సురేశాయ నమః । సురేష్ సమస్త దేవతలకు ప్రభువు

86 శరణం ఓం శరణాయ నమః। శరణం ఆశ్రయం

87 శర్మ ఓం శర్మణే నమః। శర్మ అనంతమైన ఆనందాన్ని తానే అయిన భగవంతుడు

88 విశ్వరేత ఓం విశ్వరేత్సే నమః। విశ్వరేత ఈ విశ్వానికి బీజుడైన ప్రభువు

89 ప్రజాభవ ఓం ప్రజాభవాయ నమః। ప్రజాభవ మానవుల ఉనికికి కారణభూతుడు

90 ఆహ్ ఓం అంహే నమః। ఆహ్ పగలు అంత ప్రకాశవంతంగా ఉన్న ప్రభువు

91 సంవత్సర ఓం సంవత్సరాయై నమః సంవత్సరము ది లార్డ్ హూ పర్సనిఫికేషన్ ఆఫ్ ది ఇయర్

92 వ్యాల ఓం వ్యాలాయ నమః। వ్యాల మహా పాములా పట్టుకోలేని ప్రభువు

93 ప్రత్యయ ఓం ప్రత్యాయ నమః। ప్రత్యయ జ్ఞానం యొక్క వ్యక్తిత్వం అయిన ప్రభువు

94 సర్వదర్శనం ఓం సర్వదర్శనాయ నమః। సర్వదర్శనం ప్రతిదీ చూసే (తెలుసుకునే) ప్రభువు

95 అజ ఓం అజయై నమః। అజ పుట్టుక లేని ప్రభువు

96 సర్వేశ్వరా ఓం సర్వేశ్వరాయ నమః। సర్వేశ్వరా అందరి ప్రభువు

97 సిద్దా ఓం సిద్ధాయ నమః। సిద్దా ఎల్లవేళలా అన్నిచోట్లా ఉండే ప్రభువు

98 సిద్ధి ఓం సిద్ధయే నమః। సిద్ధి ప్రతిదానికీ వాంఛనీయ ప్రభావం అయిన ప్రభువు

99 సరవాడి ఓం సర్వదాయే నమః। సరవాడి ప్రధాన కారణం ప్రభువు

100 అచ్యుత ఓం అచ్యుతాయ నమః। అచ్యుత జారిపోని ప్రభువు

101 వృషాకపి ఓం వృషక్పపియే నమః। వృషాకపి ధర్మం మరియు వరాహ స్వరూపుడు అయిన భగవంతుడు

102 అమేయాత్మ ఓం అమేయాత్మనే నమః। అమేయాత్మ
పొట్టితనాన్ని కొలవలేని ప్రభువు
103 సర్వ యోగవినిః శ్రితా ఓం సర్వయోగ్వినిః శ్రితాయ నమః। సర్వ యోగవినిః
శ్రిత సకల యోగములచే ప్రసిద్ధుడైన భగవంతుడు
104 వాసు ఓం వాసవే నమః। వాసు ప్రతి జీవిలో నివసించే ప్రభువు
105 వసుమన ఓం వసుమాంసే నమః। వసుమన మంచి హృదయం ఉన్న ప్రభువు
106 సత్యా ఓం సత్యాయ నమః। సత్యా సత్యస్వరూపిణి అయిన ప్రభువు
107 సమాత్మ ఓం సమాత్మనే నమః।సమాత్మ అందరిలోనూ ఒకటే ప్రభువు
108 సమ్మిత ఓం సమ్మితాయ నమః। సమ్మిత అన్నింటిలో అపరిమితమైనది
109 సమ ఓం సమయ నమః। సమ అన్ని సమయాలలో మార్పులేని ప్రభువు

110 అమోఘ ఓం అమోఘాయ నమః । అమోఘ ఎప్పుడూ ఉపయోగకరంగా
ఉంటుంది
111 పుండరీకాక్ష ఓం పుణ్డరీకాక్షాయ నమః। పుండరీకాక్ష హృదయ
కమలంలో వ్యాపించి ఉంది

112 వృషకర్మ ఓం వృషకర్మణే నమః। వృషకర్మ ప్రభువు ఎవరి ప్రతి చర్య
నీతిమంతమైనది

113 వృషకృతి ఓం వృషకృతయే నమః। వృషకృతి ధర్మాన్ని నిలబెట్టడానికి
పుట్టినవాడు
114 రుద్ర ఓం రుద్రాయ నమః। రుద్రుడు దుఃఖాన్ని దూరం చేసే ప్రభువు మరియు
దానికి గల కారణాలు

115 బహుషి ఓం బహుశిరసే నమః। బహుషి అనేక తలలు గల ప్రభువు
116 భభ్రు ఓం బభ్రవే నమః। భభ్రు లోకములను మోసే ప్రభువు
117 విశ్వయోని ఓం విశ్వయోనయే నమః। విశ్వయోనిది సోర్స్ ఆఫ్ ది యూనివర్స్
118 సుశశ్రవ ఓం శుచిశ్రవసే నమః। సుశశ్రవ అందమైన, పవిత్రమైన పేర్లను కలిగి ఉన్న
ప్రభువు
119 అమృత ఓం అమృతాయ నమః అమృత అమరుడైన ప్రభువు

120 శాశ్వతస్థాన ఓం శాశ్వతస్థానే నమః। శాశ్వత స్థానము
శాశ్వతమైన మరియు కదలని ప్రభువ

121 వరారోహ ఓం వరారోహాయ నమః । వరారోహ ది మోస్ట్ గ్లోరియస్ డెస్టినేషన్

122 మహాతప ఓం మహాతాప్సే నమః మహాతప పరమ జ్ఞాని అయిన ప్రభువు

123 సర్వగ ఓం సర్వగాయ నమః।సర్వగ అన్నీ వ్యాపించి ఉన్నాయ

124 సర్వవిద్భాన ఓం సర్వవిద్భాన్వే నమః। సర్వవిద్భానుడు అన్నీ
తెలిసిన మరియు ప్రభావవంతమైన

125 విశ్వక్సేన ఓం విశ్వక్సేనాయ నమః । విశ్వక్సేనుడు అన్ని దిక్కుల నుండి
రాక్షసుల సైన్యాలపై దాడి చేసే ప్రభువు

126 జనార్దన ఓం జనార్దనాయ నమః। జనార్దన చెడ్డవారిని ఇబ్బంది పెట్టే ప్రభువు

127 వేద్ ఓం వేదాయ నమః। వేద్ వేదాలు అయిన భగవంతుడు

128 వేదవిద ఓం వేదవిద నమః। వేదవిద వేదాలను తెలిసినప్రభువు

129 అవ్యంగా ఓం అవ్యంగాయ నమః । అవ్యంగా ఖచ్చితమైన

130 వేదాంగ ఓం వేదాంగాయ నమః । వేదాంగ భగవంతుడు ఎవరి అవయవాలు
వేదాలు

131. వేదవిత్ ఓం వేద్వివిదే నమః। వేదవిత్ వేదాలను ధ్యానించే భగవంతుడు

132 కవి ఓం కావ్యే నమః । కవి ప్రతిదీ చూసే (తెలుసుకునే) ప్రభువు

133 లోకాధ్యకు౦ ఓం లోకాధకాయ నమః లోకాధ్యకుడు విశ్వానికి
అధిపతి అయిన ప్రభువు

134 సురాధ్యక్ష ఓం సురాధ్యక్షాయ నమః । సురాధ్యక్ష సమస్త దేవతలకు అధిపతి
అయిన భగవంతుడు

135 ధర్మాధ్యక్క్ష ఓం ధర్మాధ్యకాయ నమః ధర్మాధ్యక్క్ష
ధర్మాధ్యకుడు ధర్మాన్ని అధిష్టించే ప్రభువు

136 కృతకృత ఓం కృతకృతాయ నమః కృతకృత ।ప్రతిదానికీ అర్థం మరియు
ఫలితం అయిన ప్రభువు

137 చతురాత్మ ఓం చతురాత్మనే నమః । చతురాత్మ తన స్వభావములో
చతుర్విధుడైన ప్రభువు

138 చతుర్వ్యూహ ఓం చతుర్వ్యూహాయ నమః। చతుర్వ్యూహ నాలుగు మానిఫెస్టేషన్ల ప్రభువు

139 చతుర్దంష్ట్ర ఓం చతుర్ద్రాంశట్రాయ నమః। చతుర్దంష్ట్ర నాలుగు కొమ్ములు గల ప్రభువు

140. చతుర్భుజ ఓం చతుర్భుజాయ నమః। చతుర్భుజ నాలుగు చేతులు కలిగిన భగవంతుడు

141. భ్రెజిస్ట్ను ఓం భ్రెజిస్ట్నుయై నమః। భ్రెజిస్ట్ను ప్రకాశవంతుడైన భగవంతుడు

142. భోజన ఓం భోజనాయ నమః। భోజనము అన్నంలా ఆస్వాదించగలిగే రూపంలో ఉన్న భగవంతుడు

143. భోక్త ఓం భోక్తై నమః। భోక్త ప్రకృతి వినియోగదారుడైన భగవంతుడు

144. సాహిష్ణు ఓం సాహిష్ణవే నమః। సాహిష్ణు ఓర్పుతో బాధపడగల భగవంతుడు

145. జగదాదిజ ఓం జగదాదిజయై నమః। జగదాదిజ లోకానికి ముందు జన్మించిన భగవంతుడు

146. అనఘా ఓం అనఘాయై నమః। అనఘా పాపరహితుడైన ప్రభువు

147. విజయం ఓం విజయాయై నమః। విజయ విజయం సాధించిన ప్రభువు

148. జేత ఓం జత్రే నమః। ప్రాణం ఎల్లప్పుడూ విజయం సాధించిన ప్రభువు

149. విశ్వయాయోని ఓం విశ్వాయోనయై నమః। విశ్వయోనివిశ్వ మూలమైన భగవంతుడు

150. పునార్వాసు ఓం పునార్వాస వేయై నమః। పునార్వాసు బాడీల్లో పదేపదే నివసిస్తున్న వ్యక్తి

151. ఉపేంద్ర ఓం ఉపేంద్రాయై నమః। ఉపేంద్ర ఇంద్రుని తమ్ముడు[మార్చు]

152. వామన ఓం వామనాయై నమః। వామనుడు మరుగుజ్జు శరీరం కలిగిన ప్రభువు

153. ప్రాంశు ఓం ప్రాంశవేయై నమః। ప్రాంశు భారీ శరీరం కలిగిన భగవంతుడు..

154. అమోఘ ఓం అమోఘాయై నమః। అమోఘ యెహోవా కార్యములు ఒక గొప్ప ప్రయోజనము కొరకు చేయబడినవి

155. సుచి ఓం శుచాయై నమః। సుచి మచ్చలేని పరిశుద్ధుడైన ప్రభువు

156. ఉర్జిత్ ఓం ఉజ్జయి నమః। ఉర్జితా ఎంతో శక్తిమంతుడైన భగవంతుడు

157. అతింద్ర ఓం అతింద్రాయై నమః। అతీంద్ర ఇంద్రుని పైన ఉన్న భగవంతుడు

158. సంగ్రాహ్ ఓం సంగ్రాహాయై నమః। సంగ్రాహ్ అన్నీ కలిపి ఉంచే భగవంతుడు

159. శరగ ఓం శరగాయై నమః । శరగా తన నుండి ప్రపంచాన్ని సృష్టించే ప్రభువు

160. ధృతాత్మ ఓం ధృతమాయై నమః । ధృతాత్మ తనలో తాను స్థిరపడ్డ ప్రభువు

161. నియామా ఓం నియామాయై నమః । నియామా నియామక అథారిటీ[మార్చు]

162. యమ ఓం యాయై నమః । యముడు అడ్మినిస్ట్రేటర్[మార్చు]

163. వేద ఓం వేదాయ నమః । వేదం తెలుసుకోగలిగిన భగవంతుడు

164. వైద్య ఓం వైద్యాయై నమః । వైద్య సమస్త లోరెల గురించి తెలిసిన ప్రభువు

165. సదాయోగి ఓం సదాయోగిసే నమః । సదాయోగి ఎల్లప్పుడూ యోగంలో ఉండే భగవంతుడు

166. వీర్హా ఓం వీరయ నమః । వీరహ ధైర్యవంతులైన రాక్షసులను సంహరించే ప్రభువు

167. మాధవ ఓం మాధవాయ నమః । మాధవుడు జ్ఞానానికి అధిపతి అయిన భగవంతుడు

168. మధు ఓం మాదాపే నమః । మధు తేనెలాంటి భగవంతుడు

169. అతింద్రా ఓం అతింద్రాయ నమః । ఆటిండియా ఇంద్రియ అవయవాలకు అతీతమైన భగవంతుడు

170. మహామాయ ఓం మహామాయ నమః । మహామాయ ది గ్రేట్ ఇల్యూషనిస్ట్

171. మహోత్సాహ ఓం మహోత్సాహయ నమః । మహోత్సాహ ఎంతో ఉత్సాహం ఉన్న భగవంతుడు

172. మహాబల్ ఓం మహాబలయ నమః । మహాబలుడు ఎంతో బలవంతుడు అయిన భగవంతుడు

173. హాబుద్ధి ఓం మహాలక్ష్మణాయ నమః । మహాబుద్ధి[మార్చు] అపారమైన జ్ఞానం ఉన్న భగవంతుడు

174. మహావీర్య ఓం మహావీర్యయ నమః । మహావీర్యుడు గొప్ప శక్తి యొక్క ప్రభువు

175. మహాశక్తి ఓం మహాశక్తియ నమః । మహాశక్తి మహోన్నత శక్తి గల ప్రభువు

176. మహాద్యుతి ఓం మహాద్యుతి య నమః । మహాద్యుని గొప్ప తేజస్సు కలిగిన ప్రభువు

177. అనిర్దేష్యవాపు ఓం అనిర్దేష్యవాపయ నమః । అనిర్దేష్యవాపు అనిర్వచనీయ రూపానికి అధిపతి

178. శ్రీమన ఓం శ్రీమతి నమః। శ్రీమన సర్వ సౌభాగ్యాలకు అధిపతి

179. అమ్యాత్మ ఓం అమేయా
త్మయ నమః। అమేయాత్మ అపారమైన పరమాత్మ కలిగిన ప్రభువు

180. మహాద్రుక్ ఓం మహాద్రిధృక్మహాద్రినమః। మహాద్రిక్ పెద్ద పెద్ద పర్వతాలను ఎత్తిన ప్రభువు

181. మహేశ్వరుడు ఓం మహేశ్వరాయ నమః। మహేశ్వరుడు మైటీ బౌ యొక్క అధిపతి

182. మహీభారత ఓం మహీభర్తయ నమః। మహీభర్త భూమి యొక్క మద్దతుదారు

183. శ్రీనివాస్ ఓం శ్రీనివాసా నమః। శ్రీనివాసా శ్రీ శాశ్వత నివాసం[మార్చు]

184. శతంగతి ఓం శతగతి నమః। శతమగాటి పుణ్యాత్ములందరి లక్ష్యం

185. అనిరుద్ధ ఓం అనిరుద్ధాయై నమః। అనిరుద్ధ అడ్డుకోలేని ప్రభువు

186. సురాండా ఓం సూరానందాయై నమః। సూరానంద ఆనందాన్ని ప్రసాదించే భగవంతుడు..

187. గోవింద్ ఓం గోవిందాయై నమః। గోవిందా.. గోవుల సంరక్షకుడు[మార్చు]

188. గోవిందపతిఓం గోవిందాయై నమః। గోవిదంపాటి వివేకవంతులకు ప్రభువు

189. మారీచి ఓం మారీచియ నమః। మారీచి ది ఎఫ్ఫుల్జెంట్

190. దమానా ఓం దమనాయై నమః। దమానా ది సబ్డ్యూయర్

191. హంస ఓం హంసయై నమః। హంస భయం యొక్క విధ్వంసకారుడు

192. సూపర్ణ ఓం సుర్ణయ నమః। సుపర్ణ అందమైన రెక్కలున్న భగవంతుడు

193. భుజ్గోటం ఓం భుజగోత్తమ యనమః। భుజగోత్తమ సరీసృపాలలో శ్రేష్ఠుడైన ప్రభువు

194. హిరణ్యనాభ ఓం హిరణాయ నమః। హిరణ్యనాభ బంగారు నాభి కలిగిన భగవంతుడు

195. సుతప ఓం సుతాపసే నమః। సుతప మహా తపస్సు చేసిన ప్రభువు

196. పద్మనాభ ఓం పద్మలక్ష్మై నమః। పద్మనాభ కమలంతో నాభిని కలిగి ఉన్న స్వామి

197. . ఓం ప్రజాపతయే నమః। ప్రజాపతి ప్రజల అధిపతి అయిన భగవంతుడు

198. అమృత్యు ఓం అమ్లక్ష్మై నమః। అమృత్యు మరణం లేని ప్రభువు

199. సర్వద్రిక్ ఓం సర్వలక్ష్మై నమః । సర్వద్రిక్ అన్నీ చూసే భగవంతుడు

200. సింహం ఓం సింహాయే నమః । సింహా పాపాలను నాశనం చేసేవాడు

201. సంధాత ఓం సంధ్యలక్ష్మై నమః । సంధాత రెగ్యులేటర్[మార్పు]

202. సంధిమాన్ఓం సంధిమతి నమః । సంధిమాన్కండిషన్ లో ఉన్నట్లు కనిపించే ప్రభువు

203. స్థిర ఓం అక్షాయై నమః । స్థిర స్థిరంగా ఉండే ప్రభువు

204. అజ ఓం అజయై నమః । అజ అజ రూపం ధరించిన భగవంతుడు, బ్రహ్మ

205. దుర్మారాషాన్ ఓం దురామ్రసనాయ నమః । దుర్మర్షణ జయించలేని ప్రభువు

206. సుత ఓం శాస్త్రి నమః । సుత విశ్వాన్ని పరిపాలించే ప్రభువు

207. విశ్రుతాత్మ ఓం విశ్రుతమానే నమః । విశ్రుతాత్మ వేదాలలో ఆత్మ అని పిలువబడే భగవంతుడు

208. సురిహా ఓం సూరాలక్ష్మై నమః । సురారిహ దేవతల శత్రువుల వినాశకుడు

209. గుర ఓం గురుపే నమః । గురువు సర్వజ్ఞానానికి బోధకుడు అయిన భగవంతుడు

210. గురుత ఓం గురుతాయై నమః । గురుతమా గురువులకు గురువు అయిన భగవంతుడు

211. ధామా ఓం ధమ్నే నమః । ధామా సర్వేశ్వరుని పరమ నివాసం

212. సత్య ఓం సత్యాయై నమః । సత్య తానే సత్యమైన ప్రభువు

213. సత్యపారాక్రమ్ ఓం సత్యపారాక్రమ నమః । సత్యపారాక్రమ సత్య శౌర్యం కలిగిన ప్రభువు

214. నిమిషా ఓం నిత్యలక్ష్మై నమః । నిమిషా ధ్యానంలో కళ్లు మూసుకున్న భగవంతుడు

215. అనిమిష్ ఓం అనిమిష్యై నమః । అనిమిషా..ప్రభువు అజ్ఞాతంలో ఉండిపోతాడు; ఎల్లప్పుడూ తెలిసి ఉంటుంది

216. స్రగ్వి ఓం శ్రావ్యై నమః । స్రగ్వి ఎల్లప్పుడూ మండని పూల మాల ధరించే భగవంతుడు

217. వచస్తతి ఉదార్థి ఓం వచస్తతి ఉదార్థినమః । వచస్తతి ఉదార్థి అనర్గళమైన ప్రసంగానికి మరియు ఉదాత్తమైన ఆలోచనకు ప్రభువు

218. అగ్రానీ ఓం అగ్రాణ్యై నమః । అగ్రానీ మనల్ని శిఖరానికి నడిపించే భగవంతుడు

219. గ్రామని ఓం గ్రామాయ నమః । గ్రామని మందకు నాయకత్వం వహించే ప్రభువు

220. శ్రీమాన్ ఓం శ్రీమతి నమః । శ్రీమాన్ వెలుగు, తేజస్సు, మహిమ కలిగినవాడు
221. న్యాయ ఓం న్యాయాయై నమః । న్యాయ న్యాయుడైన ప్రభువు
222. నత్యా ఓం నిత్యాయ నమః । నత్యా లోకానికి నాయకుడైన భగవంతుడు
223. సమీరానా ఓం నిత్యలక్ష్మై నమః । సమీరానా గాలి రూపంలో జీవులను కదిలించే భగవంతుడు
224. సహస్రముర్ధ ఓం సహస్రమూర్ధసే నమః । సహస్ర మూర్తి లెక్కలేనన్ని తలలున్న ప్రభువు
225. విశ్వాత్మ ఓం విశ్వరాయై నమః । విశ్వాత్మ విశ్వాత్మ[మార్చు]
226. సహస్రాక్ష ఓం సహస్రాక్షాయ నమః । సహస్రాక్ష వేయి కళ్ళున్న భగవంతుడు
227. సహస్రపత్ ఓం సహస్రాయై నమః । సహస్రపాత్ వేయి పాదాలు కలిగిన భగవంతుడు
228. ఆవర్తన
ఓం అవ్యాయై నమః । ఆవర్తన
తిరిగే భగవంతుడు (జీవిత చక్రం)
229. నివ్రిత్తాత్మా ఓం నిత్యలక్ష్మై నమః । నివ్రిత్తాత్మా జీవితంతో సంబంధం లేని భగవంతుడు
230. సమ్వ్రిత
ఓం సంవృతాయై నమః । సమ్వ్రిత
ఉన్న ప్రభువు[మార్చు]
231. సంప్రమర్దన ఓం సంప్రమర్దన ణాయై నమః । సంప్రమర్దన దుష్టుల క్రషర్
232. అహ సంవర్తక ఓం అహసంవర్తక నమః । అహ సంవర్తక సూర్యుని రూపంలో రోజును సృష్టించే భగవంతుడు
233. వహ్ని ఓం వనహాయే నమః । వహ్ని అగ్ని రూపంలో ఉన్న భగవంతుడు
234. అనిలా ఓం అనిలాయై నమః । అనిలా గాలి రూపంలో ఉన్న భగవంతుడు
235. ధరణీధర ఓం ధరణీధరయ నమః । ధరణీధర భూమికి ఆసరాగా నిలిచే ప్రభువు
236. సుప్రసాద్ ఓం సుప్రసాదాయ నమః । సుప్రసాద కరుణామయుడైన భగవంతుడు

237. ప్రసన్నాత్మ ఓం ప్రసన్నాత్మాయై నమః । ప్రసన్నాత్మ నిత్యమూ పరిశుద్ధుడు, సకల ఆనందమయుడైన భగవంతుడు

238. విశ్వాధిక్ ఓం విశ్వాధికయ నమః । విశ్వాధిక్ లోకాన్ని సంరక్షించే ప్రభువు

239. విశ్వభూజ ఓం విశ్వభూజ నమః । విశ్వభూజ విశ్వాన్ని ఆస్వాదించేవాడు

240. విభూ ఓం విభవే నమః । విభూ అనేక రూపాలు కలిగిన భగవంతుడు

241. సత్కర్తా ఓం సత్కర్తణాయ నమః । సత్కర్తా మంచివారిని, వివేకవంతులను ఆరాధించే ప్రభువు

242. సత్కర్తా ఓం సత్కర్తాయ నమః । సత్కర్తా సకల మంచివారిచే ఆరాధించబడే భగవంతుడు

243. సాధు ఓం సదాయై నమః । సాధు ధర్మమార్గంలో నడిచే ప్రభువు

244. జహ్నును ఓం జాహ్నవే నమః । జహ్నును పురుషుల నాయకుడు[మార్చు]

245. నారాయణ ఓం నారాయణాయ నమః । నారాయణ తాను సృష్టించే సమస్త విషయాలలో నివసిస్తున్న ప్రభువు

246. నారా ఓం నారాయ నమః । నారా మానవుల నాయకుడు[మార్చు]

247. అసంఖ్యాయా ఓం అసంఖ్యాకాయై నమః । అసంఖ్యాయా అంకెలు లేని నామాలు, రూపాలు కలిగిన భగవంతుడు

248. అప్రేమాత్మ ఓం అప్రమాయై నమః । అప్రేమాత్మ జ్ఞానానికి అతీతమైన భగవంతుడు

249. విశిష్ఠుడు ఓం విశిష్ఠయ నమః । విశిష్ఠుడు తన మహిమతో అన్నింటిని అధిగమించే భగవంతుడు

250. శిష్టకృత ఓం శిష్టాయై నమః । శిష్టకృత ధర్మకర్త అయిన ప్రభువు

251. సుచి ఓం శుచాయై నమః । సుచి మచ్చలేని, మచ్చలేని ప్రభువు

252. సిద్ధార్థ ఓం సిద్ధార్థాయ నమః । సిద్ధార్థ పొందవలసినవన్నీ పొందిన భగవంతుడు

253. సిద్ధ సంకల్పం ఓం సంకల్పంయ నమః । సిద్ధ సంకల్పం తాను కోరుకున్నవన్నీ సాక్షాత్కరించే భగవంతుడు

254. సిద్ధిద్ ఓం సిద్ధిదాయై నమః । సిద్ధిదా బెనెడిక్షన్స్ ఇచ్చేవాడు

255. సిద్ధిసాధానం ఓం సిద్ధిసాధాకయ నమః । సిద్ధి సాధన విజయానికి సహాయం[మార్చు]

256. వృషాహి ఓం వృషహిసే నమః । వృషాహి సకల చర్యలను నియంత్రించే భగవంతుడు, ఫలితాలను ప్రసాదించేవాడు.

257. వృషభ ఓం వృషభాయై నమః । వృషభుడు సకల ధర్మాల వర్షం కురిపించే భగవంతుడు

258. విష్ణువు ఓం విష్ణువయ నమః । విష్ణువు విశ్వం యొక్క ఆక్రమణదారుడు

259. వృష్పర్వ ఓం వృష్పర్వణే నమః । వృషపర్వం ధర్మానికి దారితీసే నిచ్చెన

260. వృషోదర్ ఓం వృశోదాయై నమః । వృషోదరం ప్రభువు[మార్చు]

261. వర్ధన ఓం వరానయై నమః । వర్ధనుడు పోషణ మరియు పోషణ అయిన భగవంతుడు

262. వర్తామాన ఓం వర్తామానయై నమః । వర్ధమానుడు తనను తాను ఏ కోణాల్లోనైనా ఎదగగల భగవంతుడు

263. వివిక్త ఓం వివిక్తయ నమః । వివిక్త ఎప్పుడూ అన్నింటికీ దూరంగా నిలబడటం

264. శ్రుతిసాగర్ ఓం శృతిసాగరాయై నమః । శ్రుతిసాగర సమస్త గ్రంథాలకూ సముద్రము

265. సట్ భూజ్ ఓం సుభాయై నమః । సుబ్బుజా మనోహరమైన చేతులు కలిగిన భగవంతుడు

266. దుర్దార ఓం దుర్ధారాయ నమః । దుర్దార మహా యోగులకు కూడా అర్థం కాని భగవంతుడు

267. వాగ్మి ఓం వాగ్మి నమః । వాగ్మి వాక్చాతుర్యం కలిగిన ప్రభువు

268. మహేంద్ర ఓం మహేందాయై నమః । మహేంద్ర ప్రభువుల ప్రభువు

269. వాసుద్ ఓం వసుదాయై నమః । వాసుదా మంచి సుఖసంతోషాలు, సంపదలు ప్రసాదించే భగవంతుడు

270. వాసు ఓం వాష్వే నమః । వాసు ధనవంతుడైన భగవంతుడు

271. నాకృపు ఓం నాయకరూపాయ నమః । నైకరూప తనలో అనంత రూపాలు కలిగిన ప్రభువు

272. బృహద్రుప్ ఓం బృహద్రుపయ నమః । బృహద్రూప విస్తారమైన, అనంతమైన కోణాలు కలిగిన భగవంతుడు

273. శిపివిష్ట ఓం శిపివిష్టయ నమః । శిపివిష్ట జీవనాధారం[మార్చు]

274. ప్రకాశ ఓం ప్రకాశాయై నమః । ప్రకాశన సర్వవ్యాపిత చైతన్యంగా తనను తాను ప్రకాశింపజేసే భగవంతుడు

275. ఓజస్తజోద్యుతిధర్ ఓం ఓజస్తజోదాయై నమః । ఓజస్తేజో-ద్యుతిధర జీవశక్తిని, తేజస్సును, సౌందర్యాన్ని కలిగియున్న ప్రభువు

276. ప్రకాశాత్మ ఓం ప్రకాశలక్ష్మి నమః । ప్రకాశాత్మ ప్రకాశవంతమైన ఆత్మ

277. ప్రతాపన్ ఓం ప్రతాపాయై నమః । ప్రతాపణుడు వేడిని వెదజల్లే ప్రభువు

278. రిద్ధా ఓం రిధాయ నమః । రిద్ధా ఎల్లప్పుడూ సమృద్ధిగా ఉండే భగవంతుడు

279. స్పష్ట ఓం స్పష్టాక్షర నమః । స్పష్టాక్షర పరమ ధ్వని ఓం ద్వారా స్పష్టంగా సూచించబడిన భగవంతుడు

280. మంత్రం ఓం మంత్రాయై నమః । మంత్రం ఉన్న ప్రభువు[మార్చు]

281. చంద్రాన్షు ఓం చంద్రాంశ నమః । చంద్రాంశు చంద్ర కిరణాలంత ఆహ్లాదకరంగా ఉండే భగవంతుడు

282. భాస్కర్ ద్యుతి ఓం భాస్కరద్యూత నమః । భాస్కరద్యూతి సూర్యుని తేజస్సు అయిన భగవంతుడు

283. అమృతాన్షుద్భవ ఓం అమ్లక్ష్మై నమః । అమృతంశుద్భవ పాల సముద్రం నుండి చంద్రుడిని కనిపించేలా చేసిన భగవంతుడు

284. భాను ఓం భన్వే నమః । భాను తనను తాను ప్రకాశింపజేసే భగవంతుడు

285. శశబిందు ఓం శశాబింకాయై నమః । శశబిందు కుందేలు లాంటి స్పాట్ ఉన్న చంద్రుడు

286. సూరేశ్వర ఓం సూరాలక్ష్మై నమః । సూరేశ్వర దేవతల దేవుడు[మార్చు]

287. ఔషాధా ఓం అవ్యాయై నమః । ఔషాధామ్ దివ్య ఔషధమైన భగవంతుడు

288. జగత్సేతు ఓం జగతేపే నమః । జగతా-సేతు భౌతిక శక్తికి వారధి అయిన భగవంతుడు

289. సత్య ధర్మాక్రమం: ఓం సత్యలక్ష్మణాయ నమః । సత్య-ధర్మ-పరాక్రమం సత్యం మరియు ధర్మం కోసం వీరోచితంగా పోరాడే వ్యక్తి

290. భూతభవభవన్ నాథ్ ఓం భూతవ్యాయై నమః । భూత-భవ్య-భావననాథ భూత, వర్తమాన, భవిష్యత్తులకు అధిపతి అయినవాడు

291. పవన్ ఓం పావనయై నమః । పవన్ విశ్వాన్ని నింపే గాలి

292. పావన ఓం పావనయై నమః । పావన వాతావరణ గాలికి ప్రాణాధార శక్తిని ప్రసాదించే భగవంతుడు

293. అనల ఓం అనలాయై నమః । అనల అగ్ని రూపంలో ఉండి, జీవాన్ని నిలబెట్టే భగవంతుడు

294. కమ్హా ఓం కమలాక్షాయ నమః । కామహ సకల కోరికలను నాశనం చేసే ప్రభువు

295. కామ-కృత్ ఓం కామాక్షాయ నమః । కామ-కృత్ సకల కోర్కెలు తీర్చే భగవంతుడు

296. కాంత్ ఓం కాంతాలక్ష్మై నమః । కాంత్ మంత్రముగ్ధులై ఉన్న భగవంతుడు

297. పని ఓం కామాయై నమః । వంటిది సాధకులు ఎంతగానో కోరుకునే భగవంతుడు

298. కామప్రద ఓం కామదాయై నమః । కామప్రద కోరిన వస్తువులను సరఫరా చేసే ప్రభువు

299. ప్రభు ఓం ప్రభవే నమః । ప్రభు మహా ప్రభువు

300. యుగదికృతం ఓం యుగాదిరాయై నమః । యుగాది కృత్ కాల విభేదాలను సృష్టించిన భగవంతుడు

301. యుగావర్త ఓం యుగవర్తాయ నమః । యుగావర్త కాల వ్యవధులు మళ్లీ మళ్లీ వచ్చేలా చేసే భగవంతుడు

302. నకమయ ఓం నాయక్మయాయ నమః । నైకామయ ఎన్నో భ్రమలు సృష్టించే భగవంతుడు

303. మహాషాన్ ఓం మహాషానయ నమః । మహాషాన్ అన్నీ మింగేసే భగవంతుడు

304. ఆద్రిష్య ఓం ఆద్రిష్యయ నమః । ఆద్రిష్య కనిపించని భగవంతుడు..

305. వ్యక్తరూప్ ఓం వ్యక్తరూపయై నమః । +
.వ్యక్తరూపవ్యక్తరూప యోగులకు కనిపించే భగవంతుడు

306. సహస్రజిత్ ఓం సహస్రజితయ నమః । సహస్రజిత్ వేలమందిని జయించిన ప్రభువు

307. అనంత్జిత్ ఓం అనంతాయై నమః । అనంతజిత్ఎల్లప్పుడూ విజయం సాధించిన ప్రభువు

308. ఇష్టా ఓం ఇషాయై నమః । ఇష్టా అందరూ ప్రేమించే భగవంతుడు

309. అనిర్దిష్టం ఓం అనిర్దిష్టంయ నమః । అవిశిష్ట మహోన్నతుడు మరియు అత్యంత పవిత్రమైన దేవుడు

310. శిష్టేష్ట ఓం శిష్టాష్టాయై నమః । శిష్టేష్ట విద్యావంతులకు ప్రియమైన ప్రభువు

311. షిఖండి ఓం షిఖండిన నమః । షిఖండి నెమలి ఈకలను ధరించే ప్రభువు

312. నహుష్ ఓం నహుషయ నమః । నహుషుడు భ్రమతో ఆత్మలను బంధించే ప్రభువు

313. వృషు ఓం వృశాయై నమః । వృషుడు సకల కోరికలను వర్షంలా తీర్చే భగవంతుడు

314. క్రోధాహ ఓం క్రోధాహయ నమః । క్రోధాహ చిత్తశుద్ధి గల సాధకులలో కోపాన్ని నాశనం చేసే భగవంతుడు

315. క్రోధా కృతకర్త ఓం క్రోధాకతకర్త నమః । క్రోధా కృతకర్త తక్కువ ధోరణులకు వ్యతిరేకంగా కోపాన్ని రేకెత్తించే ప్రభువు

316. విశ్వబాహు ఓం విశ్వబాహు య నమః । విశ్వ బాహు విశ్వమంతటా చేతులున్న ప్రభువు

317. మహీధర ఓం మహాధరయ నమః । మహీధర భూమికి ఆసరాగా నిలిచే ప్రభువు

318. అచ్యుత ఓం అచ్యుతాయై నమః । అచ్యుత ఎప్పటికీ మారని ప్రభువు

319. ప్రతితా ఓం ప్రతిష్ఠై నమః । ప్రతితా సర్వలోను ఉన్న భగవంతుడు

320. ప్రాణము ఓం ప్రణయై నమః । ప్రాణము సకల జీవరాశులలో ఆత్మ

321. ప్రాణాద్ ఓం ప్రణయై నమః । ప్రాణదా అన్ని చోట్లా శక్తినిచ్చే భగవంతుడు

322. వాస్వానుజ్ ఓం వాసవనాయై నమః । వాసవనూజ ఇంద్రుని తమ్ముడు[మార్చు]

323. అపనిధి ఓం అపనిధయ నమః । అపమ్ నిధి మహాసముద్రము అయిన ప్రభువు

324. అధిష్ఠానం ఓం అధిష్ఠానంయ నమః । అధిష్ఠానం[మార్చు] విశ్వానికి మూలస్తంభమైన భగవంతుడు

325. అప్రమట్ట ఓం అప్రమట్టయ నమః । అప్రమట్ట తీర్పులో ఎప్పుడూ తప్పు చేయని ప్రభువు

326. ప్రతిష్ఠిత ఓం ప్రతిష్ఠితయ నమః । ప్రతిష్ఠిత స్వయంకృషి కలిగినవాడు

327. స్కంద ఓం స్కందాయై నమః । స్కంద సుబ్రహ్మణ్యని ద్వారా మహిమను వ్యక్తపరిచిన వ్యక్తి

328. స్కందధర్ ఓం స్కందలక్ష్మై నమః । స్కందధర ధర్మమార్గాన్ని స్థాపించినవాడు

329. పీవోటీ ఓం ధురాయై నమః । ధూర్యా లోక భారాన్ని మోస్తున్న ప్రభువు

330. స్ట్రాండింగ్ ఓం వరదాయై నమః । స్ట్రాండింగ్ వరాలు ఇచ్చే ప్రభువు

331. వాయు రవాణా ఓం వాయువాయై నమః । వాయు వాహనం మహా గాలులను నియంత్రించే మరియు నియంత్రించే ప్రభువు

332. వాసుదేవ్ ఓం వాసుదేవాయ నమః । వసుదేవుడు అన్నింటిలోనూ ఉండి అక్కడ ఆడుకునే భగవంతుడు

333. బృహద్భాను ఓం బృహదనాయై నమః । బృహద్భాను ఎక్కడికి వెళ్లినా విశాలమైన కిరణాలు ఉన్న భగవంతుడు

334. ఆదిదేవ ఓం ఆదిదేవయై నమః । ఆదిదేవుడు అన్నింటికీ మూలాధారమైన భగవంతుడు

335. పురందార్ ఓం పురంధరాయ నమః । పురందర నగరాల విధ్వంసక నౌక[మార్చు]

336. దుఃఖం లేనిది ఓం అశోకాయ నమః । అశోకుడు దుఃఖాలు లేని భగవంతుడు

337. స్వేచ్ఛ ఓం తారాణాయై నమః । తరానా ఇతరులు సంసార సాగరాన్ని దాటడానికి వీలు కల్పించే భగవంతుడు

338. తీరా ఓం తారాయై నమః । తారా జనన మరణాల బాధల నుండి రక్షించే భగవంతుడు

339. శూరా ఓం శూరాయ నమః । శూరా ధైర్యవంతుడైన భగవంతుడు

340. శౌరి ఓం శౌరాయ నమః । సలహా శూరా వంశంలో అవతరించిన ప్రభువు

341. జానేశ్వర్ ఓం జానేశ్వరాయ నమః । జానేశ్వరుడు ప్రజల ప్రభువు[మార్చు]

342. అనుకూలమైన ఓం సామయాయై నమః । అనుకూల ప్రతి ఒక్కరి శ్రేయోభిలాషి

343. శతావార్త ఓం శతవారాయ నమః । శతావార్త అనంతమైన రూపాలను ధరించే భగవంతుడు

344. పద్మి ఓం పద్మిని నమః । పద్మి కమలం చేతిలో ఉన్న ప్రభువు

345. పద్మినిభేక్ష ఓం పద్మినిభేక్షయ నమః । పద్మ నిభేక్షన కమలం వలె అందమైన కళ్ళు కలిగిన భగవంతుడు

346. పద్మనాభ ఓం పద్మనాభయ నమః । పద్మనాభ తన నాభిలో కమలం ఉన్న భగవంతుడు

347. అరవిందక్ష్ ఓం అరవిందాయ నమః । అరవిందాక్ష కమలం వలె అందమైన కళ్ళు కలిగిన భగవంతుడు

348. పద్మగర్భ ఓం పద్మలక్ష్మి నమః । పద్మగర్భ హృదయ తామర మధ్యలో ధ్యానం చేయబడుతున్న భగవంతుడు

349. దేహం ఓం సాయి నమః । శరీరభారత్‌సకల శరీరాలను పోషించి పోషించే భగవంతుడు

350. మహార్ది ఓం మహాలక్ష్మణాయ నమః । మహార్ది గొప్ప శ్రేయస్సు కలిగిన భగవంతుడు

351. రిద్ధా ఓం రిధాయ నమః । రిద్ధా విశ్వంగా తనను తాను విస్తరించుకున్న ప్రభువు

352. వృద్ధాత్మ ఓం వృద్దలక్ష్మై నమః । వృద్ధాత్మ ప్రాచీన ఆత్మ[మార్చు]

353. మహాక్ష ఓం మహాలక్ష్మణాయ నమః । మహాక్షం పెద్ద కళ్లు ఉన్న భగవంతుడు

354. గరుధ్వజ్ ఓం గంధర్వాయై నమః । గరుడ-ధ్వజ తన జెండాలో గరుడ (డేగ) ఉన్న భగవంతుడు

355. అటుల ఓం అతులాయై నమః । అటుల సాటిలేని భగవంతుడు

356. షర్భ్ ఓం శరభయై నమః । శరభ శరీరముల ద్వారా నివసిస్తూ ప్రకాశించే ప్రభువు

357. భీషణ ఓం భీమాయ నమః । భీముడు సర్వస్వరూపుడు, భయంకరమైనవాడు

358. సమయజ్ఞ ఓం సామయాయై నమః । సమయజ్ఞ భక్తుడికి మనస్సును సమానంగా చూడటం తప్ప మరేమీ లేని భగవంతుని ఆరాధన

359. హవిరహరి ఓం శివాయ నమః । హవిరహరి అన్ని నైవేద్యాలను స్వీకరించే వ్యక్తి

360. సర్వలక్షణలక్ష్మయ్య ఓం సర్వలక్షణలక్ష్మయ్ నమః । సర్వలక్షణ-లక్ష్మయ్య అన్ని పరిశోధనా పద్ధతుల ద్వారా పేరుపొందిన భగవంతుడు

361. లక్ష్మీవన్ ఓం లక్ష్మీవతే నమః । లక్ష్మీవన్ లక్ష్మి సతీమణి[మార్చు]

362. కచేరీ ఓం సామయాయై నమః । కచేరీ ఎప్పటికీ విజయం సాధించిన ప్రభువు

363. విక్షర ఓం విక్షాయై నమః । విక్షర నశించని భగవంతుడు

364. రోహిత ఓం రోహితాయై నమః । రోహిత మత్స్యావతారంలో రెడ్-హుడ్

365. గోత్రం ఓం మార్గాయై నమః । గోత్రం నిత్యానందానికి మార్గమైన భగవంతుడు

366. హేతు ఓం హేత్వే నమః । హేతు ఈ విశ్వానికి పరమకారణుడైన భగవంతుడు

367. దామోదర్ ఓం దామోదరాయై నమః । దామోదర యశోద కడుపులో కట్టేసిన స్వామి

సాహ్ సాహ్ ఓం సహాయ నమః । సాహ్ ప్రతి విషయంలోనూ సహనం ఉన్న భగవంతుడు

369. మహీధర ఓం మహాధరయ నమః । మహీధర భూమిని పోషించే లేదా మోసే ప్రభువు

370. మహాభాగ ఓం మహాభాగయ నమః । మహాభాగము యజ్ఞంలో భక్తులు సమర్పించే ఉత్తమ వాటాను పొందే స్వామి

371. వేగవన్ ఓం వేగవతే నమః । వేగవాన్ హృదయం నుంచి భక్తుని పిలుపును వేగంగా చేరుకునే భగవంతుడు

372. అమితాషన్ ఓం అమితసనయ నమః । అమితాసన అంతులేని ఆకలికి ప్రభువు

373. ఉద్భవ ఓం ఉద్యాయై నమః । ఉద్భవ సమస్త విశ్వానికి ఆద్యుడు

374. క్షోభానా ఓం క్షోభ్న్యై నమః । క్షోభానా ప్రపంచాన్ని థ్రిల్ చేసి జీవితంతో ఎంతో అందంగా మార్చే ఉద్యమకారుడు

375. దేవుడు ఓం దేవాయై నమః । దేవా మనం స్తుతించదలుచుకున్న (లేదా) ఆరాధించే ప్రభువు

376. శ్రీగార్భ ఓం శ్రీవారాయ నమః । శ్రీగార్భ లోపల సకల మహిమలు కలిగిన భగవంతుడు

377. పరమేశ్వర ఓం పర్మాయి నమః । పరమేశ్వరుడు సర్వోన్నత ప్రభువు[మార్చు]

378. కరణ్ ఓం కర్ణాయై నమః । కరణం లోక సృష్టికి ఉపకరణమైన భగవంతుడు

379. కరణం ఓం కర్ణాయై నమః । కరణం లోక సృష్టికి కారకుడైన భగవంతుడు

380. కర్త ఓం కర్తరాయై నమః । కార్డు ది డోర్

381. వికార్ ఓం వికర్తే నమః । వికర్త విశ్వాన్ని తయారుచేసే అంతులేని వెరైటీల సృష్టికర్త

382. గహానా ఓం గైస్వరాయై నమః । గహానా (అసమ్మతి) భగవంతుని ఆకారం, బలం మరియు చర్యలు తెలుసుకోవడం కష్టం

383. గుహ ఓం గాయై నమః । గుహ హృదయ గుహలో నివసించే ప్రభువు

384. వ్యాసాయ ఓం వ్యాసాయ నమః । వ్యాసాయ దృఢ సంకల్పం కలిగిన ప్రభువు

385. వ్యవస్థ ఓం సామయాయై నమః । వ్యాసావస్తన పీఠాధిపతి అయిన భగవంతుడు

386. సంస్థ ఓం సంస్థాన్యై నమః । సంస్థానా పరమాధిపతి అయిన ప్రభువు

387. స్థానడ ఓం సీతాయై నమః । స్థానడ ప్రతి జీవికి సరైన నివాసాన్ని ప్రసాదించే భగవంతుడు

388. ధ్రువ ఓం ధ్రువాయై నమః । ధ్రువ నశించని భగవంతుడు

389. పార్థీ ఓం పరమేశ్వరాయ నమః । పరార్ధి పరమ స్వరూపాలు కలిగిన భగవంతుడు

390. పరమస్పష్ట ఓం పరమలక్ష్మై నమః । పరమస్పష్ట అత్యంత ప్రజ్ఞాశాలి అయిన భగవంతుడు

391. తుష్టా ఓం తుష్టాయై నమః । తుష్టా నిత్య తృప్తిగా ఉండే భగవంతుడు

392. పుష్టా ఓం పుష్టాయ నమః । పుష్టా నిత్య నిండుగా ఉండే భగవంతుడు

393. అదృష్టం ఓం శుభాక్షాయ నమః । శుభలేఖనభక్తునికి శుభం కలిగించే భగవంతుడు

394. రామా ఓం రామాయ నమః । రామా ఆహ్లాదకరమైన రూపం కలిగిన భగవంతుడు

395. విరామ ఓం సామయాయై నమః । విరామ అన్నింటికీ అంతిమ అంతిమమైన భగవంతుడు

396. విరాజ్ ఓం విరాలక్ష్మై నమః । విరాజ్ వ్యామోహం లేని భగవంతుడు

397. మార్గాయ ఓం మార్గాయై నమః । మార్గాయ అమరత్వానికి మార్గమైన భగవంతుడు

398. నేయా ఓం నేయాయై నమః । నేయా జీవులకు మార్గదర్శి అయిన భగవంతుడు

399. నయా ఓం నాయాయై నమః । నయా నాయకత్వం వహించే వ్యక్తి[మార్చు]

400. అనయా ఓం అనాయై నమః । అనయా ఎవరూ నడిపించలేని ప్రభువు

401. వీరా ఓం వీరాయ నమః । వీరా శౌర్యానికి ప్రతీక అయిన భగవంతుడు

402. శక్తిమాతం శ్రేష్ఠ ఓం శక్తిమాతం శ్రేష్ఠయ నమః । శక్తిమాతం శ్రేష్ఠ శక్తివంతమైన వారిలో ఉత్తముడు

403. ధర్మ ఓం ధర్మాయ నమః । ధర్మ ఉనికి నియమం[మార్చు]

404. ధర్మవిదుత్తమ ఓం ధర్మవిదుత్మయాయ నమః । ధర్మవిదుత్తమ ధర్మ పరిజ్ఞానం ఉన్నవారిలో గొప్పవాడైన భగవంతుడు

405. వైకుంఠం ఓం వైకుంఠాయై నమః । వైకుంఠం జీవులు తప్పుడు మార్గాల్లో పయనించకుండా నిరోధించే భగవంతుడు

406. పురుషా.. ఓం పురుషాయై నమః । పురుషా.. సకల శరీరములలో నివసిస్తున్న ప్రభువు

407. ప్రాణము ఓం ప్రణయై నమః । ప్రాణము ఆత్మ అయిన భగవంతుడు

408. ప్రాణాద్ ఓం ప్రణయై నమః । ప్రాణాద జీవాన్ని ప్రసాదించే భగవంతుడు

409. ప్రణవ్ ఓం ప్రణయై నమః । ప్రణవ దేవతలచే స్తుతింపబడిన ప్రభువు

410. అపార ఓం ప్రత్యాయై నమః । ప్రీతు అపారమైనది

411. హిరణ్యగర్భ ఓం హిరణాయై నమః । హిరణ్యగర్భుడు సకల సృజనలకు బంగారు మూలాన్ని ఉంచే వ్యక్తి

412. శత్రుఘ్న ఓం శత్రుఘ్నయ నమః । శతృఘ్న శత్రువుల విధ్వంసక నౌక[మార్చు]

413. వ్యాప్త ఓం సర్వాయై నమః । వ్యాప్త సకల జీవరాశులలో వ్యాపించి ఉన్న భగవంతుడు కారణం

414. వాయు ఓం వాయై నమః । వాయు సువాసన యొక్క వాహ్టర్

415. దింపుడు ఓం అధోక్షాయ నమః । అధోక్షజ శక్తి ఎప్పుడూ కిందికి ప్రవహించని ప్రభువు

416. ఋతు ఓం ఋతువ నమః । ఋతువు ఋతువులు అయిన భగవంతుడు

417. సుదర్శన ఓం సుదర్శనలయ నమః । సుదర్శన భక్తులకు సులువుగా దర్శనమిచ్చే స్వామి

418. కాలా ఓం కాళాయై నమః । కాలా గణనకర్త అయిన ప్రభువు

419. పరమేష్ఠి ఓం పరమేష్ఠాయై నమః । పరమేష్ఠి తన మహిమలో కేంద్రీకృతమైన ప్రభువు

420. పరిగ్రహ ఓం పరిష్యై నమః । పరిగ్రహం గ్రహీత అయిన భగవంతుడు

421. ఉగ్ర ఓం ఉగ్రాయై నమః । ఉగ్ర శక్తిమంతుడైన ప్రభువు

422. సంవత్సర్ ఓం సంవత్సలక్ష్మై నమః । సంవత్సర సమస్తమును తనలో నిక్షిప్తం చేసే ప్రభువు

423. దక్షాయ ఓం దక్షాయై నమః । దకుడు సకల పనులను త్వరితగతిన పూర్తి చేసే భగవంతుడు

424. విప్రామా ఓం విప్రామాయ నమః । విప్రామ అలసిపోయిన వారికి విశ్రాంతిని ప్రసాదించే భగవంతుడు

425. విశ్వదక్షిణ ఓం విశ్వదక్షిణ నమః । విశ్వదక్షిణ అత్యంత నైపుణ్యం మరియు సమర్థత కలిగిన వ్యక్తి

426. విస్తార ఓం విస్తారాయై నమః । విస్తార సమస్త జగత్తును తనలో విస్తరింపజేసే భగవంతుడు

427. స్తవరస్థానుఓం స్థలక్ష్మై నమః । స్తవరస్థానుదృఢంగా, కదలలేని భగవంతుడు

428. ప్రామానామ్ ఓం ప్రద్న్యై నమః । ప్రామానామ్ జ్ఞానానికి ప్రతిరూపమైన భగవంతుడు

429. బీజమవ్యయం ఓం బిజాయై నమః । బిజమావ్యయం తిరుగులేని విత్తనమైన భగవంతుడు

430. అర్ధం ఓం అర్ధాయై నమః । అర్ధా అందరూ ఆరాధించే భగవంతుడు

431. అర్ధంలేని ఓం అనర్ధనయ నమః । అనార్ధ ఇంకా నెరవేరాల్సింది ఏమీ లేని వ్యక్తి

432. మహాకోష్ ఓం మహాకోష్ణాయ నమః । మహాకోశము ది గ్రేట్ ట్రెజరీ

433. మహాభోగ్ ఓం మహాభాగాయై నమః । మహా భోగం ఆనందించే స్వభావం కలిగిన భగవంతుడు

434. మహాధన్ ఓం మహాలక్ష్మణాయ నమః । మహాధన గొప్ప సంపద కలిగిన భగవంతుడు

435. అనిర్విణ ఓం అనిరక్షాయ నమః । అనిర్విణ అసంతృప్తులు లేని ప్రభువు

436. స్థిర ఓం స్తవిష్ఠై నమః । స్తవిష్ఠ అపారమైన భగవంతుడు

437. అభూ ఓం అభుపే నమః । అభూ జన్మ లేని ప్రభువు

438. ధర్మాయుప్ ఓం ధర్మాయై నమః । ధర్మయుపసమస్త ధర్మంతో ముడిపడిన పోస్ట్

439. మహామఖ ఓం మహాాయ నమః । మహామఖ మహా త్యాగధనుడు

440. నక్షత్రనేమి ఓం నక్షత్రాయై నమః । నక్షత్రనేమి నక్షత్రాల నాభి అయిన భగవంతుడు

441. నక్షత్రి ఓం అక్షాయై నమః । నక్షత్రి నక్షత్రాల అధిపతి అయిన ప్రభువు

442. క్షమ ఓం క్షమయాయ నమః । క్షమ శాశ్వత రోగి అయిన ప్రభువు

443. క్షమా ఓం క్షమయాయై నమః । క్షమా జలప్రళయం తరువాత ఒంటరిగా మిగిలిపోయిన ప్రభువు

444. సమీహన్ ఓం సామయాయై నమః । సమీహనా కోరికలు శుభప్రదం చేసే భగవంతుడు

445. యజ్ఞం ఓం యజ్ఞాయై నమః । యజ్ఞం త్యాగానికి ప్రతీక అయిన భగవంతుడు

446. ఇజ్యా ఓం ఇజయాయై నమః । ఇజ్యా యజ్ఞం ద్వారా ప్రార్థించడానికి అర్హుడైన భగవంతుడు

447. మహేజ్య ఓం మహా౦ాయ నమః । మహేజ్య యజ్ఞం ద్వారా ఎక్కువగా పూజించబడే భగవంతుడు

448. క్రత ఓం కృతాయై నమః । క్రతు యజ్ఞోత్సవం[మార్పు]

449. సత్రాయ ఓం సత్రాయై నమః । సత్రం మంచి వ్యక్తులను రక్షించే ప్రభువు

450. శతంగతి ఓం శతలక్ష్మై నమః । శతమగాటి మోక్షం కోరుకునే వారి అంతిమ లక్ష్యమైన భగవంతుడు

451. సర్వదృష్టి ఓం సర్వలక్ష్మై నమః । సర్వదర్శి సహజంగా అన్నీ తెలిసిన భగవంతుడు..

452. విముక్తాత్మ ఓం విముక్తమానే నమః । విముక్తాత్మ సమస్త బంధాలను విడిచిపెట్టిన ఆత్మ అయిన భగవంతుడు

453. సర్వజ్ఞానం ఓం సర్వలక్ష్మై నమః । సర్వజ్ఞ సర్వజ్ఞుడైన భగవంతుడు

454. జ్ఞానముత్తం ఓం జ్ఞానాయ నమః । జ్ఞాన-మతం సర్వోన్నత జ్ఞానుడైన భగవంతుడు

455. సువ్రత్ ఓం సువ్రతాయై నమః । సువ్రత స్వచ్ఛమైన ప్రతిజ్ఞను నిరంతరం ఆచరించే భగవంతుడు

456. సుముఖ ఓం సుముఖాయై నమః । సుముఖ మనోహరమైన ముఖం కలిగిన భగవంతుడు

457. సుక్ష్మ ఓం సామయాయై నమః । సుక్ష్మ సర్వం వచ్చిన అతిచిన్న వస్తువు అయిన భగవంతుడు

458. సుఘోషా ఓం సుఘలక్ష్మై నమః । సుఘోషా శుభ ధ్వనికి అధిపతి

459. సుఖదా ఓం సుఖదాయై నమః । సుఖదా ఆనందాన్ని ప్రసాదించే భగవంతుడు

460. సుహ్రాయి ఓం సుహ్రీదే నమః । సుహ్రాయిట్ సకల ప్రాణులకు మిత్రుడు, శ్రేయోభిలాషి అయిన భగవంతుడు

461. మనోహర ఓం మనోహరాయై నమః । మనోహర మనసును ఆకర్షించే భగవంతుడు

462. జితక్రోధ ఓం జిత్యాయై నమః । జితక్రోధ కోపాన్ని జయించిన భగవంతుడు

463. వీర్బాహు ఓం వీరలక్ష్మణాయ నమః । వీరబాహు శక్తివంతమైన ఆయుధాలు కలిగి ఉన్న ప్రభువు

464. విదారణ ఓం విదరనాయై నమః । విదారణ అధర్మ విధ్వంసకుడు

465. స్వపన్ ఓం స్వాయై నమః । స్వపన ప్రజలను నిద్రపోయేలా చేసే భగవంతుడు

466. స్వవశ ఓం స్వావాయై నమః । స్వవశ సమస్తాన్ని తన ఆధీనంలో ఉంచుకున్న ప్రభువు

467. వ్యాపి ఓం వావ్యాయై నమః । వ్యాపి అన్ని చోట్లా వ్యాపించిన భగవంతుడు

468. నకాత్మ ఓం నిత్యలక్ష్మై నమః । నకాత్మ అవసరాన్ని బట్టి వివిధ రూపాలు ధరించే భగవంతుడు

469. నైకకర్మకృత్ ఓం నక్కరాయై నమః । నైకకర్మకృత్ అనేక కర్మలు చేసే భగవంతుడు

470. వత్సరా ఓం వత్సరాయ్ నమః । వత్సరా అన్నింటికీ ఆవాసమైన భగవంతుడు

471. వత్సల ఓం వత్సలాయై నమః । వత్సల తన భక్తులను ప్రేమించే భగవంతుడు

472. వత్సి ఓం వత్సినే నమః । వత్సి ప్రజల రక్షకుడైన భగవంతుడు

473. రత్నగర్భ ఓం రత్నలక్ష్మణాయ నమః । రత్నాగర్భ ముత్యాలను తనలో ఉంచుకునే సముద్రమైన భగవంతుడు

474. ధనేశ్వర్ ఓం ధాన్యాయై నమః । ధనేశ్వరుడు సంపదకు దేవుడైనవాడు

475. ధర్మగుప ఓం ధర్మలక్ష్మణాయ నమః । ధర్మగుప ధర్మ సంరక్షకుడు[మార్చు]

476. ధర్మ ఓం ధర్మలక్ష్మణాయ నమః । ధర్మకృతం ధర్మం ప్రకారం నడుచుకునే భగవంతుడు

477. ధర్మి ఓం ధర్మలక్ష్మణాయ నమః । ధర్మి ధర్మ మద్దతుదారుడు[మార్చు]

478. సత్ ఓం శతాయై నమః । సత్ పరమ శాశ్వత సత్యమైన భగవంతుడు

479. అసెట్ ఓం తాత్యాయ్ నమః । అసెట్ మాయలో దాగివున్న పరమ సత్యమైన భగవంతుడు

480. క్షరం ఓం అక్షాయై నమః । క్షారాం నశించినట్లు కనిపించే భగవంతుడు

481. అక్షరం ఓం అక్షాయై నమః । అక్షరం నశించని భగవంతుడు

482. అవిగ్యత ఓం విద్యాలక్ష్మణాయ నమః । అవిగ్యత తెలియని భగవంతుడు

483. సహస్రాన్షు ఓం సహస్రాయ నమః । సహస్రాంశు వేయి కిరణాలు కలిగిన భగవంతుడు

484. విధాత ఓం విద్యాత్రే నమః । విధాత లోకాన్ని మోసే ప్రభువు

485. కృతాలక్షణ ఓం నిత్యలక్ష్మై నమః । కృతాలక్షణ తన గుణాలకు ప్రసిద్ధి చెందినవాడు

486. గభస్తినామిఓం గవ్యాయై నమః । గబస్తినేమి యూనివర్సల్ వీల్ యొక్క కేంద్రం

487. సత్వస్థ ఓం సత్వాయై నమః । సత్వస్థ సత్వములో కొలువైన భగవంతుడు

488. సింహం ఓం సింహాయై నమః । సింహ్ సింహం వలె రాజకుమారుడు అయిన ప్రభువు

489. భుత్మహేశ్వర్ ఓం భూతలక్ష్మై నమః । భూతమహేశ్వరుడు సమస్త జీవులకు మొదటి మరియు అంతిమ దేవుడైన ప్రభువు

490. ఆదిదేవ ఓం ఆదిదాయై నమః । ఆదిదేవుడు ది ఫస్ట్ డైటీ

491. మహాదేవ ఓం మహాాయ నమః । మహాదేవ ది గ్రేట్ డైటీ

492. దేవేష్ ఓం దేవాయై నమః । దేవేశ నశించినట్లు కనిపించే భగవంతుడు

493. Devbhృధ్గురు ఓం దేవలక్ష్మై నమః । దేవభృధ్గురు సకల దేవతలకు అధిపతి అయిన భగవంతుడు

494. ఉత్తరం ఓం ఉత్తరాయై నమః । ఉత్తరా మృత్యువు యొక్క pదుర్భర సముద్రం నుండి సమస్త జీవులను రక్షించే ప్రభువు

495. గోపతి ఓం గోపాలాయ నమః । గోపతి పశువులను పెంచే ప్రభువు

496. గుప్త ఓం గౌత్రే నమః । గుప్త రక్షకుడైన ప్రభువు

497. జ్ఞానగామి ఓం జ్ఞానాయ నమః । జ్ఞానగామి స్వచ్ఛమైన జ్ఞానం ద్వారా మాత్రమే పొందగలిగే భగవంతుడు

498. పురాతన ఓం పురాణాయ నమః । పురాతన అత్యంత ప్రాచీనుడైన భగవంతుడు

499. శరీర-భూత-భృత్ ఓం శివాయ నమః । శరీర-భూత-భృత్ సమస్త ప్రాణులకు ఆధారమైన పంచభూతాలకు ఆత్మ అయిన భగవంతుడు

500. భోక్త ఓం భోక్త్రై నమః । భోక్త తనలోని సత్యాన్ని ఆస్వాదించే ప్రభువు

501. కపీంద్ర ఓం కపాడ్యై నమః । కపీంద్ర సకల కోతులకు ప్రియమైన రాముడు అయిన భగవంతుడు

502. భూరిదాక్షిన్ ఓం భూరిధిలక్ష్మై నమః । భూరిదక్షిణయజ్ఞాలు నిర్వహించి నగదు ప్రయోజనాలు ప్రసాదించే స్వామి

503. సోమాయ ఓం సోమాయై నమః । సొంప సోముడు తాగే స్వామి

504. అమృత్యాప్ ఓం నిత్యలక్ష్మై నమః। అమృతపా అమృతం తాగే భగవంతుడు

505. చంద్రుడు ఓం సోమాయై నమః। మొత్తం చంద్రుని రూపంలో మొక్కలు పెరగడానికి తోడ్పడే భగవంతుడు

506. పురూజిత ఓం పురుషలక్ష్మై నమః। పురూజితా ఎందరో శత్రువులను జయించిన ప్రభువు

507. పురుషటం ఓం పురుషోత్తమయాయ నమః। పురుషోత్తమ అనేక రూపాలలో శ్రేష్ఠుడైన భగవంతుడు

508. వినయ ఓం వినయాయై నమః। వినయ అధర్మవాదులను అవమానించే భగవంతుడు

509. జయాయ ఓం జయాయై నమః। జయా విజయం సాధించిన ప్రభువు[మార్చు]

510. సత్యసంధ ఓం సత్యసంధయ నమః। సత్యసంధ మానసిక నిర్ణయాలలో చిత్తశుద్ధి కలిగిన ప్రభువు

511. దశరా ఓం దశలక్ష్మై నమః। దశరా దశరథ వంశంలో జన్మించిన స్వామి

512. సత్వతంపతి ఓం సత్వాయై నమః। సత్వతంపతి సత్వతాలకు అధిపతి..

513. జీవా ఓం జీవాయై నమః। జీవా జీవుడు[మార్చు]

514. వినీతసాక్షి ఓం వినయితాసాక్షి య నమః। వినయితాసాక్షి వినయం యొక్క సాక్షి

515. ముకుంద్ ఓం ముకుందాయై నమః। ముకుంద్ ముక్తి ప్రదాత

516. అమిత్ విక్రమ్ ఓం నిత్యలక్ష్మై నమః। అమిత్ విక్రమ్ అపారమైన పరాక్రమం యొక్క ప్రభువు

517. అంబోనిధి ఓం అంబోనిదాయ నమః। అంబోనిధి దేవతలు, మనుష్యులు, అసురులు, పితృదేవతలకు పరమ దర్శనం ఇచ్చే భగవంతుడు

518. అనంతాత్మ ఓం అనంతలక్ష్మై నమః। అనంతాత్మ అనంతమైన ఆత్మ

519. మహోదాదిషయ ఓం మహాలక్ష్మణాయ నమః। మహోదాదిషయ మహా సముద్రం మీద సేదతీరుతున్న ప్రభువు

520. అంతాక ఓం అంతాకయ నమః। అంతాక అన్నింటికీ ముగింపు పలికే ప్రభువు

521. అజ ఓం అజయై నమః। అజ ఎన్నడూ జన్మనివ్వని వ్యక్తి

522. మహర్హా ఓం మహాలక్ష్మణాయ నమః । మహర్హా అత్యున్నత ఆరాధనకు అర్హుడైన భగవంతుడు

523. స్వభావ్య ఓం స్వావ్యాయై నమః । స్వభావ్య తన స్వంత స్వబావంలో నిరంతరం పాతుకుపోయిన ప్రభువు

524. జితామిత్ర ఓం జితామిత్రయై నమః । జితామిత్ర శత్రువులందరినీ జయించిన ప్రభువు

525. ప్రమోద్ ఓం ప్రమోదాయై నమః । ప్రమోదనా ఎల్లప్పుడూ సంతోషంగా ఉండే భగవంతుడు

526. ఆనందా ఓం ఆనందాయ నమః । ఆనందా ఆనందానికి ప్రతీక అయిన భగవంతుడు

527. నందన్ ఓం నందాయై నమః । నందన ఇతరులను ఆనందమయం చేసే భగవంతుడు

528. నంద్ ఓం నందాయై నమః । నందా సకల ప్రాపంచిక సుఖాల నుండి విముక్తుడైన ప్రభువు

529. సత్యధర్మ ఓం సత్యలక్ష్మణాయ నమః । సత్యధర్మ సత్య ధర్మం కలిగిన భగవంతుడు

530. త్రివిక్రమ ఓం త్రివిక్రమాయ నమః । త్రివిక్రమ లోకాలను మూడు దశల్లో కొలిచిన ప్రభువు

531. కపిలాచార్య మహర్షి ఓం మహాలక్ష్మణాయ నమః । కపిలాచార్య మహర్షి కపిలుడిగా అవతరించిన భగవంతుడు, మహర్షి

532. కృతజ్ఞత ఓం కృతజ్ఞతయై నమః । కృతజ్ఞత లోక పరిజ్ఞానం[మార్చు]

533. మేదినిపతి ఓం మదీనాయై నమః । మేదినిపతి భూమి ప్రభువు[మార్చు]

534. త్రిపాదా ఓం త్రిపాదాయై నమః । త్రిపాదా మూడు అడుగులు వేసిన భగవంతుడు

535. త్రిదాశముఖ్ ఓం త్రిదాశాయై నమః । త్రిదశాధ్యాక్ష చైతన్యం యొక్క మూడు స్థితులకు అధిపతి - మేల్కొలుపు, నిద్ర మరియు కల

536. మహాశృంగ ఓం మహాశృంగ నమః । మహాశృంగ స్వామికి మహా కొమ్ము (మత్స్యావతారం) ఉంది.

537. కృతాంతకృత్ ఓం కృతాంతకృతయై నమః । కృతాంతకృత్ తాను సృష్టించుకున్న లోకాన్ని నాశనం చేసే ప్రభువు

538. మహారాహ్ ఓం మహాాయ నమః । మహావరాహ మహా పంది (వరాహ)

539. గోవింద్ ఓం గోవిందాయై నమః । గోవిందా.. వేదాంతం ద్వారా తెలిసిన భగవంతుడు

540. సుషేనా ఓం సుశేనాయై నమః । సుషేనా.. బ్రహ్మాండమైన సైన్యం ఉన్న ప్రభువు

541. కనకంగాడి ఓం కనకంగా నమః । కనకంగాడి బంగారు కవచాలు కలిగిన ప్రభువు

542. గుహ్యా ఓం గయ్యాయై నమః । గుహ్యా ది మిస్టీరియస్

543. గభీరా ఓం గభిరాయై నమః । గభీరా అంతుచిక్కనిది[మార్చు]

544. గహేనా ఓం గైస్వరాయై నమః । గహేనా లోతును కొలవలేని ప్రభువు

545. గుప్తా ఓం గుప్తాయై నమః । గుప్తా మనసుకు, మాటలకు దూరంగా దాగివున్న భగవంతుడు

546. చక్రగద్దర్ ఓం చక్రగదధర ణాయ నమః । చక్రగదధర పవిత్ర చక్రాన్ని మరియు పవిత్ర గదను ఉంచే ప్రభువు

547. వేద ఓం వేదాసే నమః । వేద విశ్వ సృష్టికర్త..

548. స్వాంగ్ ఓం స్వాయై నమః । స్వాంగ్ ఉనికికి కారకుడు, కారకుడైన భగవంతుడు

549. అజిత ఓం అజితాయై నమః । అజిత జయించబడని ది

550. కృష్ణా ఓం కృష్ణాయై నమః । కృష్ణా ముదురు రంగు కలిగిన ప్రభువు

551. ద్రిదా ఓం ప్రద్న్యై నమః । ద్రిదా వ్యక్తిత్వంలో, సామర్థ్యంలో మార్పు లేని భగవంతుడు

552. శంకరశోచచియుత ఓం శంకరాయ నమః । శంకరశోచచియుత జలప్రళయం సమయంలో తనలోని జీవులను ఉపసంహరించుకునే ప్రభువు

553. వరుణ ఓం వరుణాయై నమః । వరుణుడు హారిజాన్ పై సెట్ చేసే వ్యక్తి

554. వరుణ్ ఓం వరుణ్యైయై నమః । వరుణ్ వరుణుడి కుమారుడు (వశిష్టుడు)

555. వృక్షం ఓం వృక్షాయై నమః । వృక్షం చెట్టు వలె దృఢంగా, స్థిరంగా ఉండే భగవంతుడు

556. పుష్కర్ ఓం సాధక్షాయై నమః । పుష్కరాక్ష.. లోటస్ ఐడ్

557. మహామన ఓం మహామానసే నమః । మహామన గొప్ప మనసున్న ప్రభువు

558. భగవాన్ ఓం భగవతే నమః । భగవాన్ ఆరు సౌభాగ్యాలు కలిగిన ప్రభువు

559. బగాహ్ ఓం భగాహ్ నమః । బగాహ్ వరదల సమయంలో సంపదను నాశనం చేసే ప్రభువు

560. ఆనంది ఓం ఆనందయ నమః । ఆనంది ఆనందం కలిగించే భగవంతుడు

561. వనమాలి ఓం వనమాలియ నమః । వనమాలి అడవి పూల మాల ధరించిన స్వామి

562. హలాయుధ ఓం హలాయై నమః । హలాయుధ నాగలిని తన ఆయుధంగా కలిగి ఉన్న ప్రభువు

563. ఆదిత్య ఓం ఆదిత్యాయై నమః । ఆదిత్య అదితికి జన్మించిన భగవంతుడు

564. జ్యోతిరాదిత్య ఓం జ్యోతిరాయై నమః । జ్యోతిరాదిత్య సూర్యుని తేజస్సు[మార్చు]

565. సాహిష్ణు ఓం సాహిష్ణయ నమః । సాహిష్ణు ద్వంద్వత్వాన్ని ప్రశాంతంగా భరించే భగవంతుడు

566. గాటిసత్తం ఓం గాటిసత్తమ్మయై నమః । గాటిసత్తమ్మ భక్తులందరికీ పరమ శరణం

567. సుధాన్వా ఓం సుధాన్వా నమః । సుధాన్వా పవిత్ర విల్లు సారంగ ఉన్న భగవంతుడు

568. ఖండపర్శు ఓం ఖండాయై నమః । ఖండపరశు శత్రువులను చంపడానికి గొడ్డలిని ఆయుధంగా కలిగి ఉన్న ప్రభువు

569. దారునా ఓం దారునాయై నమః । దారునా అధర్మవాదుల పట్ల నిర్దాక్షిణ్యంగా వ్యవహరించడం

570. ద్రవిణప్రద ఓం ద్రవిణప్రదయ నమః । ద్రవిణప్రద విలాసవంతంగా సంపదను ప్రసాదించే భగవంతుడు

571. దివా: స్ప్రిక్ఓం దివస్ప్రి నమః । దివా: స్ప్రిక్ఆకాశాన్ని తాకే భగవంతుడు

572. సర్వదృగ్వ్యాస ఓం సర్వదృగ్వ్యాసయ నమః । సర్వదృగ్వ్యాస సకల జ్ఞానాల గురించి రాసే ప్రభువు

573. వాచస్పతిరయోనిజ ఓం వాచస్పతిరయోనిజయ నమః । వాచస్పతిరయోనిజ పుట్టని విద్యల ప్రభువు

574. త్రిశమ్నే ఓం త్రిశమ్నే నమః । త్రిశమ్నే త్రి సములు ఆరాధించే స్వామి

575. సామగ ఓం సామగయ నమః । సామగ సామ కీర్తనల పారాయణకర్త[మార్చు]

576. సామ ఓం సమయాయై నమః । సామా సామ వేదం అయిన భగవంతుడు

577. నిర్వాణం ఓం నిర్వాణాయై నమః । నిర్వాణం త్యాగం యొక్క ఆనందం

578. భేష్జన్ ఓం భేషాయై నమః । భేషజం ఔషధము అయిన ప్రభువు

579. భీషక్ ఓం భీసజయ నమః । భీషక్ వైద్యుడు అయిన భగవంతుడు[మార్చు]

580. సన్యాస ఓం సన్యాసాయ నమః । సన్యాసక్రిత్సన్యాస సంస్థ[మార్చు]

581. శమా ఓం శమాయై నమః । శమా ప్రశాంతంగా ఉండే భగవంతుడు..

582. శాంత ఓం శాంతయ నమః । శాంతా ప్రశాంతంగా ఉండే భగవంతుడు

583. నిష్టా ఓం నిష్టాయ నమః । నిష్టా సకల ప్రాణుల నివాసం

584. శాంతి ఓం శాంతిాయై నమః । శాంతి శాంతి స్వభావమున్న ప్రభువు

585. పారాయణం ఓం పరాయై నమః । పారాయణం విముక్తి మార్గం[మార్చు]

586. శుభాంగ్ ఓం శుభగణాయ నమః । శుభాంగ అత్యంత సుందర రూపం కలిగిన భగవంతుడు

587. శాంతిద్ ఓం శాంతిదాయ నమః । శాంతిదా శాంతి ప్రదాత..

588. స్రష్టా ఓం శ్రేష్ఠాయై నమః । స్రష్టా సకల ప్రాణుల సృష్టికర్త

589. కుముదా ఓం కుముదాయై నమః । కుముదా భూమిలో ఆనందించే ప్రభువు

590. కువలుష్య ఓం కవలాయై నమః । కువలుష్య నీటిలో వాలిపోయే ప్రభువు

591. గోహిత్ ఓం గోహితాయై నమః । గోహిత గోవులకు సంక్షేమం చేసే భగవంతుడు

592. గోపతి ఓం గోపతయ నమః । గోపతి భూమికి అధిపతి అయినవాడు

593. గుప్తా ఓం గౌత్రే నమః । గుప్తా విశ్వ రక్షకుడైన భగవంతుడు

594. వృషభక్ష ఓం వృషాక్షాయ నమః । వృషభక్షం ప్రార్థించినదాన్ని కరుణామయమైన కళ్ళు కురిపించే ప్రభువు

595. వృషప్రియ ఓం వృషప్రియాయ నమః । వృషప్రియ ధర్మాన్ని ఆస్వాదించే భగవంతుడు

596. అనివర్తి ఓం అనివర్తినయ నమః । అనివర్తి ఎన్నడూ వెనక్కు తగ్గని ప్రభువు

597. నివ్రిత్తాత్మా ఓం నివ్రిత్తాత్మా నమః । నివ్రిత్తాత్మా సకల ఇంద్రియ భోగాల నుండి పూర్తిగా నిగ్రహింపబడిన భగవంతుడు

598. సంక్షేప్తా ఓం సంక్షేప్తా నమః । సంక్షేప్తా ప్రళయ సమయంలో కండెన్సర్

599. ఖేమ్క్రిత ఓం ఖేమ్క్రితే నమః । ఖేమ్క్రిత సంక్షేమ సంరక్షకుడు[మార్చు]

600. శివ ఓం శివాయ నమః । శివ శాశ్వతమైన పరిశుద్ధుడైన భగవంతుడు

601. శ్రీవాత్సవక్ష ఓం శ్రీవాత్సవక్షే నమః । శ్రీవాత్సవక్షః శ్రీవత్సను తన ఛాతీపై ఉంచుకున్న భగవంతుడు

602. శ్రీవాస్ ఓం శ్రీవాసాయ నమః । శ్రీవాసుడు లక్ష్మీ దేవి నివసించే స్వామి

603. శ్రీపతి ఓం శ్రీపాతాయై నమః । శ్రీపతి లక్ష్మీ దేవికి అధిపతి అయినవాడు

604. శ్రీమత వర ఓం శ్రీమాతాయై నమః । శ్రీమటం వర మహిమాన్వితమైన వాటిలో ఉత్తమమైనది

605. శ్రీదా ఓం శ్రీదాయాయ నమః । శ్రీదా ఐశ్వర్యాన్ని ప్రసాదించేవాడు

606. శ్రీష ఓం శ్రీషయ నమః । శ్రీష శ్రీ ప్రభువు (అదృష్ట దేవత)

607. శ్రీనివాస్ ఓం శ్రీనివాసాయ నమః । శ్రీనివాసా లక్ష్మీ దేవి నివసించే స్వామి

608. శ్రీనిధి ఓం శ్రీనిధ్య నమః । శ్రీనిధి శ్రీ నిధి[మార్చు]

609. శ్రీ విభవన్ ఓం శ్రీభవనాయై నమః । శ్రీవిభవన సంపద యొక్క పంపిణీదారుడు

610. శ్రీధర ఓం శ్రీధరాయ నమః । శ్రీధర శ్రీ యొక్క బేరర్

611. శ్రీకర్ ఓం శ్రీకరయ నమః । శ్రీకర సకల సంపదలను భక్తులకు ప్రసాదించే భగవంతుడు

612. శ్రేయ ఓం శ్రేష్ఠాయై నమః । శ్రేయ శాశ్వత ఆనందానికి ప్రతిరూపమైన భగవంతుడు

613. శ్రీమన ఓం శ్రీమతి నమః । శ్రీమన శ్రీ ప్రొఫెసర్ ఆఫ్ శ్రీ

614. లోకత్రయాశ్రాయ ఓం లోకత్రయాశ్రాయ నమః । లోకత్రయాశ్రాయ మూడు లోకాల శరణాలయం[మార్చు]

615. స్వక్ష ఓం స్వాక్షాయ నమః । స్వక్షం అందమైన కళ్ళ ప్రభువు

616. స్వంగ ఓం స్వాయై నమః । స్వంగా అందమైన అవయవాలు కలిగిన భగవంతుడు

617. శతానంద ఓం శతాయై నమః । శతానంద అనంతమైన వైవిధ్యాలు మరియు ఆనందాలకు అధిపతి

618. నంది ఓం నందయ నమః । నంది పరమానందానికి ప్రతీక అయిన భగవంతుడు

619. జ్యోతిర్గణేశ్వర్ ఓం జ్యోతిర్గనయై నమః । జ్యోతిర్గణేశ్వరుడు విశ్వంలోని వెలుగుల ప్రభువు

620. విజితాత్మ ఓం విజితాత్మనే నమః । విజితాత్మ ఇంద్రియ అవయవాలను జయించిన భగవంతుడు

621. అవిధ్యాత్మ ఓం విద్యాత్మానే నమః । అవిధ్యాత్మ ఎవరి అధీనంలో లేని భగవంతుడు

622. సత్కీర్తి ఓం సత్కీర్తియ నమః । సత్కీర్తి నిజమైన కీర్తి కలిగిన ప్రభువు

623. చినసంషాయ ఓం చినసంషాయ నమః । చినసంషాయ సకల సందేహాలను నివృత్తి చేసిన భగవంతుడు

624. ఉదీర్ణ ఓం ఉదీర్ణయ నమః । ఉదీర్ణ సకల ప్రాణుల కంటే గొప్పవాడైన భగవంతుడు

625. సర్వతాష్చక్ష ఓం సర్వష్చక్షు నమః । సర్వతాష్చక్షు ప్రతిచోటా అన్నీ చూసే భగవంతుడు

626. అనీష్ ఓం అనీశాయై నమః । అనీషా తనకంటే ముందు దేవుడు లేనివాడు

627. శాశ్వత స్థితి ఓం శశ్వతలక్ష్మై నమః । శాశ్వతస్త్రం శాశ్వతమైన, సుస్థిరమైన భగవంతుడు

628. భుషయ్ ఓం భూశాయై నమః । భూషయ నేలమీద విశ్రాంతి తీసుకున్న ప్రభువు

629. భూష ఓం భూషనాయై నమః । భూషణ లోకాన్ని అలంకరించే భగవంతుడు

630. భూతి ఓం భూతయై నమః । భూతి స్వచ్ఛమైన అస్తిత్వం కలిగిన ప్రభువు

631. విషోకా ఓం విషోకాయై నమః । విషోక దుఃఖం లేని భగవంతుడు

632. శోకనాశన ఓం శోకనాశన నయై నమః । శోకనాశన తన భక్తుల దుఃఖాన్ని నాశనం చేసే భగవంతుడు

633. ఆర్కిష్ మాన్ ఓం అర్చిష్మయే నమః । ఆర్కిష్ మాన ది ఎఫ్ఫుల్జెంట్

634. ఆర్చిత ఓం ఆర్చితయ నమః । ఆర్చిత నిత్యం భక్తుల చేత పూజలందుకుంటున్న స్వామి

635. కుంభ ఓం కుంభాయ నమః । కుంభ లోపల ప్రతిదీ ఉన్న కుండ

636. విష్ణుధాత్మ ఓం విష్ణుధాత్మ నమః । విష్ణుధాత్మ స్వచ్ఛమైన ఆత్మను కలిగి ఉన్నవాడు

637. విశోధన ఓం విశోధనయ నమః । విశోధన ది గ్రేట్ ప్యూరిఫైయర్

638. అనిరుద్ధ ఓం అనిరుద్ధాయై నమః । అనిరుద్ధ ఏ శత్రువుకైనా అజేయుడైన ప్రభువు

639. అప్రాతిరాథఓం అప్రాతిరాయై నమః । అప్రాతిరాథతనను బెదిరించడానికి శత్రువులు లేని ప్రభువు

640. ఫ్రద్యుమ్నాయ ఓం ఫ్రద్యుమ్నాయై నమః । ఫ్రద్యుమ్నాయ గొప్ప సంపద కలిగిన భగవంతుడు

641. అమిత్ విక్రమ్ ఓం అమిత్ విక్రమయ నమః । అమిత్ విక్రమ అపారమైన పరాక్రమం కలిగిన ప్రభువు

642. కల్నేమిన ఓం కల్నేమినే నమః । కల్నేమినే కలనేమి యొక్క హంతకుడు

643. వీరా ఓం వీరాయ నమః । వీరా ధైర్యశాలి అయిన ప్రభువు

644. శౌర ఓం శౌరాయ నమః । శౌరి సూర వంశంలో జన్మించిన ప్రభువు

645. శూరజనేశ్వర్ ఓం శూరజనేశ్వరాయ నమః । శూరజనేశ్వర ధైర్యవంతులకు అధిపతి

646. ఓం త్రిలోకత్మా ఓం త్రిలోకత్మాయ నమః । ఓం త్రిలోకత్మా మూడు లోకాల ఆత్మ

647. త్రిలోకేష్ ఓం త్రిలోకాయై నమః । త్రిలోకేష త్రిలోకాల ప్రభువు

648. కేశవ ఓం కేశవాయ నమః । కేశవ కిరణాలు విశ్వాన్ని ప్రకాశింపజేసే భగవంతుడు

649. కేశిహ ఓం కేశిఘ్నే నమః । కేశిహ దెయ్యం కేసిని హతమార్చడం[మార్చు]

650. దేవుడు ఓం హరయే నమః । రోజు జనన చక్రం యొక్క వినాశనం

651. కామదేవ ఓం కామదేవాయై నమః । కామదేవ తన భక్తులచే అమితంగా ప్రేమించబడేవాడు

652. కంపల్ ఓం కంపాలయాయై నమః । కామపాల కోరికలు తీర్చే ప్రభువు

653. కామి ఓం కామినేని నమః । కామి తీరిన కోరికల ప్రభువు

654. కాంతా ఓం కాంతాయా నమః । కాంతా మంత్రముగ్ధులను చేసే రూపము గల ప్రభువు

655. కృతాగమ ఓం కృతాగమ నమః । కృతాగమ ఆగమ గ్రంథాల రచయిత[మార్చు]

656. అనిర్దేష్యవాపు ఓం అనిర్దేష్యవాపయ నమః । అనిర్దేష్యవాపు రూపాలను నిర్వచించలేని ప్రభువు

657. విష్ణు ఓం విష్ణుయ నమః । విష్ణువు సర్వవ్యాపితుడైన ప్రభువు

658. వీరా ఓం వీరాయ నమః । వీరా ధైర్యవంతులు[మార్చు]

659. అనంత ఓం అనంతాయై నమః । అనంత అంతులేని భగవంతుడు

660. ధనుంజయ ఓం ధనంజయై నమః । ధనుంజయ విజయం ద్వారా సంపద సంపాదించిన ప్రభువు

661. బ్రహ్మణ్య ఓం బ్రాహ్మణాయ నమః । బ్రహ్మణ్య బ్రాహ్మణ పోషకుడు[మార్చు]

662. బ్రహ్మకృతం ఓం బ్రహ్మకృతం య నమః । బ్రహ్మకృతం బ్రహ్మంగా వ్యవహరించే ప్రభువు

663. బ్రహ్మ ఓం బ్రహ్మయై నమః । బ్రహ్మ సృష్టికర్త[మార్చు]

664. బ్రహ్మ ఓం బ్రాహ్మణాయ నమః । బ్రాహ్మణాయ బ్రహ్మంగారుడైన భగవంతుడు..

665. బ్రహ్మవివర్ధన్ ఓం బ్రహ్మవివర్ధన్ య నమః । బ్రహ్మవివర్ధనుడు బ్రహ్మ విద్య యొక్క ప్రమోటర్

666. బ్రహ్మవిత్ ఓం బ్రహ్మవిదే నమః । బ్రహ్మవిత బ్రహ్మం తెలిసిన భగవంతుడు

667. బ్రాహ్మణ ఓం బ్రాహ్మణాయ నమః । బ్రాహ్మణ బ్రాహ్మణుల రూపంలో వేదాలు బోధించే స్వామి

668. బ్రాహ్మీ ఓం బ్రహ్మయ నమః । బ్రాహ్మీ బ్రహ్మ సూచించిన వాటన్నిటినీ నియంత్రించే భగవంతుడు

669. బ్రహ్మగ్యు ఓం బ్రహ్మగ్యు ణాయ నమః । బ్రహ్మగ్యు వేదాలను తనలాగే తెలిసిన భగవంతుడు

670. బ్రాహ్మణిప్రియ ఓం బ్రహ్మప్రియాయ నమః । బ్రహ్మణప్రియ బ్రాహ్మణులకు ప్రీతిపాత్రుడైన భగవంతుడు

671. మహాక్రమ్ ఓం మహాక్రమము య నమః । మహాక్రమము గిగ్ స్టెప్స్ వేసే లార్డ్..

672. మహాకర్మ ఓం మహాకర్మాయ నమః । మహాకర్మ గొప్ప పనులు చేసే ప్రభువు

673. మహాతేజ ఓం మహాతేజ నమః । మహాతేజ మహా తేజస్సు ప్రభువు

674. మహోరగ ఓం మహోరగయ నమః । మహోరగ మహా సర్ప రూపం కలిగిన భగవంతుడు

675. మహాక్రాతుఓం మహాక్రాతు య నమః । మహాక్రాతుగొప్ప త్యాగం[మార్చు]

676. మహాయజ్వా ఓం మహాయజ్వా ణాయ నమః । మహాయజ్వ మహా యజ్ఞాలు చేసిన స్వామి

677. మహాయజ్ఞం ఓం మహాయజ్ఞం యై నమః । మహాయజ్ఞం మహా యజ్ఞం[మార్చు]

678. మహాహవి ఓం మహావిష్ణాయ నమః । మహాహవి యజ్ఞంలో గొప్ప యజ్ఞం

679. స్తవాయ ఓం స్తవాయ నమః। స్తవాయ అందరి మన్ననలు అందుకుంటున్న భగవంతుడు

680 స్టానస్రియు ఓం స్టావప్రియ నమః। స్టావప్షియ స్తుతించడాన్ని ఇష్టపడే ప్రభువు

681. స్తోత్రం ఓం స్తోత్రంయ నమః। స్తోత్రం శ్లోకమే[మార్చు]

682. స్తుతి ఓం స్తుతియే నమః। స్తుతి ప్రశంసా చర్య[మార్చు]

683. స్తోత్ర ఓం స్తోత్రే నమః। స్తోత్ర ఆరాధించే లేదా స్తుతించే ప్రభువు

684. రణప్రియ ఓం అరణ్ప్రియాయ నమః। రణప్రియ యుద్ధాల ప్రేమికుడు అయిన ప్రభువు

685. పూర్ణ ఓం పూర్ణాయై నమః। పూర్ణ పరిపూర్ణుడైన ప్రభువు

686. పూరాయిత ఓం పురిత్రే నమః। పూరాయిత భక్తుల కోర్కెలు తీర్చే భగవంతుడు

687. పుణ్యా ఓం పుణ్యాయై నమః। పుణ్యా నిజమైన పరిశుద్ధుడు

688. పుణ్యకీర్తి ఓం పుణ్యకీర్తియై నమః। పుణ్యకీర్తి హోలీ ఫేమ్ యొక్క ప్రభువు

689. పుణ్యకీర్తి ఓం అనాయై నమః। పుణ్యకీర్తి ఎప్పటికీ అనారోగ్యానికి గురికాని భగవంతుడు

690. మనోజవ్ ఓం మనోజాయై నమః। మనోజవా మనసు వలె వేగంగా ఉండే భగవంతుడు

691. తీర్థకర్ ఓం తీర్థలక్ష్మై నమః। తీర్థకర లోకంలో సకల ప్రాణుల మోక్షానికి మార్గాలను సృష్టించిన భగవంతుడు

692. వసురేత ఓం వసురే నమః। వసురేత బంగారు పరమాత్మ కలిగిన ప్రభువు

693. వాసుప్రద్ ఓం వసుదాయై నమః। వాసుప్రద సంపదను ప్రసాదించేవాడు

694. వాసుప్రద్ ఓం వసుదాయై నమః। వాసుప్రద తన భక్తులను మోక్షం వైపు నడిపించే భగవంతుడు

695. వాసుదేవ్ ఓం వాసుదేవాయ నమః। వసుదేవుడు వసుదేవుని కుమారుడిగా జన్మించిన భగవంతుడు

696. వాసు ఓం వాష్వే నమః। వాసు సమస్త ప్రాణులకు ఆశ్రయం

697. వాసుమన ఓం వాసుమాన్సే నమః। వాసుమన గొప్ప మనసుకు అధిపతి

698. హవి ఓం హవియ నమః। హవి యజ్ఞాలలో యజ్ఞం చేసే భగవంతుడు

699. సద్గతి ఓం సద్గతయే నమః। సద్గతి మంచి వ్యక్తులు పొందిన భగవంతుడు

700. సత్కృతి ఓం సత్కృతయై నమః । సత్కృతి సత్కర్మలతో నిండిన భగవంతుడు

701. సత్యా ఓం సత్యాయై నమః । సత వైవిధ్యం లేని జ్ఞానానికి ప్రతిరూపమైన భగవంతుడు

702. సద్భూతి ఓం సదక్షాయ నమః । సద్భూతి నిరాకరణకు గురికాని భగవంతుడు

703. సత్పరాయణ ఓం సత్పరాయణం యై నమః । సత్పరాయణం మంచి యొక్క పరమ లక్ష్యం

704. శూరసేన ఓం శూరసేనాయై నమః । శూరసేన వీరోచిత మరియు ధైర్యవంతమైన సైన్యాలను కలిగి ఉన్న ప్రభువు

705. యదుశ్రేష్ఠుడు ఓం యదిష్ఠాయై నమః । యదుశ్రేష్ఠ యాదులలో గొప్పవాడైన ప్రభువు

706. సన్నివేశ ఓం సన్నివాసాయై నమః । సన్నివేశ విద్వాంసులు వెళ్ళే అంతిమ స్థలము

707. సుయమున ఓం సుయాయై నమః । సుయమున యమునా ఒడ్డున నివసిస్తున్న ప్రజలు హాజరయ్యే వ్యక్తి

708. భూతవాసు ఓం భూతయై నమః । భూతవాస మూలకాల నివాస స్థలం[మార్చు]

709. వాసుదేవ్ ఓం వాసుదేవాయ నమః । వసుదేవ మాయతో విశ్వాన్ని కప్పి ఉంచే ప్రభువు

710. సర్వలక్ష్మై ఓం సర్వలక్ష్మై నమః । సర్వలక్ష్మయ సకల జీవరాశులకు ఆశ్రయమిచ్చే భగవంతుడు

711. అనలా ఓం అనలాయై నమః । అనలా అపరిమిత సంపద, శక్తి మరియు మహిమ కలిగిన ప్రభువు

712. దర్పహా ఓం దర్పఘ్నే నమః । దర్పహా దుష్ట మనస్తత్వం కలిగిన వ్యక్తులలో అహంకారాన్ని నాశనం చేసేవాడు

713. దర్పాద ఓం దర్పళాయై నమః । దర్పాద ధర్మమార్గంలో నడిచేవారికి సార్థకతను ప్రసాదించేవాడు

714. దృప్త ఓం దృప్తయై నమః । దృప్త తన బలాన్ని చూసి ఎన్నడూ గర్వపడని ప్రభువు

715. దుర్ధారాయ ఓం దుర్ధారాయ నమః । దుర్ధారాయ కష్టపడి మనసుకు హత్తుకునే భగవంతుడు

716. అపరాజిత ఓం అపరాజితాయ నమః । అపరాజితాఅవాంఛనీయమైన ది

717. విశ్వమూర్తిఓం విశ్వమూర్తియే నమః । విశ్వమూర్తివిశ్వం వ్యక్తిత్వం[మార్చు]

718. మహామూర్తి ఓం మహామూర్తియే నమః । మహామూర్తి రూపములో నిష్కల్మషమైన భగవంతుడు

719. దీప్తామూర్తిఓం దీప్తామూర్తియే నమః । దీప్తామూర్తిప్రకాశవంతమైన రూపం కలిగిన ప్రభువు

720. అమూర్తిమాన్ ఓం అమూర్తిమాన్ నమః । అమూర్తిమాన్ రూపం లేని భగవంతుడు

721. అనేకమూర్తి ఓం అనేకమూర్తియే నమః । అనేకమూర్తి బహుళ రూపానికి అధిపతి

722. అవ్యక్త ఓం అవ్యక్తయే నమః । అవ్యక్త అజ్ఞాతంలో ఉన్న ప్రభువు

723. శతమూర్తి ఓం శతమూర్తయే నమః । శతమూర్తి అనేక రూపాలు కలిగిన భగవంతుడు

724. సాతాను ఓం శతాయై నమః । శతనాన అనేక ముఖాలు కలిగిన భగవంతుడు

725. ఏక ఓం ఏక నమః । ఏక ఏకుడైన భగవంతుడు

726. నైకా ఓం నాక్స్మై నమః । నైకా మాయ ద్వారా వివిధ రూపాల్లో దర్శనమిచ్చే భగవంతుడు

727. సావ్ ఓం సావయ నమః । సావ సోమ యజ్ఞానికి ప్రతిరూపమైన భగవంతుడు

728. కాయా ఓం కాయా నమః । కాయా సుఖాలను సూచిస్తూ 'కా'గా పూజలందుకుంటున్న భగవంతుడు

729. కః ఓం కాస్మయై నమః । క విచారించాల్సిన వ్యక్తి

730. యట్ ఓం యాస్మై నమః । యట్ 'యత్' ద్వారా సూచించబడిన ప్రభువు (ఏది)

731. తత్ ఓం తస్మై నమః । తత్ 'అది' అనే పదం ద్వారా సూచించబడిన ప్రభువు

732. పద్మానుత్తం ఓం పద్మనాభాయ నమః । పద్మనుత్తమం పరిపూర్ణత యొక్క అసమాన స్థితి

733. లోక్ బంధు ఓం లోకాయై నమః । లోకబంధు ది కిన్స్ మ్యాన్ ఆఫ్ ది యూనివర్స్

734. లోక్ నాథ్ ఓం లోకలక్ష్మై నమః । లోకనాథుడు విశ్వానికి ప్రభువు

735. మాధవ ఓం మాధవాయ నమః । మాధవ మధు కుటుంబంలో జన్మించిన స్వామి..

736. భక్తవత్సల ఓం భక్తవత్సల నమః । భక్తవత్సల తన భక్తులను ప్రేమించే భగవంతుడు

737. సువర్ణవర్ణ ఓం సువర్ణాయై నమః । సువర్ణవర్ణ బంగారు వర్ణం కలిగిన ప్రభువు

738. హేమగా ఓం హేమగాయై నమః । హేమగ బంగారు అవయవాలు కలిగిన ప్రభువు

739. వరంగ ఓం వరంగాయై నమః । వరంగా అందమైన అవయవాలు కలిగిన భగవంతుడు

740. చందనగాడి ఓం చందనాగాయై నమః । చందనగాడి ఆకర్షణీయమైన కవచాలు కలిగిన ప్రభువు

741. వీర్హా ఓం వీరలక్ష్మణాయ నమః । వీరహ ధైర్యవంతులైన శత్రువులను చంపే వ్యక్తి

742. విశామ ఓం విశామయై నమః । విశామ ఎవరితోనూ పోల్చలేని ప్రభువు

743. శూన్య ఓం శూన్యయ నమః । శూన్య శూన్యం[మార్చు]

744. ఘృతాషి ఓం ఘృతాషియ నమః । ఘృతాషి శుభాకాంక్షల అవసరం లేని భగవంతుడు

745. అచల ఓం అచలాయై నమః । అచల సర్వోన్నత సుస్థిరమైన భగవంతుడు

746. చలా ఓం చలాయ నమః । చలా కదులుతున్న ప్రభువు

747. ఆమని ఓం అమానాయై నమః । ఆమని అహంకారం లేని, దేనికీ సిద్ధపడని ప్రభువు

748. గౌరవ ఓం మందాయై నమః । మంద అహంకారాన్ని కలిగించే భగవంతుడు

749. గౌరవనీయం ఓం సామయాయై నమః । మన్య గౌరవించవలసిన ప్రభువు

750. లోకస్వామిఓం లోకాయై నమః । లోకస్వామిప్రపంచ ప్రభువు[మార్చు]

751. త్రిలోకద్రిక్ ఓం త్రిలోకధాయై నమః । త్రిలోకాద్రిక్ మూడు లోకాలను మోసే ప్రభువు

752. సుమేధ ఓం సుమేధసే నమః । సుమేధ స్వచ్ఛమైన తెలివితేటలు కలిగిన భగవంతుడు

753. మెధ్జ్ ఓం మేధాయై నమః । మేదాజ యజ్ఞయాగాదుల నుండి జన్మించిన భగవంతుడు

754. ధన్య ఓం ధాన్యాయై నమః । ధన్య అదృష్టవంతుడైన భగవంతుడు

755. సత్యమేధ ఓం సత్యమేధణాయ నమః । సత్యమేధ తెలివితేటలు ఎన్నడూ విఫలం కాని ప్రభువు

756. ధారాధర ఓం ధారాయై నమః । ధారాధర భూమి యొక్క ఏకైక మద్దతు

757. తేజోవిష ఓం తేజోవిషణాయ నమః । తేజోవిష తేజస్సు కురిపించే ప్రభువు

758. దుతిధర ఓం దుతిధరాయై నమః । దుతిధరా ప్రకాశవంతమైన రూపాన్ని కలిగి ఉన్న ప్రభువు

759. సర్వశాస్త్ర-భృతంవార ఓం సర్వప్టాయై నమః । సర్వశాస్త్ర-భృతంవార ఆయుధాలు కలిగి ఉన్నవారిలో ఉత్తముడు

760. ప్రాగ్రహ ఓం ప్రగ్రహాయై నమః । ప్రాగ్రహ హంబుల్ గిఫ్ట్ ల రిసీవర్

761. నిగ్రహ ఓం నిగ్రహయ నమః । నిగ్రహ ప్రతి వస్తువును తనలోనే దాచుకునే భగవంతుడు

762. వ్యాగ్రా ఓం వ్యాగ్రాయ నమః । వ్యాగ్రా నిత్యం భక్తుని కోర్కెలు తీర్చడంలో నిమగ్నమైన భగవంతుడు

763. నైకశృంగ: ఓం నైకశృంయ నమః । నైకశృంగా అనేక కొమ్ములు కలిగిన ప్రభువు

764. గదగ్రాజ ఓం గదగ్రాయై నమః । గదగ్రాజ మంత్రం ద్వారా ప్రార్థించబడే భగవంతుడు

765. చతుర్మూర్తిఓం చతుర్మూర్త నమః । చతుర్మూర్తినాలుగు రూపాలు కలిగిన భగవంతుడు

766. చతుర్బాహు ఓం చతుర్బాహు నమః । చతుర్బాహు నాలుగు చేతులు కలిగిన ప్రభువు

767. చతుర్వ్యూహ ఓం చతుర్వ్యూహ నమః । చతుర్వ్యూహ నాలుగు వ్యూహాలలో డైనమిక్ కేంద్రంగా తనను తాను వ్యక్తపరుచుకునే భగవంతుడు

768. చతుర్గతా ఓం చతుర్గతాయే నమః । చతుర్గతా నాలుగు వర్ణాలు, ఆశ్రమాల అంతిమ లక్ష్యం

769. చతురత్మా ఓం చతురత్మాయై నమః । చతురత్మా క్లియర్ మైండెడ్ గా ఉండే భగవంతుడు

770. చతుర్భవ్ ఓం చతుర్భవాయ నమః । చతుర్భవ నాలుగు పురుషార్థాలకు మూలం[మార్చు]

771. ఓం చతుర్వేదాయ నమః । చతుర్వేదవిత్ చతుర్వేదవిత్ నాలుగు వేదాలు తెలిసినవాడు

772. ఏకపాత్ ఓం ఏకాపాడే నమః । ఏకపాత్ ఒంటి పాదము యొక్క ప్రభువు

773. సంవర్తా ఓం సంవర్తాయ నమః । సంవర్తా నైపుణ్యం కలిగిన టర్నర్ అయిన లార్డ్

774. అనివృత్తాత్మ ఓం అనివృత్తాత్మయ నమః । అనివృత్తాత్మ ఎల్లప్పుడూ అన్ని చోట్లా అందుబాటులో ఉండే భగవంతుడు

775. దుర్జయ ఓం దుర్జయయై నమః । దుర్జయ జయించబడని ది

776. దురతిక్రమఓం దురతిక్రమయ నమః । దురతిక్రమప్రభువు ఆజ్ఞలను ఎన్నటికీ ధిక్కరించలేడు

777. దుర్లాభా ఓం దుర్లాభా యాయై నమః । దుర్లాభా కృషితో పొందిన భగవంతుడు

778. దుర్గామ్ ఓం దుర్గామయై నమః । దుర్గామ ఎంతో కృషితో సాక్షాత్కారం పొందిన భగవంతుడు

779. దుర్గ్ ఓం దుర్గాయై నమః । దుర్గా అంత సులువుగా పొందలేని భగవంతుడు

780. దుర్వాస ఓం దురవ్యాసయై నమః । దుర్వాస ఉంచుకోగలిగిన ప్రభువు

781. దురారిహ ఓం దురైఘ్నే నమః । దురారిహ రాక్షసుల హత్య[మార్చు]

782. శుభాంగ్ ఓం శుభాంగతయ నమః । శుభాంగ మంత్రముగ్ధులను చేసే అవయవాలు కలిగినవాడు

783. లోకసారంగ్ ఓం లోకసారంగయ నమః । లోకసారంగ లోక సారాన్ని అర్థం చేసుకున్న భగవంతుడు

784. సుతంతు ఓం సుతాంతవే నమః । సుతంతు ఈ విశ్వాన్ని విస్తరించిన భగవంతుడు తన నుంచే మొదలు పెట్టాడు.

785. తంతువర్ధన్ ఓం తంతువరాయై నమః । తంతువర్ధన లోకాన్ని విస్తరింపజేసే ప్రభువు

786. ఇంద్రకర్మ ఓం ఇంద్రకర్మ ణాయ నమః । ఇంద్రకర్మ తన మహిమాన్వితమైన కర్మలలో ఇంద్రుడిని పోలిన భగవంతుడు

787. మహాకర్మ ఓం మహాకర్మాయ నమః । మహాకర్మ గొప్ప కార్యాలు చేసే ప్రభువు

788. కృతకర్మ ఓం కృతకర్మయై నమః । కృతకర్మ తన కర్మలను నెరవేర్చిన ప్రభువు

789. కృతగం ఓం నిత్యలక్ష్మై నమః । కృతాగమ వేదాల రచయిత[మార్చు]

790. ఉద్భవ ఓం ఉద్యాయై నమః । ఉద్భవ గొప్ప జన్మలు పొందిన భగవంతుడు

791. సుందరా ఓం సుందరాయ నమః । సుందర అందానికి ప్రతీక అయిన భగవంతుడు

792. సుండ్ ఓం సుందాయ నమః । సుందా గొప్ప కరుణ యొక్క ప్రభువు

793. రత్నభా ఓం రత్నలక్ష్మణాయ నమః । రత్న-నభా అందమైన నాభి కలిగిన భగవంతుడు

794. సులోచన్ ఓం సులోచనయ నమః । సులోచన అత్యంత మనోహరమైన కళ్ళు కలిగిన భగవంతుడు

795. ఆర్కా ఓం అరాయై నమః । ఆర్కా సకల మహా దేవతలు పూజించడానికి అనువైన భగవంతుడు

796. వజ్సన్ ఓం వాజసనాయై నమః । వాజసన ఆహార ప్రదాత[మార్చు]

797. శ్రీంగి ఓం శృంగిసే నమః । శ్రీంగి కొమ్ము ఉన్న చేపగా జన్మించిన ప్రభువు

798. జయంత్ ఓం జయంతయ నమః । జయంత సకల శత్రువులను జయించినవాడు

799. సర్వవిజ్ఞాయి ఓం సర్వవిజ్ఞాయిసే నమః । సర్వవిజ్ఞాయి వెంటనే సర్వజ్ఞుడు, విజయవంతుడైన ప్రభువు

800. సువర్ణబిందు ఓం సువర్ణాబిందయై నమః । సువర్ణబిందు బంగారంలా ప్రకాశించే అవయవాలు కలిగిన భగవంతుడు

801. అక్షోబ్య ఓం అక్షాబ్యయై నమః । అక్షోభ్యా ఎప్పుడూ అశాంతిగా ఉండే భగవంతుడు

802. సర్వ వాఘీశ్వరేశ్వర ఓం సర్వలక్ష్మై నమః । సర్వ వాఘీశ్వరేశ్వర మాట్లాడే దేవుళ్ళలో అధిపతి అయినవాడు

803. మహాహద్ ఓం మహాలక్ష్మణాయ నమః । మహ్రీదా నిత్య ఆనంద జలంతో నిండిన భగవంతుడు

804. మహాగర్త ఓం మహాగర్తయ నమః । మహాగర్త ది గ్రేట్ అగాధం

805. మహాభూత్ ఓం మహాభూతయ నమః । మహాభూత మహానుభావుడైన భగవంతుడు

806. మహానిధి ఓం మహానిధయ నమః । మహానిధి సకల సంపదలు రక్షింపబడిన ప్రభువు

807. కుముదా ఓం కుముదాయై నమః । కుముదా భూమిని సంతోషపెట్టే ప్రభువు

808. కుండర్ ఓం కుందారయై నమః । కుండర సత్కర్మల ఫలితాలను గుర్తించే భగవంతుడు

809. కుందా ఓం కుందాయ నమః । కుంద కుండ (మల్లెపూలు) పువ్వుల వలె ఆకర్షణీయంగా ఉండే భగవంతుడు

810. పర్జన్య ఓం పర్జన్యయ నమః । మేఘం యొక్క వర్షాధార మేఘాలను పోలిన భగవంతుడు

811. పావన ఓం పావనయ నమః । శుద్ధి చేయడం ఎల్లప్పుడూ శుద్ధి చేసేవాడు

812. అనిలా ఓం అనిలాయై నమః । తిప్పు ఎప్పటికీ జారిపోని ప్రభువు

813. అమృతాన్ష్ ఓం అమృతాంశ యనమః । అమృతాంశ అమృతం తాగేవాడు

814. అమృతవాపు ఓం అమృతవాపు ష్ నమః । అమృతవాపు అమర రూపం కలిగిన భగవంతుడు

815. సర్వజ్ఞ ఓం సర్వజ్ఞానయ నమః । సర్వజ్ఞానం సర్వజ్ఞుడైన భగవంతుడు

816. సర్వతోముఖ ఓం సర్వతోముఖయ నమః । అన్ని దిక్కులకు ఎదురుగా అన్ని చోట్లా ముఖాలున్న భగవంతుడు

817. సులాభా ఓం సులాభాయ నమః । అనుకూలమైన సులువుగా చేరుకోగలిగిన భగవంతుడు

818. సువ్రతా ఓం సువ్రతాయ నమః । సువ్రతా మంచి ప్రతిజ్ఞలను స్వీకరించిన భగవంతుడు

819. సిద్ధా ఓం సిద్ధాయై నమః । మంచివాడు పరిపూర్ణుడైన ప్రభువు

820. శత్రుజిత్ ఓం శత్రుజితాయై నమః । శత్రుజితుడు శత్రువులపై ఎల్లప్పుడూ విజయం సాధించిన ప్రభువు

821. శతృతపాణ ఓం శతృతపాణయ నమః । శతృతపాణుడు శత్రువులను బాధపెట్టే ప్రభువు

822. న్యాగ్రోధా ఓం న్యాగ్రోధాయ నమః । న్యాగ్రోధా లోకములలో సమస్త ప్రాణులకంటే ప్రభువు గొప్పవాడు.

823. ఉదుంబర ఓం ఉదుంబరయ నమః । ఉదుంబర సకల జీవరాశుల పోషణ

824. అశ్వత్థా ఓం అశ్వత్థాయ నమః । అశ్వత్థా అశాశ్వత వృక్షం[మార్చు]

825. చనురంధరన్షుదన్ ఓం చనురంధరన్షుదయ నమః । చానురంధరన్షుదన చానురా రాక్షసుని హంతకుడు

826. సహస్రార్చి ఓం సహస్రాష్య నమః । సహస్రార్చి వేల కిరణాలు కలిగిన భగవంతుడు

827. సప్తాజీహ్వా ఓం సప్తాజీహ్వాయ నమః । సప్తాజీహ్వా అగ్ని యొక్క సప్త నాలుకలుగా తనను తాను వ్యక్తీకరించుకునే ప్రభువు

828. సప్తైధ ఓం సప్తైధాయై నమః । సప్తైధ సప్త జ్వాలలు కలిగిన ప్రభువు

829. సప్తవాహన ఓం సప్తవాహనాయై నమః । సప్తవాహన సప్త గుర్రాల వాహనం ఉన్న ప్రభువు

830. ఆమూర్తి ఓం ఆమూర్తియా నమః । ఆమూర్తి ఆకారం లేని ప్రభువు

831. అనఘా ఓం అనఘాయ నమః । అనఘా పాపరహితుడైన ప్రభువు

832. అచింత్య ఓం అచ్యుతాయ నమః । అచింత్య ఊహించలేనిది[మార్చు]

833. భయాక్రిత్ ఓం భయాక్రితయ నమః । భయాక్రిత చెడ్డవారిలో భయాన్ని సృష్టించే ప్రభువు

834. భయానాసన్ ఓం భయనాయ నమః । భయానాసన మంచి మనుషుల్లో భయాన్ని నాశనం చేసే ప్రభువు

835. అణు ఓం అణవే నమః । అను సూక్ష్మమైన, సూక్ష్మమైన భగవంతుడు

836. బృహతా ఓం బృహతే నమః । బృహతా చాలా పెద్దవాడైన భగవంతుడు

837. కృష్ణా ఓం కృష్ణాయ నమః । కృష్ణుడు సన్నగా ఉండే ప్రభువు

838. స్థూలా ఓం శలాయ నమః । స్థూలా దృఢంగా ఉండే ప్రభువు

839. గుణాభృత ఓం గుణాభృత నమః । గుణాభృత లక్షణాలను మోసే వ్యక్తి

840. నిర్గుణా ఓం నిర్గుణాయ నమః । నిర్గుణా ఎటువంటి గుణాలు లేని భగవంతుడు

841. మహాన్ ఓం మహాతయ నమః । మహాన్ శక్తిమంతుడు[మార్చు]

842. అద్రిత ఓం అద్రితయ నమః । అద్రిత దేనికీ మోయలేని ప్రభువు

843. స్వాద్రిత ఓం స్వాద్రితాయై నమః । స్వాద్రిత తనను తాను మోసే ప్రభువు

844. స్వాస్య ఓం స్వస్యయ నమః । స్వాస్య అందమైన ముఖం కలిగిన భగవంతుడు

845. ప్రగ్వంశ్ ఓం ప్రగ్వంశయ నమః । ప్రగ్వంశుడు మొదటి రాజవంశానికి చెందిన ప్రభువు

846. వంశవర్ధన ఓం వంశవర్ధనయ నమః । వంశవర్ధనుడు రాజవంశాలు పెరిగేలా చేసే ప్రభువు

847. భరాబ్రిట్ ఓం భరాబ్రిటయ నమః । భరాబ్రిట్ విశ్వ భారాన్ని మోస్తున్న ప్రభువు

848. కథితా ఓం కథితాయా నమః । కథితా సకల గ్రంథాలలో మహిమపరచబడిన ప్రభువు

849. యోగి ఓం యోగినాయై నమః । యోగి యోగం ద్వారా సాక్షాత్కారం పొందగల భగవంతుడు

850. యోగిషా ఓం యోగిషాయై నమః । యోగిషా యోగులలో గొప్పవాడైన భగవంతుడు

851. సర్వకమదఓం సర్వకమదయ నమః । సర్వకమదసకల కోర్కెలు తీర్చే భగవంతుడు

852. ఆశ్రమ ఓం ఆశ్రమాయ నమః । ఆశ్రమము జీవులు సేదతీరగల ప్రదేశమైన భగవంతుడు

853. శ్రామణ ఓం శ్రావణాయ నమః । శ్రామణ పాపులకు దుఃఖాన్ని ప్రసాదించే భగవంతుడు

854. క్షమా ఓం క్షమయా నమః । క్షమా ప్రళయం సమయంలో సర్వం నాశనం చేసే ప్రభువు

855. సుపర్ణ ఓం సుపర్ణయ నమః । సుపర్ణ వేదాలను ఆకులుగా కలిగి ఉన్న భగవంతుడు

856. వాయు వాహన ఓం వాయు వాహనయై నమః । వాయు వాహన గాలులు కదిలేలా చేసే ప్రభువు

857. ధనుర్ధార ఓం ధనుర్ధాయ నమః । ధనుర్ధార విల్డర్ ఆఫ్ ది విల్డర్

858. ధనుర్వేద ఓం ధనుర్వేదాయ నమః । ధనుర్వేద విలువిద్య శాస్త్రం తెలిసిన ప్రభువు

859. దండా ఓం దండాయ నమః । దండా దుష్టులను శిక్షించే ప్రభువు

860. దమైత ఓం దామతయ నమః । దమైత ప్రజలను నియంత్రించి పాలించే ప్రభువు

861. దామ ఓం దామయ నమః । దామ పాలించేటప్పుడు సహనం కూడా ఉన్న భగవంతుడు

862. అపరాజితాఓం అపరాజితాయ నమః । అపరాజితాఓడిపోలేని ప్రభువు

863. సర్వసహ్ ఓం సర్వసహాయ నమః । సర్వసహ్ అందరినీ సహించేవాడు

864. నియంత ఓం నియంతో నమః । కంట్రోలర్ ప్రజలను పుల్లెలకు విధేయులుగా చేసే ప్రభువు

865. క్రమభంగం ఓం అక్షాయై నమః । అనియామా ఏ నియమాలకు లోబడని ప్రభువు

866. అనియం ఓం అనియయై నమః । అనియామా నియమం లేని ప్రభువు

867. సత్త్వవాన్ ఓం సత్త్వవాతో నమః । సత్త్వవాన సాహసాలు, ధైర్యసాహసాలతో నిండిన భగవంతుడు

868. సాత్విక ఓం సత్వికాయ నమః । సాత్విక సత్విక్ గుణాలు నిండిన భగవంతుడు

869. సత్య ఓం సత్యాయ నమః । సత్య సత్యుడైన ప్రభువు

870. సత్యధర్మ పారాయణ ఓం సత్యలక్ష్మణాయ నమః । సత్యధర్మ పారాయణంసత్యానికి, ధర్మానికి అంకితమైనవాడు

871. అభిప్రయ ఓం అభిప్రయయ నమః । అభిప్రయ మోక్షాన్వేషకులచే సమీపించబడినవాడు

872. ప్రియార్హ్ ఓం ప్రియర్హయ నమః । ప్రియారా మన ప్రేమకు అర్హుడు

873. అర్హా ఓం ఆర్హయ నమః । అర్హా ఆరాధనకు అత్యంత సముచితమైనవాడు

874. ప్రియక్రిత్ ఓం ప్రియక్రిత్య నమః । ప్రియక్రిత కోరికలు తీర్చేవాడు.

875. ప్రీతివర్ధన్ ఓం ప్రీతివర్ధనయ నమః । ప్రీతివర్ధన భక్తుని హృదయంలో ఆనందాన్ని పెంచేవాడు

876. విహాయసాగతి ఓం విహాయసాగతి నమః । విహాయసాగతి అంతరిక్షంలో ప్రయాణించే వ్యక్తి..

877. జ్యోతి ఓం జ్యోతిశాయై నమః । జ్యోతి ఆత్మన్యూనత కలిగినవాడు

878. సురుచి ఓం సురుచాయై నమః । సురుచి అందంగా ప్రకాశించే వ్యక్తి

879. హుటాబుకా ఓం హుటాబుజై నమః । హుటాబుకా యజ్ఞంలో సమర్పించేవన్నీ ఆస్వాదించేవాడు

880. విభూ ఓం విభవే నమః । విభూ సర్వవ్యాపితుడైన ప్రభువు

881. రవి ఓం రవియి నమః । రవి అన్నీ ఆరబెట్టే వాడు

882. వీరోచనాయ ఓం వీరోచనాయ నమః । వీరోచనా వివిధ రూపాల్లో మెరిసిపోయే వ్యక్తి

883. సూర్య ఓం సూర్యాయై నమః । సూర్యుడు ప్రతిదీ ఎక్కడ నుండి జన్మిస్తుందో ఒకే మూలం

884. సవిత ఓం సవితయై నమః । సవిత విశ్వాన్ని తన నుండి బయటకు తీసుకువచ్చేవాడు

885. రవిలోచన్ ఓం రవిలోచన నమః । రవిలోచన తన కళ్ళకు సూర్యుడు ఉన్నవాడు

886. అనంత ఓం అనంతయ నమః । అనంత అంతులేనివాడు

887. హుటాబుకా ఓం హుటాబజై నమః । హుటాబుకా నైవేద్యాలను అంగీకరించేవాడు

888. భోక్త ఓం భోక్తై నమః । భోక్త ప్రకృతి వినియోగదారుడు ఎవరు?

889. సుఖదా ఓం సుఖదాయ నమః । సుఖదా ముక్తి పొందిన వారికి ఆనందాన్ని ప్రసాదించేవాడు

890. నైకజా ఓం నైకజాయ నమః । నైకజా ఎన్నో సార్లు జన్మించిన వ్యక్తి

891. అగ్రజ ఓం అగ్రాయై నమః । ముసలివాడు మొదట జన్మించిన వ్యక్తి

892. అనిర్విణ్ణ ఓం అనిర్విణ్ణయ నమః । అనిర్విన్న నిరాశ చెందని వ్యక్తి

893. సద్మర్షి ఓం సదామారీషి నమః । సదామార్షీ భక్తులు చేసిన తప్పులను క్షమించే భగవంతుడు

894. లోకధిష్ఠానం ఓం లోకధిష్ఠానయ నమః । లోకధిష్ఠానం లోకానికి ఆధారమైనవాడు

895. అడ్బూభుత ఓం అడ్బూభుతయ నమః । అడ్బూభుతం అద్భుతం అంటే ఎవరు

896. సనత్ ఓం సనాతనాయై నమః । కళ ఆదిలేని, అంతులేని కారకుడైన భగవంతుడు

897. సనాతనము ఓం సనాతనాయై నమః । సనాతనతమా అత్యంత ప్రాచీనుడైనవాడు

898. కపిల ఓం కపిలాయై నమః । కపిల కపిల మహర్షి

899. కపి ఓం కపయ్యై నమః । కపి సూర్యుడు అంటే ఎవరు?

900. అవ్యయ ఓం అవ్యయయ నమః । అవ్యయ జలప్రళయం సమయంలో అందరూ కనుమరుగయ్యే వ్యక్తి

901. స్వస్తిడ్ ఓం స్వస్తిదాయై నమః । స్వస్తిదా తన భక్తులకు సకల శుభకార్యాలు ప్రసాదించే భగవంతుడు

902. స్వస్తికృత్ ఓం స్వాస్తిలక్ష్మై నమః । ఆరోగ్యకరమైన మంచి చేసే ప్రభువు

903. స్వస్తి ఓం స్వాస్తయే నమః । స్వస్తి సమస్త ఆయురారోగ్యాలకు మూలమైన భగవంతుడు

904. స్వస్తిభూక్ ఓం స్వాస్తిభుజే నమః । స్వస్తిభూక నిరంతరం శుభాన్ని ఆస్వాదించే భగవంతుడు

905. స్వాస్తిదక్షిణ ఓం స్వాస్తిదక్షిణయే నమః । స్వాస్తిదక్షిణ శుభం యొక్క డిస్ట్రిబ్యూటర్

906. అరౌద్ర ఓం అరాధ్యాయ నమః । ౹౹గౌద్ర ఎప్పటికీ క్రూరుడైన ప్రభువు

907. కుండలి ఓం కుందలైనే నమః । కుండలి మెరిసే చెవి గ్లోబ్స్ ధరించే ప్రభువు

908. చక్రి ఓం చక్రిణ నమః । చక్రి చక్ర హోల్డర్[మార్పు]

909. విక్రమి ఓం విక్రమిణ నమః । విక్రమి అత్యంత డేరింగ్..

910. ఉర్జిత్ శషాన్ ఓం ఉజ్జతశషాన య నమః । ఉర్జితా- శషాన్ దృఢమైన ఆజ్ఞలు ఇచ్చే ప్రభువు

911. శబ్దతిగా ఓం శబ్దతిగాయ నమః । సబ్దాతిగా అన్ని మాటలకు అతీతమైన భగవంతుడు

912. సహ్ ఓం షాదాసహాయ నమః । సహ్ వైదిక ప్రకటనల ద్వారా తనను తాను ప్రార్థించడానికి అనుమతించే భగవంతుడు

913. శిశిర ఓం శిశిరయ నమః । శిశిర శీతాకాలంలా చల్లగా ఉండే భగవంతుడు

914. శార్వరికర్ ఓం సర్వరికరాయ నమః । శార్వరికర చీకటి సృష్టికర్త

915. అక్రూర ఓం అక్రూరయ నమః । అక్రూర క్రూరుడు కాని ప్రభువు

916. పెషలా ఓం ప్రళాయై నమః । పెషలా సర్వోన్నత మృదుస్వభావి అయిన భగవంతుడు

917. దక్ష ఓం దక్షాయై నమః । దక్షుడు తెలివైన ప్రభువు

918. దక్షిణం ఓం దక్షిణాయ నమః । దక్షిణ మోస్ట్ లిబరల్

919. క్షమినాంవర ఓం క్షమిన వర నమః । క్షమనవర క్షమించే శక్తి ఉన్న గొప్పవాడు

920. విద్వత్తమ ఓం విద్వత్తమాయై నమః । విద్వత్తమ గొప్ప జ్ఞానం ఉన్న భగవంతుడు

921. వీతాభయ ఓం విఠలక్ష్మై నమః । భయ భయం లేని ప్రభువు

922. పుణ్యశ్రావణకీర్తన ఓం పుణ్యశ్రావణకీర్తనయ నమః । పుణ్య-శ్రావణ-కీర్తన తన గురించి పాడేవారికి వరాలు పెంచే ప్రభువు

923. ఉత్తరాన ఓం ఉత్తరాణయ నమః । ఉత్తరాన మార్పు సముద్రం నుంచి మనల్ని పైకి లేపే భగవంతుడు

924. దుష్కృతిహ్ ఓం దుష్కృతేద్న నమః । దుష్కృత చెడు చర్యల విధ్వంసకారుడు

925. పుణ్యా ఓం పుణ్యాయై నమః । పుణ్యా సర్వశుద్ధుడైన భగవంతుడు

926. దుస్వప్ననాశన ఓం దుశ్వప్నాయ నమః । దుః-స్వప్న-నాశన అన్ని చెడు కలలను నాశనం చేసే భగవంతుడు

927. వీర్హా ఓం వీరగణే నమః । వీరహా ధైర్యవంతులైన శత్రువులను చంపే వ్యక్తి

928. రక్షణ ఓం రక్షణయ నమః । రక్షణ విశ్వ రక్షకుడు[మార్పు]

929. శాంటా ఓం సంత్ద్యయ నమః । శాంటా సాధువుల ద్వారా వ్యక్తీకరించబడే భగవంతుడు

930. జీవన ఓం జీవాయై నమః । జీవితం సమస్త జీవుల్లో లైఫ్ స్పార్క్

931. పర్యవస్థిత ఓం పర్యవస్థితయ నమః । పర్యవస్థిత అన్ని చోట్లా నివసించే భగవంతుడు

932. అనంతరూప ఓం అనంతరూపయ నమః । అనంతరూప అసంఖ్యాక రూపాలు కలిగిన భగవంతుడు

933. అనంతశ్రీ ఓం అనంతశ్రీయై నమః । అనంతశ్రీ అనంత మహిమలతో నిండిన ప్రభువు

934. జితమన్యు ఓం జితమన్యుపె నమః । జితమన్యు కోపాన్ని జయించిన ప్రభువు

935. భయాపహ్ ఓం భయాపహ్య నమః । భయాపహ్ అన్ని భయాలను నశింపజేసే భగవంతుడు

936. చతురస్ర ఓం చతుర్త్రాయ నమః । చతురస్ర పకడ్బందీగా వ్యవహరించే ప్రభువు

937. గాభిరత్మ ఓం గభీరత్మానే నమః । గాభిరత్మ లోతైన మరియు లోతైన ప్రకృతి యొక్క ప్రభువు

938. విదిష్ ఓం విదిష్యై నమః । విదిషా తన దానంలో అద్వితీయమైన భగవంతుడు

939. వ్యాదీష్ ఓం వ్యాదీషయ నమః । వ్యాదీష తన ఆజ్ఞా శక్తిలో అద్వితీయుడైన ప్రభువు

940. దిశ ఓం దిశాయ నమః । దిశా జ్ఞానాన్ని ప్రసాదించి, సలహా ఇచ్చే ప్రభువు

941. అనడి ఓం అనాదాయై నమః । అనడి ఆది లేని ప్రభువు

942. భువోభువ ఓం భువోభుపై నమః । భువో-భువా మరే ఇతర సపోర్ట్ లేకుండా తనలో తాను ఉన్నవాడు

943. లక్ష్మి ఓం లక్ష్మీ నమః । లక్ష్మి సకల సంపదలకు ఆవాసమైన భగవంతుడు

944. సువీర్ ఓం సువరాయ నమః । సువీర గొప్ప, దివ్య మహిమలతో కదిలే భగవంతుడు

945. రుచిరంగద్ ఓం రుచిరంగదయ నమః । రుచిరంగద ప్రకాశవంతమైన భుజం టోపీలు ధరించే ప్రభువు

946. జనన్ ఓం జనాయ నమః । జనన సమస్త జీవరాశులను రక్షించే భగవంతుడు

947. జనజన్మాది ఓం జనజన్మాది యై నమః । జన-జన్మాది సకల ప్రాణుల పుట్టుకకు కారకుడు

948. భీమా ఓం భీమాయ నమః । భీమా భయానక రూపం కలిగిన వ్యక్తి

949. భీంపరక్రామ్ ఓం భీంపరక్రామయ నమః । భీమపరాక్రమ తన శత్రువులకు భయపడే ఓన్

950. ఆధర్ నిలయ ఓం అధరానీలయ నమః । అధారనీలయ మౌలిక సంరక్షకుడైన ప్రభువు

951. అధాత ఓం ధత్రే నమః । అధాత తనకు దిశానిర్దేశం చేసే అధికారం తన పైన లేనివాడు

952. పుష్పహాస ఓం పుష్పహాసయ నమః । పుష్పహాస సృష్టి సమయంలో పువ్వులా తెరుచుకునే భగవంతుడు

953. ప్రజాగర్ ఓం ప్రజాగరయ నమః । ప్రజాగార ఎల్లప్పుడూ మేల్కొని ఉండే భగవంతుడు

954. ఊర్ధ్వాగ ఓం ఉర్ద్వాగయ నమః । ఊర్ధ్వాగ సర్వస్వం మీద ఉన్న భగవంతుడు

955. సద్వృతచారారా ఓం సద్వృతచారాయ నమః । సద్వృతచార సత్యమార్గంలో మాత్రమే నడిచే భగవంతుడు

956. ప్రాణాద్ ఓం ప్రణదయ నమః । ప్రాణాద భౌతిక శరీరానికి జీవం పోసే భగవంతుడు

957. ప్రణవ్ ఓం ప్రణయై నమః । ప్రణవ పరమ సత్యాన్ని సూచించే ఓంకారుడైన భగవంతుడు

958. పణ ఓం పణయ నమః । పణ సుప్రీమ్ యూనివర్సల్ మేనేజర్

959. ప్రమాణం ఓం ప్రమాణయ నమః । ప్రామానామ్ సకల గ్రంథాలకు ఆధారమైన భగవంతుడు

960. ప్రాణనిలయ ఓం ప్రాణనిలయ నమః । ప్రాణనిలయ సకల జీవరాశులు ఉన్న భగవంతుడు

961. ప్రణబ్రైట్ ఓం ప్రాణాభ్రుత నమః । ప్రణభ్రుత జీవితంలోని అన్ని కార్యకలాపాలను నియంత్రించే మరియు పాలించే భగవంతుడు

962. ప్రాణజీవన ఓం ప్రాణజీవనయ నమః । ప్రాణజీవన జీవరాశులకు ప్రాణవాయువును ప్రసాదించే భగవంతుడు

963. తత్వము ఓం తత్వాయ నమః । తత్వము నిజమైన మరియు ఏకైక సత్యమైన ప్రభువు

964. తత్త్వవిత్ ఓం తత్వవిదే నమః । తత్త్వవిత్ పరమసత్య జ్ఞానంగా అవతరించిన ప్రభువు

965. ఏకత్మా ఓం ఏకత్మానే నమః । ఏకత్మా ఒకే ఆత్మ అయిన భగవంతుడు

966. జననమరణజరతిగ ఓం జననమరణజరతిగయ నమః । జననమరణజరతిగ జననం లేని, మరణము లేని, కాల ప్రభావము లేని ప్రభువు

967. భుర్భువ:స్వాస్తరు ఓం భుర్భువాహ్ స్వాసర్వే నమః । భూర్-భువః-స్వాస్తరచెట్టును (భూ, భువ, స్వా) పోషించే భగవంతుడు

968. తార్ ఓం తారాయ నమః । తారా జీవిత సాగరాన్ని దాటడానికి సహాయం చేసే భగవంతుడు

969. సవిత ఓం సావ్యాయై నమః । సవిత విశ్వ పితామహుడు

970. ప్రాపితామాహ్ ఓం ప్రాపితామాహాయ నమః । పెద ముత్తాత విశ్వం యొక్క గొప్ప పాత గ్రాండ్ ఫాదర్ అయిన ప్రభువు

971. యజ్ఞం ఓం యజ్ఞాయ నమః । యజ్ఞం నిజాయతీగా, శాంతియుత సహజీవనం చేసే రూపం కలిగిన భగవంతుడు

972. యజ్ఞపతి ఓం యజ్ఞాపతయై నమః । యజ్ఞపతి సకల యజ్ఞాలకు అధిపతి

973. యజ్వా ఓం యజ్వానే నమః । యజ్వా యజ్ఞం చేసే ప్రభువు

974. యజ్ఞంగా ఓం యజ్ఞంగాయ నమః । యజ్ఞంగా యజ్ఞంలో ఉపయోగించే వస్తువులకు అవయవాలు ఉన్న భగవంతుడు

975. యజ్ఞవాహన ఓం యజ్ఞవాహనయ నమః । యజ్ఞవాహన యజ్ఞాలను సంపూర్ణంగా నెరవేర్చే భగవంతుడు

976. యజ్ఞభృత్ ఓం యజ్ఞాభృత్యై నమః । యజ్ఞభారత యజ్ఞాన్ని స్వీకరించే ప్రభువు

977. యజ్ఞక్రిత్ ఓం యజ్ఞకృత నమః । యజ్ఞకృతంయజ్ఞాన్ని సృష్టించిన భగవంతుడు

978. యజ్ఞీ ఓం యజ్ఞీయై నమః । యజ్ఞీ యజ్ఞాలను ఆస్వాదించేవాడు

979. యజ్ఞభృత ఓం యజ్ఞభృత నమః । యజ్ఞభృత ఆఫర్ చేయబడ్డ అన్నింటి యొక్క రిసీవర్

980. యజ్ఞసధానం ఓం యజ్ఞసాధనయ నమః । యజ్ఞసాధన సకల యజ్ఞాలను నెరవేర్చే భగవంతుడు

981. యజ్ఞతక్రితం ఓం యజ్ఞతక్రితొ నమః । యజ్ఞతక్రితయజ్ఞం ముగింపు కార్యం చేసే ప్రభువు

982. యజ్ఞగుహ్యం ఓం యజ్ఞగుహ్యంయ నమః । యజ్ఞగుహ్యం యజ్ఞ రహస్యమైన భగవంతుడు

983. అన్నం ఓం అన్నాయ నమః । అన్నం ఆహారమైన భగవంతుడు

984. అన్నది ఓం అన్నాయై నమః । అన్నాడా అన్నం తినే ప్రభువు

985. ఆత్మయోని ఓం ఆత్మయోనాయ నమః । ఆత్మయోని తనకు తప్ప ఏ కారణం, మూలం లేని ప్రభువు

986. స్వయంజాత ఓం స్వయంజాతయ నమః । స్వయంజాత తన జన్మకు కారకుడైన ప్రభువు

987. వైఖాన్ ఓం వైఖానాయ నమః । వైఖానా భూమిని పందిలా తవ్వినవాడు (వరాహుడు)

988. సమగయాన్ ఓం సామయాన య నమః । సమగయానం సామవేదం జపించినవాడు

989. దేవకీనందన్ ఓం దేవలక్ష్మై నమః । దేవకీ-నందన దేవకి కుమారుడైన భగవంతుడు

990. సృష్టి ఓం శ్రేష్ఠాయై నమః । శ్రేష్ఠ ప్రపంచాన్ని సృష్టించేవాడు

991. క్షితిషా ఓం క్షితిషాయ నమః । క్షితిషా భూమి ప్రభువు[మార్చు]

992. పాపనాసన ఓం పాపనానాసనయ నమః । పాప-నాసన సకల పాపాల వినాశకుడు

993. శంఖభృత ఓం శంఖభృతే నమః । శంఖ-భృత్'పాంచజన్య' అనే చిప్పను మోసుకెళ్లి పేల్చే ప్రభువు

994. నందకీ ఓం నందకీన నమః । నందకీ 'నందక' ఖడ్గాన్ని పట్టుకున్న స్వామి

995. చక్రి ఓం చక్రియ నమః । చక్రి చక్రం మోసే స్వామిని సుదర్శనుడు అంటారు.

996. సారంగాధన్వ ఓం శారదాధన్వా నమః । శరంగధన్వా సారంగ అనే విల్లు ఉన్న భగవంతుడు

997. గడధార ఓం గడధారయ నమః । గడధార కౌమోడకి అనే గద ఉన్న ప్రభువు

998. రథంగాపాణి ఓం రథంగాపాణయై నమః। రత్నాంగపాణి చక్రాన్ని ఉంచే స్వామి తన చేతిలో సుదర్శనుడు అని పిలుస్తాడు.

999. అక్షోబ్య ఓం అక్షాబ్యయ నమః। అక్షోభ్యా ఎవ్వరికీ చిరాకు కలిగించని ప్రభువు

1000. సర్వప్రహరణాయుధ ఓం సర్వప్రహరణాయు నమః। సర్వప్రహరణాయుధ అన్ని రకాల దాడులకు, పోరాటాలకు అన్ని పనిముట్లు ఉన్న భగవంతుడు